유머로 배우는 한국어

tiếng Việt(베트남어)
bản dịch(번역판)

- 유머 (danh từ) : sự khôi hài, sự hài hước
  Hành động hay lời nói làm người khác cười.

- 로 : bằng, với
  Trợ từ thể hiện phương pháp hay phương thức của việc nào đó.

- 배우다 (động từ) : học, học tập
  Tiếp nhận tri thức mới.

- -는 : mà
  Vĩ tố làm cho từ ngữ phía trước có chức năng định ngữ và thể hiện sự kiện hay động tác xảy ra ở hiện tại.

- 한국어 (danh từ) : Hàn ngữ, tiếng Hàn Quốc
  Tiếng nói sử dụng ở Hàn Quốc.

※ 이 책의 폰트는 '함초롬 바탕체'를 사용하였습니다.

< 저자(tác giả) >

㈜한글2119연구소

· 연구개발전담부서

· ISO 9001 : 품질경영시스템 인증

· ISO 14001 : 환경경영시스템 인증

· 이메일(thư điện tử) : gjh0675@naver.com

< 동영상(video) 자료(tài liệu) >

HANPUK_tiếng Việt(việc biên dịch)
https://www.youtube.com/@HANPUK_Vietnamese

HANPUK

제 2024153361 호

연구개발전담부서 인정서

1. 전담부서명: 연구개발전담부서

　　[소속기업명: (주)한글2119연구소]

2. 소　재　지: 인천광역시 부평구 마장로264번길 33
　　　　　　　　상가동 제지하층 제2호 (산곡동, 뉴서울아파트)

3. 신고 연월일: 2024년 05월 02일

과학기술정보통신부

「기초연구진흥 및 기술개발지원에 관한 법률」 제14조의
2제1항 및 같은 법 시행령 제27조제1항에 따라 위와 같이
기업의 연구개발전담부서로 인정합니다.

2024년 5월 13일

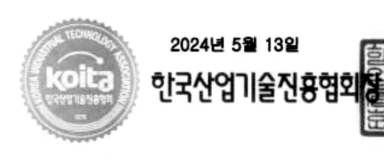

한국산업기술진흥협회장

< 목차(mục lục) >

< 1 단원(bài) >

제목 : 깜짝 놀라서 티브이(TV) 전원을 꺼 버렸지.

● 본문 (nguyên văn)

할머니께서 드라마를 보시다가 갑자기 티브이(TV) 전원을 꺼 버렸습니다.

그리고 며칠 후 초등학교 동창회에 참석하셨습니다.

거기서 할머니는 가장 친한 친구에게 티브이(TV)를 갑자기 끈 이유를 말했습니다.

할머니 : 갑자기 배우 한 명이 기침을 하잖아.

　　　　깜짝 놀라서 티브이(TV) 전원을 꺼 버렸지.

할머니 친구 : 바보야, 티브이(TV)를 왜 꺼.

　　　　　　얼른 마스크를 쓰면 되지.

할머니 : 맞네.

　　　　그런 기막힌 방법이 있었네.

● 발음 (sự phát âm)

할머니께서 드라마를 보시다가 갑자기 티브이(TV) 전원을 꺼 버렸습니다.
할머니께서 드라마를 보시다가 갑짜기 티브이(TV) 저눠늘 꺼 버렫씀니다.
halmeonikkeseo deuramareul bosidaga gapjagi tibeui(TV) jeonwoneul kkeo beoryeotseumnida.

그리고 며칠 후 초등학교 동창회에 참석하셨습니다.
그리고 며칠 후 초등학꾜 동창회에 참서카셛씀니다.
geurigo myeochil hu chodeunghaggyo dongchanghoee chamseokasyeotseumnida.

거기서 할머니는 가장 친한 친구에게 티브이(TV)를 갑자기 끈 이유를 말했습니다.
거시서 할머니는 가장 친한 친구에게 티브이(TV)를 갑자기 끈 이유를 말핻씀니다.
geogiseo halmeonineun gajang chinhan chinguege tibeui(TV)reul gapjagi kkeun iyureul malhaetseumnida.

할머니 : 갑자기 배우 한 명이 기침을 하잖아.
할머니 : 갑짜기 배우 한 명이 기치믈 하자나.
halmeoni : gapjagi baeu han myeongi gichimeul hajana.

깜짝 놀라서 티브이(TV) 전원을 꺼 버렸지.
깜짝 놀라서 티브이(TV) 저눠늘 꺼 버렫찌.
kkamjjak nollaseo tibeui(TV) jeonwoneul kkeo beoryeotji.

할머니 친구 : 바보야, 티브이(TV)를 왜 꺼.
할머니 친구 : 바보야, 티브이(TV)를 왜 꺼.
halmeoni chingu : baboya, tibeui(TV)reul wae kkeo.

얼른 마스크를 쓰면 되지.
얼른 마스크를 쓰면 되지.
eolleun maseukeureul sseumyeon doeji.

할머니 : 맞네.
할머니 : 만네.
halmeoni : manne.

그런 기막힌 방법이 있었네.
그런 기마킨 방버비 이썬네.
geureon gimakin bangbeobi isseonne.

● 어휘 (từ vựng) / 문법 (ngữ pháp)

할머니+께서 드라마+를 보+시+다가 갑자기 티브이(TV) 전원+을 끄(ㄲ)+어 버리+었+습니다.

그리고 며칠 후 초등학교 동창회+에 참석하+시+었+습니다.

거기+서 할머니+는 가장 친하+ㄴ 친구+에게 티브이(TV)+를 갑자기 끄+ㄴ 이유+를 말하+였+습니다.

할머니 : 갑자기 배우 한 명+이 기침+을 하+잖아.

깜짝 놀라+(아)서 티브이(TV) 전원+을 끄(ㄲ)+어 버리+었+지.

할머니 친구 : 바보+야, 티브이(TV)+를 왜 끄(ㄲ)+어.

얼른 마스크+를 쓰+면 되+지.

할머니 : 맞+네.

그런 기막히+ㄴ 방법+이 있+었+네.

> 할머니+께서 드라마+를 보+시+다가 갑자기 티브이(TV) 전원+을 <u>끄(ㄲ)</u>+[어 버리]+었+습니다.
> **꺼 버렸습니다**

- **할머니 (Danh từ)** : 아버지의 어머니, 또는 어머니의 어머니를 이르거나 부르는 말.
  bà nội, bà
  Từ dùng để chỉ hoặc gọi mẹ của cha hoặc mẹ của mẹ.

- **께서** : (높임말로) 가. 이. 어떤 동작의 주체가 높여야 할 대상임을 나타내는 조사.
  Không có từ tương ứng
  (cách nói kính trọng) Kính ngữ của 이/가. Trợ từ thể hiện chủ thể của hành động nào đó là đối tượng phải kính trọng.

- **드라마 (Danh từ)** : 극장에서 공연되거나 텔레비전 등에서 방송되는 극.
  kịch, phim truyền hình
  Kịch được công diễn ở rạp hay phim được phát sóng trên truyền hình.

- **를** : 동작이 직접적으로 영향을 미치는 대상을 나타내는 조사.
  Không có từ tương ứng
  Trợ từ (tiểu từ) thể hiện đối tượng mà động tác gây ảnh hưởng trực tiếp.

- **보다 (Động từ)** : 눈으로 대상을 즐기거나 감상하다.
  ngắm, xem
  Thưởng thức hay chiêm ngưỡng đối tượng bằng mắt.

- **-시-** : 어떤 동작이나 상태의 주체를 높이는 뜻을 나타내는 어미.
  Không có từ tương ứng
  Vĩ tố thể hiện nghĩa kính trọng chủ thể của động tác hay trạng thái nào đó.

- **-다가** : 어떤 행동이나 상태 등이 중단되고 다른 행동이나 상태로 바뀜을 나타내는 연결 어미.
  đang… thì...
  Vĩ tố liên kết thể hiện hành động hay trạng thái nào đó bị đứt đoạn và được chuyển sang hành động hay trạng thái khác.

- **갑자기 (Phó từ)** : 미처 생각할 틈도 없이 빨리.
  đột ngột, bất thình lình, bỗng nhiên
  Nhanh bất ngờ, không có thời gian để kịp suy nghĩ.

- **티브이(TV) (Danh từ)** : 방송국에서 전파로 보내오는 영상과 소리를 받아서 보여 주는 기계.
  ti vi
  Máy tiếp nhận và cho thấy âm thanh, hình ảnh được chuyển bằng sóng điện từ đài phát thanh.

- **전원 (Danh từ)** : 전기 콘센트 등과 같이 기계 등에 전류가 오는 원천.
  điện nguồn, nguồn
  Nguồn mà dòng điện chạy vào máy móc như ổ cắm điện.

- **을** : 동작이 직접적으로 영향을 미치는 대상을 나타내는 조사.
  Không có từ tương ứng
  Trợ từ (tiểu từ) thể hiện đối tượng mà động tác gây ảnh hưởng trực tiếp.

- **끄다 (Động từ)** : 전기나 기계를 움직이는 힘이 통하는 길을 끊어 전기 제품 등을 작동하지 않게 하다.
  ngắt, tắt
  Cắt đường dẫn làm chuyển động máy móc hay điện làm cho thiết bị điện không hoạt động được.

- **-어 버리다** : 앞의 말이 나타내는 행동이 완전히 끝났음을 나타내는 표현.
  ....mất, ...hết
  Cấu trúc thể hiện hành động mà từ ngữ phía trước thể hiện đã kết thúc hoàn toàn.

- **-었-** : 어떤 사건이 과거에 완료되었거나 그 사건의 결과가 현재까지 지속되는 상황을 나타내는 어미.
  đã
  Vĩ tố thể hiện tình huống mà sự kiện nào đó đã hoàn thành trong quá khứ hoặc kết quả của sự kiện đó được tiếp tục đến hiện tại.

- **-습니다** : (아주높임으로) 현재의 동작이나 상태, 사실을 정중하게 설명함을 나타내는 종결 어미.
  Không có từ tương ứng
  (cách nói rất kính trọng) Vĩ tố kết thúc câu thể hiện sự thuyết minh động tác, trạng thái hay sự việc ở hiện tại một cách trịnh trọng.

그리고 며칠 후 초등학교 동창회+에 **참석하+시+었+습니다**.
참석하셨습니다

- **그리고 (Phó từ)** : 앞의 내용에 이어 뒤의 내용을 단순히 나열할 때 쓰는 말.
  và, với, với cả
  Từ dùng khi liệt kê một cách đơn thuần nội dung phía sau tiếp nối theo nội dung phía trước.

- **며칠 (Danh từ)** : 몇 날.
  mấy ngày
  Mấy ngày.

- **후 (Danh từ)** : 얼마만큼 시간이 지나간 다음.
  sau, sau khi
  Sau khi thời gian trôi qua khoảng bao lâu đó.

- **초등학교 (Danh từ)** : 학교 교육의 첫 번째 단계로 만 여섯 살에 입학하여 육 년 동안 기본 교육을 받는 학교.

  trường tiểu học, trường cấp một

  Trường học đầu tiên của hệ thống giáo dục học đường, học sinh đúng 6 tuổi nhập học và được học giáo dục cơ bản trong 6 năm.

- **동창회 (Danh từ)** : 같은 학교를 졸업한 사람들의 모임.

  hội đồng môn, hội bạn học cùng trường

  Hội của những người tốt nghiệp cùng trường.

- **에** : 앞말이 어떤 장소나 자리임을 나타내는 조사.

  ở, tại

  Trợ từ (tiểu từ) thể hiện từ ngữ phía trước là địa điểm hay chỗ nào đó.

- **참석하다 (Động từ)** : 회의나 모임 등의 자리에 가서 함께하다.

  tham dự

  Đi đến chỗ cuộc họp hay hội nghị··· và cùng tham gia.

- **-시-** : 어떤 동작이나 상태의 주체를 높이는 뜻을 나타내는 어미.

  Không có từ tương ứng

  Vĩ tố thể hiện nghĩa kính trọng chủ thể của động tác hay trạng thái nào đó.

- **-었-** : 어떤 사건이 과거에 완료되었거나 그 사건의 결과가 현재까지 지속되는 상황을 나타내는 어미.

  đã

  Vĩ tố thể hiện tình huống mà sự kiện nào đó đã hoàn thành trong quá khứ hoặc kết quả của sự kiện đó được tiếp tục đến hiện tại.

- **-습니다** : (아주높임으로) 현재의 동작이나 상태, 사실을 정중하게 설명함을 나타내는 종결 어미.

  Không có từ tương ứng

  (cách nói rất kính trọng) Vĩ tố kết thúc câu thể hiện sự thuyết minh động tác, trạng thái hay sự việc ở hiện tại một cách trịnh trọng.

거기+서 할머니+는 가장 <u>친하+ㄴ</u> 친구+에게 티브이(TV)+를 갑자기 <u>끄+ㄴ</u> 이유+를 <u>말하+였+습니다</u>.
　　　　　　　　　친한　　　　　　　　　　　　　　　　끈　　　　말했습니다

- **거기 (Đại từ)** : 앞에서 이미 이야기한 곳을 가리키는 말.

  chỗ đó

  Từ chỉ địa điểm đã nói đến trước đó.

- **서** : 앞말이 행동이 이루어지고 있는 장소임을 나타내는 조사.

  ở

  Trợ từ (tiểu từ) thể hiện từ ngữ phía trước là địa điểm mà hành động nào đó được thực hiện.

• 할머니 (Danh từ) : 아버지의 어머니, 또는 어머니의 어머니를 이르거나 부르는 말.
  bà nội, bà
  Từ dùng để chỉ hoặc gọi mẹ của cha hoặc mẹ của mẹ.

• 는 : 문장 속에서 어떤 대상이 화제임을 나타내는 조사.
  Không có từ tương ứng
  Trợ từ (tiểu từ) thể hiện việc đối tượng nào đó là chủ đề câu chuyện trong câu.

• 가장 (Phó từ) : 여럿 가운데에서 제일로.
  nhất
  Thứ nhất trong nhiều cái.

• 친하다 (Tính từ) : 가까이 사귀어 서로 잘 알고 정이 두텁다.
  thân, thân thiết
  Quen biết gần gũi, biết rõ về nhau và tình cảm thắm thiết.

• -ㄴ : 앞의 말이 관형어의 기능을 하게 만들고 현재의 상태를 나타내는 어미.
  mà
  Vĩ tố khiến cho từ ngữ phía trước có chức năng định ngữ và thể hiện sự kiện hay động tác được hoàn thành thì trạng thái đó vẫn đang được duy trì.

• 친구 (Danh từ) : 사이가 가까워 서로 친하게 지내는 사람.
  bạn
  Người có quan hệ gần gũi và chơi thân với nhau.

• 에게 : 어떤 행동이 미치는 대상임을 나타내는 조사.
  cho
  Trợ từ thể hiện đối tượng mà hành động nào đó tác động đến.

• 티브이(TV) (Danh từ) : 방송국에서 전파로 보내오는 영상과 소리를 받아서 보여 주는 기계.
  ti vi
  Máy tiếp nhận và cho thấy âm thanh, hình ảnh được chuyển bằng sóng điện từ đài phát thanh.

• 를 : 동작이 직접적으로 영향을 미치는 대상을 나타내는 조사.
  Không có từ tương ứng
  Trợ từ (tiểu từ) thể hiện đối tượng mà động tác gây ảnh hưởng trực tiếp.

• 갑자기 (Phó từ) : 미처 생각할 틈도 없이 빨리.
  đột ngột, bất thình lình, bỗng nhiên
  Nhanh bất ngờ, không có thời gian để kịp suy nghĩ.

- 끄다 (Động từ) : 전기나 기계를 움직이는 힘이 통하는 길을 끊어 전기 제품 등을 작동하지 않게 하다.
  ngắt, tắt
  Cắt đường dẫn làm chuyển động máy móc hay điện làm cho thiết bị điện không hoạt động được.

- -ㄴ : 앞의 말이 관형어의 기능을 하게 만들고 사건이나 동작이 과거에 일어났음을 나타내는 어미.
  mà đã
  Vĩ tố làm cho từ ngữ phía trước có chức năng định ngữ và thể hiện sự kiện hay động tác đã xảy ra trong quá khứ.

- 이유 (Danh từ) : 어떠한 결과가 생기게 된 까닭이나 근거.
  lý do
  Nguyên do hay căn cứ mà kết quả nào đó được phát sinh.

- 를 : 동작이 직접적으로 영향을 미치는 대상을 나타내는 조사.
  Không có từ tương ứng
  Trợ từ (tiểu từ) thể hiện đối tượng mà động tác gây ảnh hưởng trực tiếp.

- 말하다 (Động từ) : 어떤 사실이나 자신의 생각 또는 느낌을 말로 나타내다.
  nói
  Thể hiện bằng lời sự việc nào đó hay suy nghĩ cũng như cảm nhận của bản thân.

- -였- : 어떤 사건이 과거에 완료되었거나 그 사건의 결과가 현재까지 지속되는 상황을 나타내는 어미.
  đã
  Vĩ tố thể hiện tình huống mà sự kiện nào đó đã hoàn thành trong quá khứ hoặc kết quả của sự kiện đó được tiếp tục đến hiện tại.

- -습니다 : (아주높임으로) 현재의 동작이나 상태, 사실을 정중하게 설명함을 나타내는 종결 어미.
  Không có từ tương ứng
  (cách nói rất kính trọng) Vĩ tố kết thúc câu thể hiện sự thuyết minh động tác, trạng thái hay sự việc ở hiện tại một cách trịnh trọng.

할머니 : 갑자기 배우 한 명+이 기침+을 하+잖아.

- 갑자기 (Phó từ) : 미처 생각할 틈도 없이 빨리.
  đột ngột, bất thình lình, bỗng nhiên
  Nhanh bất ngờ, không có thời gian để kịp suy nghĩ.

- 배우 (Danh từ) : 영화나 연극, 드라마 등에 나오는 인물의 역할을 맡아서 연기하는 사람.
  diễn viên
  Người được giao vai trò của nhân vật xuất hiện trong phim, kịch hoặc phim truyền hình và diễn xuất vai đó.

• **한 (Định từ)** : 하나의.
　một
　Thuộc một.

• **명 (Danh từ)** : 사람의 수를 세는 단위.
　người
　Đơn vị đếm số người.

• **이** : 어떤 상태나 상황의 대상이나 동작의 주체를 나타내는 조사.
　Không có từ tương ứng
　Trợ từ (tiểu từ) thể hiện chủ thể của động tác hoặc đối tượng của trạng thái hay tình huống nào đó.

• **기침 (Danh từ)** : 폐에서 목구멍을 통해 공기가 거친 소리를 내며 갑자기 터져 나오는 일.
　sự ho
　Việc không khí từ phổi đi qua cổ họng bật ra thành tiếng không trong trẻo rồi đột nhiên được thoát ra.

• **을** : 동작이 직접적으로 영향을 미치는 대상을 나타내는 조사.
　Không có từ tương ứng
　Trợ từ (tiểu từ) thể hiện đối tượng mà động tác gây ảnh hưởng trực tiếp.

• **하다 (Động từ)** : 어떤 행동이나 동작, 활동 등을 행하다.
　làm, tiến hành
　Thực hiện hành động hay động tác, hoạt động nào đó.

• **-잖아** : (두루낮춤으로) 어떤 상황에 대해 말하는 사람이 상대방에게 확인하거나 정정해 주듯이 말함을 나타내는 표현.
　đấy ư, còn gì
　(cách nói hạ thấp phổ biến) Cấu trúc thể hiện việc người nói nói về tình huống nào đó như thể xác nhận hoặc đính chính với đối phương.

할머니 : 깜짝 놀라+(아)서 티브이(TV) 전원+을 끄(ㄲ)+[어 버리]+었+지.
놀라서　　　　　　　　　　　　**꺼 버렸지**

• **깜짝 (Phó từ)** : 갑자기 놀라는 모양.
　giật mình, hết hồn
　Hình ảnh đột nhiên hốt hoảng.

• **놀라다 (Động từ)** : 뜻밖의 일을 당하거나 무서워서 순간적으로 긴장하거나 가슴이 뛰다.
　giật mình, ngỡ ngàng, hết hồn
　Căng thẳng hay tim đập mạnh trong chốc lát vì sợ hãi hoặc gặp phải việc bất ngờ.

• -아서 : 이유나 근거를 나타내는 연결 어미.

nên

Vĩ tố liên kết thể hiện lý do hay căn cứ.

• 티브이(TV) (Danh từ) : 방송국에서 전파로 보내오는 영상과 소리를 받아서 보여 주는 기계.

ti vi

Máy tiếp nhận và cho thấy âm thanh, hình ảnh được chuyển bằng sóng điện từ đài phát thanh.

• 전원 (Danh từ) : 전기 콘센트 등과 같이 기계 등에 전류가 오는 원천.

điện nguồn, nguồn

Nguồn mà dòng điện chạy vào máy móc như ổ cắm điện.

• 을 : 동작이 직접적으로 영향을 미치는 대상을 나타내는 조사.

Không có từ tương ứng

Trợ từ (tiểu từ) thể hiện đối tượng mà động tác gây ảnh hưởng trực tiếp.

• 끄다 (Động từ) : 전기나 기계를 움직이는 힘이 통하는 길을 끊어 전기 제품 등을 작동하지 않게 하다.

ngắt, tắt

Cắt đường dẫn làm chuyển động máy móc hay điện làm cho thiết bị điện không hoạt động được.

• -어 버리다 : 앞의 말이 나타내는 행동이 완전히 끝났음을 나타내는 표현.

....mất, ...hết

Cấu trúc thể hiện hành động mà từ ngữ phía trước thể hiện đã kết thúc hoàn toàn.

• -었- : 어떤 사건이 과거에 완료되었거나 그 사건의 결과가 현재까지 지속되는 상황을 나타내는 어미.

đã

Vĩ tố thể hiện tình huống mà sự kiện nào đó đã hoàn thành trong quá khứ hoặc kết quả của sự kiện đó được tiếp tục đến hiện tại.

• -지 : (두루낮춤으로) 말하는 사람이 자신에 대한 이야기나 자신의 생각을 친근하게 말할 때 쓰는 종결 어미.

nhỉ?

(cách nói hạ thấp phổ biến) Vĩ tố kết thúc câu dùng khi người nói kể về mình hay suy nghĩ của mình một cách thân mật với người nghe.

할머니 친구 : 바보+야, 티브이(TV)+를 왜 끄(ㄲ)+어.
꺼

• 바보 (Danh từ) : (욕하는 말로) 어리석고 멍청하거나 못난 사람.

kẻ đần độn, đồ ngu dại

(cách nói chửi mắng) Người ngờ nghệch và hâm hâm hoặc ngu ngốc.

• 야 : 친구나 아랫사람, 동물 등을 부를 때 쓰는 조사.

à, ơi

Trợ từ (tiểu từ) dùng khi gọi bạn, người dưới hay động vật...

• 티브이(TV) (Danh từ) : 방송국에서 전파로 보내오는 영상과 소리를 받아서 보여 주는 기계.

ti vi

Máy tiếp nhận và cho thấy âm thanh, hình ảnh được chuyển bằng sóng điện từ đài phát thanh.

• 를 : 동작이 직접적으로 영향을 미치는 대상을 나타내는 조사.

Không có từ tương ứng

Trợ từ (tiểu từ) thể hiện đối tượng mà động tác gây ảnh hưởng trực tiếp.

• 왜 (Phó từ) : 무슨 이유로. 또는 어째서.

tại sao, vì sao

Với lý do gì. Hoặc làm sao chứ.

• 끄다 (Động từ) : 전기나 기계를 움직이는 힘이 통하는 길을 끊어 전기 제품 등을 작동하지 않게 하다.

ngắt, tắt

Cắt đường dẫn làm chuyển động máy móc hay điện làm cho thiết bị điện không hoạt động được.

• -어 : (두루낮춤으로) 어떤 사실을 서술하거나 물음, 명령, 권유를 나타내는 종결 어미.

hả?, đi, ta hãy

(cách nói hạ thấp phổ biến) Vĩ tố kết thúc câu thể hiện sự tường thuật sự việc nào đó, nghi vấn, mệnh lệnh, khuyên nhủ.

할머니 친구 : 얼른 마스크+를 쓰+[면 되]+지.

• 얼른 (Phó từ) : 시간을 오래 끌지 않고 바로.

một cách nhanh chóng, một cách mau chóng

Không kéo dài thời gian mà ngay lập tức.

• 마스크 (Danh từ) : 병균이나 먼지, 찬 공기 등을 막기 위하여 입과 코를 가리는 물건.

khẩu trang, khăn bịt mặt

Vật che miệng và mũi để ngăn ngừa bệnh khuẩn, bụi hoặc không khí lạnh…

• 를 : 동작이 직접적으로 영향을 미치는 대상을 나타내는 조사.

Không có từ tương ứng

Trợ từ (tiểu từ) thể hiện đối tượng mà động tác gây ảnh hưởng trực tiếp.

• 쓰다 (Động từ) : 얼굴에 어떤 물건을 걸거나 덮어쓰다.
  đeo
  Treo hay phủ đồ vật nào đó lên mặt.

• -면 되다 : 조건이 되는 어떤 행동을 하거나 어떤 상태만 갖추어지면 문제가 없거나 충분함을 나타내는
          표현.
  chỉ cần... là được, ···là được, nếu··· là ổn
  Cấu trúc thể hiện nếu có được trạng thái nào đó hoặc thực hiện hành động nào đó trở
  thành điều kiện thì sẽ đủ hoặc không có vấn đề gì.

• -지 : (두루낮춤으로) 말하는 사람이 자신에 대한 이야기나 자신의 생각을 친근하게 말할 때 쓰는 종결
        어미.
  nhỉ?
  (cách nói hạ thấp phổ biến) Vĩ tố kết thúc câu dùng khi người nói kể về mình hay suy
  nghĩ của mình một cách thân mật với người nghe.

할머니 : 맞+네.

      그런 기막히+ㄴ 방법+이 있+었+네.
            기막힌

• 맞다 (Động từ) : 그렇거나 옳다.
  đúng, đúng vậy, đúng thế
  Như thế hoặc đúng đắn.

• -네 : (아주낮춤으로) 지금 깨달은 일에 대하여 말함을 나타내는 종결 어미.
  hóa ra, thì ra
  (cách nói rất hạ thấp) Vĩ tố kết thúc câu thể hiện sự nói về việc mà bây giờ mới nhận ra.

• 그런 (Định từ) : 상태, 모양, 성질 등이 그러한.
  như vậy
  Trạng thái, hình dạng, tính chất giống như thế.

• 기막히다 (Tính từ) : 정도나 상태가 어떻다고 말할 수 없을 만큼 좋다.
  tuyệt vời
  Mức độ hay trạng thái tốt tới mức không thể diễn tả được.

• -ㄴ : 앞의 말이 관형어의 기능을 하게 만들고 현재의 상태를 나타내는 어미.
  mà
  Vĩ tố khiến cho từ ngữ phía trước có chức năng định ngữ và thể hiện sự kiện hay động
  tác được hoàn thành thì trạng thái đó vẫn đang được duy trì.

- **방법 (Danh từ)** : 어떤 일을 해 나가기 위한 수단이나 방식.
  phương pháp
  Phương pháp hay cách thức giải quyết việc gì đó.

- **이** : 어떤 상태나 상황의 대상이나 동작의 주체를 나타내는 조사.
  Không có từ tương ứng
  Trợ từ (tiểu từ) thể hiện chủ thể của động tác hoặc đối tượng của trạng thái hay tình huống nào đó.

- **있다 (Tính từ)** : 사실이나 현상이 존재하다.
  có
  Hiện tượng hay sự thật tồn tại.

- **-었-** : 어떤 사건이 과거에 완료되었거나 그 사건의 결과가 현재까지 지속되는 상황을 나타내는 어미.
  đã
  Vĩ tố thể hiện tình huống mà sự kiện nào đó đã hoàn thành trong quá khứ hoặc kết quả của sự kiện đó được tiếp tục đến hiện tại.

- **-네** : (아주낮춤으로) 지금 깨달은 일에 대하여 말함을 나타내는 종결 어미.
  hóa ra, thì ra
  (cách nói rất hạ thấp) Vĩ tố kết thúc câu thể hiện sự nói về việc mà bây giờ mới nhận ra.

< 2 단원(bài) >

제목 : 쫓아오던 게 강아지였나?

● 본문 (nguyên văn)

고양이 한 마리가 쥐를 열심히 쫓고 있었습니다.

쥐가 고양이에게 거의 잡힐 것 같았습니다.

하지만 아슬아슬한 찰나에 쥐가 쥐구멍으로 들어가 버렸습니다.

쥐구멍 앞에 서성이던 고양이가 쪼그려 앉았습니다.

그러더니 갑자기 고양이가 **"멍멍!"**하고 짖어 댔습니다.

이 소리를 듣고 쥐는 어리둥절했습니다.

쥐 : 뭐지?

　　　쫓아오던 게 강아지였나?

쥐는 너무 궁금해서 머리를 살며시 구멍 밖으로 내밀었습니다.

이때 쥐가 고양이에게 잡히고 말았습니다.

의기양양하게 쥐를 물고 가면서 고양이가 이렇게 말했습니다.

고양이 : 요즘은 먹고살려면 적어도 이 개 국어는 해야 돼.

● 발음 (sự phát âm)

고양이 한 마리가 쥐를 열심히 쫓고 있었습니다.
고양이 한 마리가 쥐를 열씸히 쫃꼬 이썼씀니다.
goyangi han mariga jwireul yeolsimhi jjotgo isseotseumnida.

쥐가 고양이에게 거의 잡힐 것 같았습니다.
쥐가 고양이에게 거의 자필 껃 가탇씀니다.
jwiga goyangiege geoui japil geot gatatseumnida.

하지만 아슬아슬한 찰나에 쥐가 쥐구멍으로 들어가 버렸습니다.
하지만 아슬아슬한 찰라에 쥐가 쥐구멍으로 드러가 버렫씀니다.
hajiman aseuraseulhan challae jwiga jwigumeongeuro deureoga beoryeotseumnida.

쥐구멍 앞에 서성이던 고양이가 쪼그려 앉았습니다.
쥐구멍 아페 서성이던 고양이가 쪼그려 안잗씀니다.
jwigumeong ape seoseongideon goyangiga jjogeuryeo anjatseumnida.

그러더니 갑자기 고양이가 "멍멍!"하고 짖어 댔습니다.
그러더니 갑짜기 고양이가 "멍멍!"하고 지저 댇씀니다.
geureodeoni gapjagi goyangiga "meongmeong!"hago jijeo daetseumnida.

이 소리를 듣고 쥐는 어리둥절했습니다.
이 소리를 듣꼬 쥐는 어리둥절핻씀니다.
i sorireul deutgo jwineun eoridungjeolhaetseumnida.

쥐 : 뭐지?
쥐 : 뭐지?
jwi : mwoji?

　　쫓아오던 게 강아지였나?
　　쪼차오던 게 강아지연나?
　　jjochaodeon ge gangajiyeonna?

쥐는 너무 궁금해서 머리를 살며시 구멍 밖으로 내밀었습니다.
쥐는 너무 궁금해서 머리를 살며시 구멍 바끄로 내미럳씀니다.
jwineun neomu gunggeumhaeseo meorireul salmyeosi gumeong bakkeuro naemireotseumnida.

이때 쥐가 고양이에게 잡히고 말았습니다.
이때 쥐가 고양이에게 자피고 마랃씀니다.
ittae jwiga goyangiege japigo maratseumnida.

의기양양하게 쥐를 물고 가면서 고양이가 이렇게 말했습니다.
의기양양하게 쥐를 물고 가면서 고양이가 이러케 말핻씀다.
uigiyangyanghage jwireul mulgo gamyeonseo goyangiga ireoke malhaetseumnida.

고양이 : 요즘은 먹고살려면 적어도 이 개 국어는 해야 돼.
고양이 : 요즈믄 먹꼬살려면 저거도 이 개 구거는 해야 돼.
goyangi : yojeumeun meokgosallyeomyeon jeogeodo i gae gugeoneun haeya dwae.

● 어휘 (từ vựng) / 문법 (ngữ pháp)

고양이 한 마리+가 쥐+를 열심히 쫓+<u>고 있</u>+었+습니다.

쥐+가 고양이+에게 거의 잡히+<u>ㄹ 것 같</u>+았+습니다.

하지만 아슬아슬하+ㄴ 찰나+에 쥐+가 쥐구멍+으로 들어가+<u>(아) 버리</u>+었+습니다.

쥐구멍 앞+에 서성이+던 고양이+가 쪼그리+어 앉+았+습니다.

그러+더니 갑자기 고양이+가 **"멍멍!"** 하+고 짖+<u>어 대</u>+었+습니다.

이 소리+를 듣+고 쥐+는 어리둥절하+였+습니다.

쥐 : **"뭐+(이)+지?"**

　　　"쫓아오+던 것(거)+이 강아지+이+었+나?"

쥐+는 너무 궁금하+여서 머리+를 살며시 구멍 밖+으로 내밀+었+습니다.

이때 쥐+가 고양이+에게 잡히+<u>고 말</u>+았+습니다.

의기양양하+게 쥐+를 물+고 가+면서 고양이+가 이렇+게 말하+였+습니다.

고양이 : 요즘+은 먹고살+려면 적어도 이 개 국어+는 하+<u>여야 되</u>+어.

고양이 한 마리+가 쥐+를 열심히 쫓+[고 있]+었+습니다.

- **고양이 (Danh từ)** : 어두운 곳에서도 사물을 잘 보고 쥐를 잘 잡으며 집 안에서 기르기도 하는 자그마한 동물.

  con mèo

  Động vật nhỏ được nuôi trong nhà, nhìn thấy rõ sự vật trong cả chỗ tối và bắt chuột giỏi.

- **한 (Định từ)** : 하나의.

  một

  Thuộc một.

- **마리 (Danh từ)** : 짐승이나 물고기, 벌레 등을 세는 단위.

  con

  Đơn vị đếm thú vật, cá hay côn trùng...

- **가** : 어떤 상태나 상황에 놓인 대상이나 동작의 주체를 나타내는 조사.

  Không có từ tương ứng

  Trợ từ (tiểu từ) thể hiện chủ thể của động tác hoặc đối tượng được đặt trong trạng thái hay tình huống nào đó.

- **쥐 (Danh từ)** : 사람의 집 근처 어두운 곳에서 살며 몸은 진한 회색에 긴 꼬리를 가지고 있는 작은 동물.

  chuột

  Động vật nhỏ, thân màu xám đậm có đuôi dài, sống ở nơi tối tăm gần nhà của con người.

- **를** : 동작이 직접적으로 영향을 미치는 대상을 나타내는 조사.

  Không có từ tương ứng

  Trợ từ (tiểu từ) thể hiện đối tượng mà động tác gây ảnh hưởng trực tiếp.

- **열심히 (Phó từ)** : 어떤 일에 온 정성을 다하여.

  một cách chăm chỉ, một cách cần mẫn, một cách miệt mài

  Một cách dành hết tâm trí cho việc nào đó.

- **쫓다 (Động từ)** : 앞선 것을 잡으려고 서둘러 뒤를 따르거나 자취를 따라가다.

  đuổi bắt, truy đuổi

  Chạy nhanh theo sau để tóm lấy thứ ở trước hoặc chạy theo dấu vết.

- **-고 있다** : 앞의 말이 나타내는 행동이 계속 진행됨을 나타내는 표현.

  đang

  Cấu trúc thể hiện hành động mà từ ngữ phía trước diễn đạt được tiếp tục tiến hành.

- **-었-** : 사건이 과거에 일어났음을 나타내는 어미.

  đã

  Vĩ tố thể hiện sự kiện đã xảy ra trong quá khứ.

• -습니다 : (아주높임으로) 현재의 동작이나 상태, 사실을 정중하게 설명함을 나타내는 종결 어미.

Không có từ tương ứng

(cách nói rất kính trọng) Vĩ tố kết thúc câu thể hiện sự thuyết minh động tác, trạng thái hay sự việc ở hiện tại một cách trịnh trọng.

쥐+가 고양이+에게 거의 잡히+[ㄹ 것 같]+았+습니다.
잡힐 것 같았습니다

• **쥐 (Danh từ)** : 사람의 집 근처 어두운 곳에서 살며 몸은 진한 회색에 긴 꼬리를 가지고 있는 작은 동물.

chuột

Động vật nhỏ, thân màu xám đậm có đuôi dài, sống ở nơi tối tăm gần nhà của con người.

• **가** : 어떤 상태나 상황에 놓인 대상이나 동작의 주체를 나타내는 조사.

Không có từ tương ứng

Trợ từ (tiểu từ) thể hiện chủ thể của động tác hoặc đối tượng được đặt trong trạng thái hay tình huống nào đó.

• **고양이 (Danh từ)** : 어두운 곳에서도 사물을 잘 보고 쥐를 잘 잡으며 집 안에서 기르기도 하는 자그마한 동물.

con mèo

Động vật nhỏ được nuôi trong nhà, nhìn thấy rõ sự vật trong cả chỗ tối và bắt chuột giỏi.

• **에게** : 어떤 행동의 주체이거나 비롯되는 대상임을 나타내는 조사.

từ

Trợ từ thể hiện là đối tượng được bao gồm hay là chủ thể của một hành động nào đó.

• **거의 (Phó từ)** : 어떤 상태나 한도에 매우 가깝게.

gần như

Rất gần với trạng thái hay mức độ nào đó.

• **잡히다 (Động từ)** : 도망가지 못하게 붙들리다.

Bị tóm

Bị bắt lại để không thể bỏ trốn được.

• **-ㄹ 것 같다** : 추측을 나타내는 표현.

có lẽ sẽ

Cấu trúc thể hiện sự suy đoán.

• **-았-** : 사건이 과거에 일어났음을 나타내는 어미.

đã

Vĩ tố thể hiện sự kiện đã xảy ra trong quá khứ.

• -습니다 : (아주높임으로) 현재의 동작이나 상태, 사실을 정중하게 설명함을 나타내는 종결 어미.
  Không có từ tương ứng
  (cách nói rất kính trọng) Vĩ tố kết thúc câu thể hiện sự thuyết minh động tác, trạng thái hay sự việc ở hiện tại một cách trịnh trọng.

하지만 <u>아슬아슬하+ㄴ</u> 찰나+에 쥐+가 쥐구멍+으로 <u>들어가+[(아) 버리]+었+습니다</u>.
　　　　아슬아슬한　　　　　　　　　　　　　　　들어가 버렸습니다

• 하지만 (Phó từ) : 내용이 서로 반대인 두 개의 문장을 이어 줄 때 쓰는 말.
  nhưng, mà, nhưng mà, thế mà, thế nhưng
  Lời nói nối hai câu có nội dung đối ngược nhau.

• 아슬아슬하다 (Tính từ) : 일이 잘 안 될까 봐 무서워서 소름이 돋을 정도로 마음이 조마조마하다.
  sởn tóc gáy, rợn tóc gáy
  Trong lòng hồi hộp đến mức nổi da gà vì sợ việc không thành.

• -ㄴ : 앞의 말이 관형어의 기능을 하게 만들고 현재의 상태를 나타내는 어미.
  mà
  Vĩ tố khiến cho từ ngữ phía trước có chức năng định ngữ và thể hiện sự kiện hay động tác được hoàn thành thì trạng thái đó vẫn đang được duy trì.

• 찰나 (Danh từ) : 어떤 일이나 현상이 일어나는 바로 그때.
  đúng lúc
  Chính lúc hiện tượng hay việc nào đó xảy ra.

• 에 : 앞말이 시간이나 때임을 나타내는 조사.
  vào lúc
  Trợ từ (tiểu từ) thể hiện từ ngữ phía trước là thời gian hoặc thời điểm.

• 쥐 (Danh từ) : 사람의 집 근처 어두운 곳에서 살며 몸은 진한 회색에 긴 꼬리를 가지고 있는 작은 동물.
  chuột
  Động vật nhỏ, thân màu xám đậm có đuôi dài, sống ở nơi tối tăm gần nhà của con người.

• 가 : 어떤 상태나 상황에 놓인 대상이나 동작의 주체를 나타내는 조사.
  Không có từ tương ứng
  Trợ từ (tiểu từ) thể hiện chủ thể của động tác hoặc đối tượng được đặt trong trạng thái hay tình huống nào đó.

• 쥐구멍 (Danh từ) : 쥐가 들어가고 나오는 구멍.
  lỗ chuột, hang chuột
  Lỗ mà chuột chạy vào và chạy ra.

• 으로 : 움직임의 방향을 나타내는 조사.

  sang

  Trợ từ thể hiện phương hướng của sự di chuyển.

• 들어가다 (Động từ) : 밖에서 안으로 향하여 가다.

  đi vào, bước vào

  Đi theo hướng từ ngoài vào trong.

• -아 버리다 : 앞의 말이 나타내는 행동이 완전히 끝났음을 나타내는 표현.

  ....mất, ...hết

  Cấu trúc thể hiện hành động mà từ ngữ phía trước thể hiện đã kết thúc hoàn toàn.

• -었- : 어떤 사건이 과거에 완료되었거나 그 사건의 결과가 현재까지 지속되는 상황을 나타내는 어미.

  đã

  Vĩ tố thể hiện tình huống mà sự kiện nào đó đã hoàn thành trong quá khứ hoặc kết quả của sự kiện đó được tiếp tục đến hiện tại.

• -습니다 : (아주높임으로) 현재의 동작이나 상태, 사실을 정중하게 설명함을 나타내는 종결 어미.

  Không có từ tương ứng

  (cách nói rất kính trọng) Vĩ tố kết thúc câu thể hiện sự thuyết minh động tác, trạng thái hay sự việc ở hiện tại một cách trịnh trọng.

쥐구멍 앞+에 서성이+던 고양이+가 <u>쪼그리</u>+어 앉+았+습니다.
쪼그려

• 쥐구멍 (Danh từ) : 쥐가 들어가고 나오는 구멍.

  lỗ chuột, hang chuột

  Lỗ mà chuột chạy vào và chạy ra.

• 앞 (Danh từ) : 향하고 있는 쪽이나 곳.

  trước, phía trước, đằng trước

  Phía hay nơi đang hướng tới.

• 에 : 앞말이 어떤 장소나 자리임을 나타내는 조사.

  ở, tại

  Trợ từ (tiểu từ) thể hiện từ ngữ phía trước là địa điểm hay chỗ nào đó.

• 서성이다 (Động từ) : 한곳에 서 있지 않고 주위를 왔다 갔다 하다.

  chạy tới chạy lui, đi qua đi lại

  Không đứng ở một chỗ mà cứ đi đi lại lại xung quanh.

- -던 : 앞의 말이 관형어의 기능을 하게 만들고 사건이나 동작이 과거에 완료되지 않고 중단되었음을 나타내는 어미.

  dở, giữa chừng

  Vĩ tố làm cho từ ngữ đứng trước có chức năng của định ngữ và thể hiện sự kiện hay động tác không hoàn thành trong quá khứ và bị gián đoạn.

- **고양이 (Danh từ)** : 어두운 곳에서도 사물을 잘 보고 쥐를 잘 잡으며 집 안에서 기르기도 하는 자그마한 동물.

  con mèo

  Động vật nhỏ được nuôi trong nhà, nhìn thấy rõ sự vật trong cả chỗ tối và bắt chuột giỏi.

- 가 : 어떤 상태나 상황에 놓인 대상이나 동작의 주체를 나타내는 조사.

  Không có từ tương ứng

  Trợ từ (tiểu từ) thể hiện chủ thể của động tác hoặc đối tượng được đặt trong trạng thái hay tình huống nào đó.

- **쪼그리다 (Động từ)** : 팔다리를 접거나 모아서 몸을 작게 옴츠리다.

  khom, bó

  Gập hoặc thu chân tay lại và co thân người nhỏ lại.

- -어 : 앞의 말이 뒤의 말보다 먼저 일어났거나 뒤의 말에 대한 방법이나 수단이 됨을 나타내는 연결 어미.

  rồi

  Vĩ tố liên kết thể hiện vế trước xảy ra trước vế sau hoặc trở thành phương pháp hay phương tiện đối với vế sau.

- **앉다 (Động từ)** : 윗몸을 바로 한 상태에서 엉덩이에 몸무게를 실어 다른 물건이나 바닥에 몸을 올려놓다.

  ngồi

  Đặt trọng lượng cơ thể vào mông ở trạng thái giữ thẳng thân trên rồi đặt cơ thể lên nền hoặc đồ vật khác

- -았- : 어떤 사건이 과거에 완료되었거나 그 사건의 결과가 현재까지 지속되는 상황을 나타내는 어미.

  đã

  Vĩ tố thể hiện tình huống mà sự kiện nào đó đã hoàn thành trong quá khứ hoặc kết quả của sự kiện đó được tiếp tục đến hiện tại.

- -습니다 : (아주높임으로) 현재의 동작이나 상태, 사실을 정중하게 설명함을 나타내는 종결 어미.

  Không có từ tương ứng

  (cách nói rất kính trọng) Vĩ tố kết thúc câu thể hiện sự thuyết minh động tác, trạng thái hay sự việc ở hiện tại một cách trịnh trọng.

그러+더니 갑자기 고양이+가 "멍멍!" 하+고 짖+[어 대]+었+습니다.
짖어 댔습니다

• 그러다 (Động từ) : 앞에서 일어난 일이나 말한 것과 같이 그렇게 하다.
làm như vậy thì
Làm như vậy giống với điều đã nói hoặc việc đã diễn ra ở phía trước.

• -더니 : 과거에 경험하여 알게 된 사실과 다른 새로운 사실이 있음을 나타내는 연결 어미.
mà, nên
Vĩ tố liên kết thể hiện việc có sự việc mới khác với sự việc biết được do trải nghiệm trong quá khứ.

• 갑자기 (Phó từ) : 미처 생각할 틈도 없이 빨리.
đột ngột, bất thình lình, bỗng nhiên
Nhanh bất ngờ, không có thời gian để kịp suy nghĩ.

• 고양이 (Danh từ) : 어두운 곳에서도 사물을 잘 보고 쥐를 잘 잡으며 집 안에서 기르기도 하는 자그마한 동물.
con mèo
Động vật nhỏ được nuôi trong nhà, nhìn thấy rõ sự vật trong cả chỗ tối và bắt chuột giỏi.

• 가 : 어떤 상태나 상황에 놓인 대상이나 동작의 주체를 나타내는 조사.
Không có từ tương ứng
Trợ từ (tiểu từ) thể hiện chủ thể của động tác hoặc đối tượng được đặt trong trạng thái hay tình huống nào đó.

• 멍멍 (Phó từ) : 개가 짖는 소리.
gâu gâu
Tiếng chó sủa.

• 하다 (Động từ) : 그런 소리가 나다. 또는 그런 소리를 내다.
Không có từ tương ứng
Âm thanh như vậy phát ra. Hoặc phát ra âm thanh như vậy.

• -고 : 앞의 말과 뒤의 말이 차례대로 일어남을 나타내는 연결 어미.
rồi
Vĩ tố liên kết thể hiện vế trước và về sau lần lượt xảy ra.

• 짖다 (Động từ) : 개가 크게 소리를 내다.
sủa
Chó kêu tiếng lớn.

• -어 대다 : 앞의 말이 나타내는 행동을 반복하거나 그 반복되는 행동의 정도가 심함을 나타내는 표현.
hoài, cứ
Cấu trúc thể hiện sự lặp đi lặp lại hành động mà từ ngữ phía trước thể hiện hoặc mức độ của hành động được lặp đi lặp lại đó trầm trọng.

- -었- : 사건이 과거에 일어났음을 나타내는 어미.

  đã

  Vĩ tố thể hiện sự kiện đã xảy ra trong quá khứ.

- -습니다 : (아주높임으로) 현재의 동작이나 상태, 사실을 정중하게 설명함을 나타내는 종결 어미.

  Không có từ tương ứng

  (cách nói rất kính trọng) Vĩ tố kết thúc câu thể hiện sự thuyết minh động tác, trạng thái hay sự việc ở hiện tại một cách trịnh trọng.

이 소리+를 듣+고 쥐+는 <u>어리둥절하+였+습니다</u>.
어리둥절했습니다

- 이 (Định từ) : 바로 앞에서 이야기한 대상을 가리킬 때 쓰는 말.

  này

  Từ dùng khi chỉ đối tượng vừa nói ở ngay phía trước.

- 소리 (Danh từ) : 물체가 진동하여 생긴 음파가 귀에 들리는 것.

  tiếng, âm thanh

  Việc sóng âm do vật thể rung gây ra lọt vào tai.

- 를 : 동작이 직접적으로 영향을 미치는 대상을 나타내는 조사.

  Không có từ tương ứng

  Trợ từ (tiểu từ) thể hiện đối tượng mà động tác gây ảnh hưởng trực tiếp.

- 듣다 (Động từ) : 귀로 소리를 알아차리다.

  nghe

  Nhận biết âm thanh bằng tai.

- -고 : 앞의 말과 뒤의 말이 차례대로 일어남을 나타내는 연결 어미.

  rồi

  Vĩ tố liên kết thể hiện vế trước và vế sau lần lượt xảy ra.

- 쥐 (Danh từ) : 사람의 집 근처 어두운 곳에서 살며 몸은 진한 회색에 긴 꼬리를 가지고 있는 작은 동물.

  chuột

  Động vật nhỏ, thân màu xám đậm có đuôi dài, sống ở nơi tối tăm gần nhà của con người.

- 는 : 문장 속에서 어떤 대상이 화제임을 나타내는 조사.

  Không có từ tương ứng

  Trợ từ (tiểu từ) thể hiện việc đối tượng nào đó là chủ đề câu chuyện trong câu.

• 어리둥절하다 (Tính từ) : 일이 돌아가는 상황을 잘 알지 못해서 정신이 얼떨떨하다.
rối rắm, lúng túng
Không biết rõ tình trạng công việc tiến triển nên tinh thần rối bời.

• -였- : 사건이 과거에 일어났음을 나타내는 어미.
đã
Vĩ tố thể hiện sự kiện đã xảy ra trong quá khứ.

• -습니다 : (아주높임으로) 현재의 동작이나 상태, 사실을 정중하게 설명함을 나타내는 종결 어미.
Không có từ tương ứng
(cách nói rất kính trọng) Vĩ tố kết thúc câu thể hiện sự thuyết minh động tác, trạng thái hay sự việc ở hiện tại một cách trịnh trọng.

쥐 : 뭐+(이)+지?
　　　뭐지

• 뭐 (Đại từ) : 모르는 사실이나 사물을 가리키는 말.
cái gì đó, điều gì đấy
Từ chỉ sự việc hay sự vật không biết được.

• 이다 : 주어가 지시하는 대상의 속성이나 부류를 지정하는 뜻을 나타내는 서술격 조사.
nào là
Trợ từ vị cách thể hiện sự liệt kê các sự vật đồng thời liên kết theo quan hệ đẳng lập.

• -지 : (두루낮춤으로) 말하는 사람이 듣는 사람에게 친근함을 나타내며 물을 때 쓰는 종결 어미.
nhỉ?
(cách nói hạ thấp phổ biến) Vĩ tố kết thúc câu dùng khi người nói hỏi và thể hiện sự thân mật với người nghe.

쥐 : 쫓아오+던 것(거)+이 강아지+이+었+나?
　　　　　　　게　　　　**강아지였나**

• 쫓아오다 (Động từ) : 어떤 사람이나 물체의 뒤를 급히 따라오다.
theo về, tìm đến, đuổi theo
Theo sau người hay vật nào đó một cách gấp gáp.

- -던 : 앞의 말이 관형어의 기능을 하게 만들고 사건이나 동작이 과거에 완료되지 않고 중단되었음을 나
      타내는 어미.
  dở, giữa chừng
  Vĩ tố làm cho từ ngữ đứng trước có chức năng của định ngữ và thể hiện sự kiện hay
  động tác không hoàn thành trong quá khứ và bị gián đoạn.

- 것 (Danh từ) : 정확히 가리키는 대상이 정해지지 않은 사물이나 사실.
  cái, điều
  Sự vật hay sự việc mà đối tượng nhắc đến không được xác định chính xác.

- 이 : 어떤 상태나 상황의 대상이나 동작의 주체를 나타내는 조사.
  Không có từ tương ứng
  Trợ từ (tiểu từ) thể hiện chủ thể của động tác hoặc đối tượng của trạng thái hay tình
  huống nào đó.

- 강아지 (Danh từ) : 개의 새끼.
  chó con, cún con
  Con chó còn nhỏ.

- 이다 : 주어가 지시하는 대상의 속성이나 부류를 지정하는 뜻을 나타내는 서술격 조사.
  nào là
  Trợ từ vị cách thể hiện sự liệt kê các sự vật đồng thời liên kết theo quan hệ đẳng lập.

- -었- : 사건이 과거에 일어났음을 나타내는 어미.
  đã
  Vĩ tố thể hiện sự kiện đã xảy ra trong quá khứ.

- -나 : (두루낮춤으로) 물음이나 추측을 나타내는 종결 어미.
  không ta?
  (cách nói hạ thấp phổ biến) Vĩ tố kết thúc câu thể hiện sự suy đoán hay tự hỏi bản thân
  mình.

쥐+는 너무 <u>궁금하+여서</u> 머리+를 살며시 구멍 밖+으로 내밀+었+습니다.
궁금해서

- 쥐 (Danh từ) : 사람의 집 근처 어두운 곳에서 살며 몸은 진한 회색에 긴 꼬리를 가지고 있는 작은 동
      물.
  chuột
  Động vật nhỏ, thân màu xám đậm có đuôi dài, sống ở nơi tối tăm gần nhà của con người.

- 는 : 문장 속에서 어떤 대상이 화제임을 나타내는 조사.
  Không có từ tương ứng
  Trợ từ (tiểu từ) thể hiện việc đối tượng nào đó là chủ đề câu chuyện trong câu.

• **너무 (Phó từ)** : 일정한 정도나 한계를 훨씬 넘어선 상태로.
  quá
  Ở trạng thái vượt giới hạn hay mức độ nhất định rất nhiều.

• **궁금하다 (Tính từ)** : 무엇이 무척 알고 싶다.
  tò mò
  Rất muốn biết điều gì đó.

• **-여서** : 이유나 근거를 나타내는 연결 어미.
  nên
  Vĩ tố liên kết thể hiện lý do hay căn cứ.

• **머리 (Danh từ)** : 사람이나 동물의 몸에서 얼굴과 머리털이 있는 부분을 모두 포함한 목 위의 부분.
  đầu, thủ
  Phần phía trên cổ bao gồm tất cả các phần có tóc và khuôn mặt của người hay động vật.

• **를** : 동작이 직접적으로 영향을 미치는 대상을 나타내는 조사.
  Không có từ tương ứng
  Trợ từ (tiểu từ) thể hiện đối tượng mà động tác gây ảnh hưởng trực tiếp.

• **살며시 (Phó từ)** : 남이 모르도록 조용히 조심스럽게.
  một cách rón rén, một cách lén lút
  Một cách lặng lẽ cẩn thận để người khác không biết.

• **구멍 (Danh từ)** : 뚫어지거나 파낸 자리.
  lỗ
  Chỗ đào hoặc khoét.

• **밖 (Danh từ)** : 선이나 경계를 넘어선 쪽.
  phía ngoài
  Phía vượt qua đường thẳng hay ranh giới.

• **으로** : 움직임의 방향을 나타내는 조사.
  sang
  Trợ từ thể hiện phương hướng của sự di chuyển.

• **내밀다 (Động từ)** : 몸이나 물체의 일부분이 밖이나 앞으로 나가게 하다.
  chìa ra, giơ ra
  Làm cho một phần của cơ thể hoặc vật thể thò ra trước hoặc bên ngoài.

• **-었-** : 사건이 과거에 일어났음을 나타내는 어미.
  đã
  Vĩ tố thể hiện sự kiện đã xảy ra trong quá khứ.

• -습니다 : (아주높임으로) 현재의 동작이나 상태, 사실을 정중하게 설명함을 나타내는 종결 어미.

Không có từ tương ứng

(cách nói rất kính trọng) Vĩ tố kết thúc câu thể hiện sự thuyết minh động tác, trạng thái hay sự việc ở hiện tại một cách trịnh trọng.

이때 쥐+가 고양이+에게 잡히+[고 말]+았+습니다.

• **이때 (Danh từ)** : 바로 지금. 또는 바로 앞에서 이야기한 때.

lúc này

Ngay bây giờ. Hoặc thời điểm vừa đề cập trước đó.

• **쥐 (Danh từ)** : 사람의 집 근처 어두운 곳에서 살며 몸은 진한 회색에 긴 꼬리를 가지고 있는 작은 동물.

chuột

Động vật nhỏ, thân màu xám đậm có đuôi dài, sống ở nơi tối tăm gần nhà của con người.

• **가** : 어떤 상태나 상황에 놓인 대상이나 동작의 주체를 나타내는 조사.

Không có từ tương ứng

Trợ từ (tiểu từ) thể hiện chủ thể của động tác hoặc đối tượng được đặt trong trạng thái hay tình huống nào đó.

• **고양이 (Danh từ)** : 어두운 곳에서도 사물을 잘 보고 쥐를 잘 잡으며 집 안에서 기르기도 하는 자그마한 동물.

con mèo

Động vật nhỏ được nuôi trong nhà, nhìn thấy rõ sự vật trong cả chỗ tối và bắt chuột giỏi.

• **에게** : 어떤 행동의 주체이거나 비롯되는 대상임을 나타내는 조사.

từ

Trợ từ thể hiện là đối tượng được bao gồm hay là chủ thể của một hành động nào đó.

• **잡히다 (Động từ)** : 도망가지 못하게 붙들리다.

Bị tóm

Bị bắt lại để không thể bỏ trốn được.

• **-고 말다** : 앞에 오는 말이 가리키는 행동이 안타깝게도 끝내 일어났음을 나타내는 표현.

mất (rồi), mất tiêu

Cấu trúc thể hiện việc hành động mà từ ngữ phía trước đề cập cuối cùng đã xảy ra một cách đáng tiếc.

• **-았-** : 어떤 사건이 과거에 완료되었거나 그 사건의 결과가 현재까지 지속되는 상황을 나타내는 어미.

đã

Vĩ tố thể hiện tình huống mà sự kiện nào đó đã hoàn thành trong quá khứ hoặc kết quả của sự kiện đó được tiếp tục đến hiện tại.

• -습니다 : (아주높임으로) 현재의 동작이나 상태, 사실을 정중하게 설명함을 나타내는 종결 어미.

Không có từ tương ứng

(cách nói rất kính trọng) Vĩ tố kết thúc câu thể hiện sự thuyết minh động tác, trạng thái hay sự việc ở hiện tại một cách trịnh trọng.

> 의기양양하+게 쥐+를 물+고 가+면서 고양이+가 이렇+게 말하+였+습니다.
> **말했습니다**

• **의기양양하다 (Tính từ)** : 원하던 일을 이루어 만족스럽고 자랑스러운 마음이 얼굴에 나타난 상태이다.

hân hoan, sự hoan hỉ

Là trạng thái mà tâm trạng hài lòng và tự hào thể hiện trên khuôn mặt vì thực hiện được điều mong muốn.

• **-게** : 앞의 말이 뒤에서 가리키는 일의 목적이나 결과, 방식, 정도 등이 됨을 나타내는 연결 어미.

để, nhằm

Vĩ tố liên kết thể hiện vế trước trở thành mục đích hay kết quả, phương thức, mức độ của sự việc chỉ ra ở sau.

• **쥐 (Danh từ)** : 사람의 집 근처 어두운 곳에서 살며 몸은 진한 회색에 긴 꼬리를 가지고 있는 작은 동물.

chuột

Động vật nhỏ, thân màu xám đậm có đuôi dài, sống ở nơi tối tăm gần nhà của con người.

• **를** : 동작이 직접적으로 영향을 미치는 대상을 나타내는 조사.

Không có từ tương ứng

Trợ từ (tiểu từ) thể hiện đối tượng mà động tác gây ảnh hưởng trực tiếp.

• **물다 (Động từ)** : 윗니와 아랫니 사이에 어떤 것을 끼워 넣고 벌어진 두 이를 다물어 상처가 날 만큼 아주 세게 누르다.

cắn

Chen vật nào đó vào giữa răng trên và răng dưới, đồng thời khép hai hàm răng đang mở ra lại và nghiến thật mạnh đến mức tạo thành vết thương.

• **-고** : 앞의 말이 나타내는 행동이나 그 결과가 뒤에 오는 행동이 일어나는 동안에 그대로 지속됨을 나타내는 연결 어미.

mà, rồi

Vĩ tố liên kết thể hiện hành động mà vế trước thể hiện hay kết quả đó được liên tục như thế trong suốt thời gian hành động ở sau xảy ra.

• **가다 (Động từ)** : 한 곳에서 다른 곳으로 장소를 이동하다.

đi

Di chuyển địa điểm từ một nơi sang nơi khác.

- -면서 : 두 가지 이상의 동작이나 상태가 함께 일어남을 나타내는 연결 어미.

  vừa...vừa

  Vĩ tố liên kết thể hiện hai động tác hay trạng thái trở lên cùng xảy ra.

- **고양이 (Danh từ)** : 어두운 곳에서도 사물을 잘 보고 쥐를 잘 잡으며 집 안에서 기르기도 하는 자그마한 동물.

  con mèo

  Động vật nhỏ được nuôi trong nhà, nhìn thấy rõ sự vật trong cả chỗ tối và bắt chuột giỏi.

- 가 : 어떤 상태나 상황에 놓인 대상이나 동작의 주체를 나타내는 조사.

  Không có từ tương ứng

  Trợ từ (tiểu từ) thể hiện chủ thể của động tác hoặc đối tượng được đặt trong trạng thái hay tình huống nào đó.

- **이렇다 (Tính từ)** : 상태, 모양, 성질 등이 이와 같다.

  như thế này

  Trạng thái, hình dạng, tính chất… giống như điều này.

- -게 : 앞의 말이 뒤에서 가리키는 일의 목적이나 결과, 방식, 정도 등이 됨을 나타내는 연결 어미.

  để, nhằm

  Vĩ tố liên kết thể hiện vế trước trở thành mục đích hay kết quả, phương thức, mức độ của sự việc chỉ ra ở sau.

- **말하다 (Động từ)** : 어떤 사실이나 자신의 생각 또는 느낌을 말로 나타내다.

  nói

  Thể hiện bằng lời sự việc nào đó hay suy nghĩ cũng như cảm nhận của bản thân.

- -였- : 사건이 과거에 일어났음을 나타내는 어미.

  đã

  Vĩ tố thể hiện sự kiện đã xảy ra trong quá khứ.

- -습니다 : (아주높임으로) 현재의 동작이나 상태, 사실을 정중하게 설명함을 나타내는 종결 어미.

  Không có từ tương ứng

  (cách nói rất kính trọng) Vĩ tố kết thúc câu thể hiện sự thuyết minh động tác, trạng thái hay sự việc ở hiện tại một cách trịnh trọng.

> **고양이** : 요즘+은 먹고살+려면 적어도 이 개 국어+는 <u>하+[여야 되]+어</u>.
>
>   **해야 돼**

- **요즘 (Danh từ)** : 아주 가까운 과거부터 지금까지의 사이.

  gần đây, dạo gần đây, dạo này

  Khoảng thời gian tính từ không lâu trước đây cho đến thời điểm hiện tại.

• 은 : 문장 속에서 어떤 대상이 화제임을 나타내는 조사.
  Không có từ tương ứng
  Trợ từ (tiểu từ) thể hiện việc đối tượng nào đó là chủ đề câu chuyện trong câu.

• **먹고살다 (Động từ)** : 생계를 유지하다.
  ăn ở, sinh sống
  Duy trì kế sinh nhai.

• **-려면** : 어떤 행동을 할 의도나 의향이 있는 경우를 가정할 때 쓰는 연결 어미.
  nếu định... thì... , nếu muốn... thì...
  Vĩ tố liên kết dùng khi giả định trường hợp có ý định hay ý hướng thực hiện hành động nào đó.

• **적어도 (Phó từ)** : 아무리 적게 잡아도.
  chí ít, ít nhất, tối thiểu
  Dù có lấy ở mức nhỏ thế nào đi nữa.

• **이 (Định từ)** : 둘의.
  hai
  Thuộc hai.

• **개 (Danh từ)** : 낱으로 떨어진 물건을 세는 단위.
  cái
  Đơn vị dùng đếm đồ vật riêng biệt theo từng cái.

• **국어 (Danh từ)** : 한 나라의 국민들이 사용하는 말.
  quốc ngữ
  Ngôn ngữ mà người dân của một nước sử dụng.

• **는** : 강조의 뜻을 나타내는 조사.
  Không có từ tương ứng
  Trợ từ (tiểu từ) thể hiện nghĩa nhấn mạnh.

• **하다 (Động từ)** : 어떤 행동이나 동작, 활동 등을 행하다.
  làm, tiến hành
  Thực hiện hành động hay động tác, hoạt động nào đó.

• **-여야 되다** : 반드시 그럴 필요나 의무가 있음을 나타내는 표현.
  phải··· mới được, cần phải
  Cấu trúc thể hiện nhất thiết có nghĩa vụ hoặc cần phải như vậy.

• **-어** : (두루낮춤으로) 어떤 사실을 서술하거나 물음, 명령, 권유를 나타내는 종결 어미.
  hả?, đi, ta hãy
  (cách nói hạ thấp phổ biến) Vĩ tố kết thúc câu thể hiện sự tường thuật sự việc nào đó, nghi vấn, mệnh lệnh, khuyên nhủ.

< 3 단원(bài) >

제목 : 이게 다 엄마 때문이야.

● 본문 (nguyên văn)

유치원에 들어간 아이는 치아가 너무 못생겨서 친구들에게 많은 놀림을 받았다.

견디다 못한 아이는 엄마에게 투정을 부렸다.

아이 : 엄마, 이빨이 이상하다고 친구들이 자꾸만 놀려요.

　　　　치과에 가서 이빨 교정 좀 해 주세요.

엄마 : 야, 그게 얼마나 비싼데.

아이 : 몰라, 이게 다 엄마 때문이야.

　　　　엄마가 날 이렇게 낳았잖아.

그러자 엄마가 하는 한마디.

엄마 : 너 낳았을 때 이빨 없었거든, 이것아!

● 발음 (sự phát âm)

유치원에 들어간 아이는 치아가 너무 못생겨서 친구들에게 많은 놀림을 받았다.
유치워네 드러간 아이는 치아가 너무 몯쌩겨서 친구드레게 마는 놀리믈 바닫따.
yuchiwone deureogan aineun chiaga neomu motsaenggyeoseo chingudeurege maneun nollimeul badatda.

견디다 못한 아이는 엄마에게 투정을 부렸다.
견디다 모탄 아이는 엄마에게 투정을 부렫따.
gyeondida motan aineun eommaege tujeongeul buryeotda.

아이 : 엄마, 이빨이 이상하다고 친구들이 자꾸만 놀려요.
아이 : 엄마, 이빠리 이상하다고 친구드리 자꾸만 놀려요.
ai : eomma, ippari isanghadago chingudeuri jakkuman nollyeoyo.

　　　치과에 가서 이빨 교정 좀 해 주세요.
　　　치꽈에 가서 이빨 교정 좀 해 주세요.
　　　chigwae gaseo ippal gyojeong jom hae juseyo.

엄마 : 야, 그게 얼마나 비싼데.
엄마 : 야, 그게 얼마나 비싼데.
eomma : ya, geuge eolmana bissande.

아이 : 몰라, 이게 다 엄마 때문이야.
아이 : 몰라, 이게 다 엄마 때무니야.
ai : molla, ige da eomma ttaemuniya.

　　　엄마가 날 이렇게 낳았잖아.
　　　엄마가 날 이러케 나얃짜나.
　　　eommaga nal ireoke naatjana.

그러자 엄마가 하는 한마디.
그러자 엄마가 하는 한마디.
geureoja eommaga haneun hanmadi.

엄마 : 너 낳았을 때 이빨 없었거든, 이것아!

엄마 : 너 나아쓸 때 이빨 업썬꺼든, 이거사!

eomma : neo naasseul ttae ippal eopseotgeodeun, igeosa!

● 어휘 (từ vựng) / 문법 (ngữ pháp)

유치원+에 들어가+ㄴ 아이+는 치아+가 너무 못생기+어서 친구+들+에게 많+은 놀림+을 받+았+다.

견디+<u>다 못하</u>+ㄴ 아이+는 엄마+에게 투정+을 부리+었+다.

아이 : 엄마, 이빨+이 이상하+다고 친구+들+이 자꾸만 놀리+어요.

　　　　치과+에 가+(아)서 이빨 교정 좀 하+<u>여 주</u>+세요.

엄마 : 야, 그것(그거)+이 얼마나 비싸+ㄴ데.

아이 : 모르(몰ㄹ)+아, 이것(이거)+이 다 엄마 때문+이+야.

　　　　엄마+가 나+를 이렇+게 낳+았+잖아.

그리하+자 엄마+가 하+는 한마디.

엄마 : 너 낳+았+<u>을 때</u> 이빨 없+었+거든, 이것+아!

> 유치원+에 들어가+ㄴ 아이+는 치아+가 너무 못생기+어서 친구+들+에게 많+은 놀림+을 받+았+다.
>   들어간   못생겨서

- **유치원 (Danh từ)** : 초등학교 입학 이전의 어린이들을 교육하는 기관 및 시설.
  trường mẫu giáo
  Cơ quan và cơ sở giáo dục trẻ em trước khi vào học tiểu học.

- **에** : 앞말이 어떤 장소나 자리임을 나타내는 조사.
  ở, tại
  Trợ từ (tiểu từ) thể hiện từ ngữ phía trước là địa điểm hay chỗ nào đó.

- **들어가다 (Động từ)** : 어떤 단체의 구성원이 되다.
  gia nhập, tham gia
  Trở thành thành viên của đoàn thể nào đó.

- **-ㄴ** : 앞의 말이 관형어의 기능을 하게 만들고 사건이나 동작이 완료되어 그 상태가 유지되고 있음을
       나타내는 어미.
  Không có từ tương ứng
  Vĩ tố làm cho từ ngữ phía trước có chức năng định ngữ và thể hiện sự kiện hay động tác
  đã hoàn thành và trạng thái đó đang được duy trì.

- **아이 (Danh từ)** : 나이가 어린 사람.
  trẻ em, trẻ nhỏ, đứa trẻ, đứa bé, em bé
  Người tuổi nhỏ.

- **는** : 문장 속에서 어떤 대상이 화제임을 나타내는 조사.
  Không có từ tương ứng
  Trợ từ (tiểu từ) thể hiện việc đối tượng nào đó là chủ đề câu chuyện trong câu.

- **치아 (Danh từ)** : 음식물을 씹는 일을 하는 기관.
  răng
  Cơ quan thực hiện việc nhai thức ăn.

- **가** : 어떤 상태나 상황에 놓인 대상이나 동작의 주체를 나타내는 조사.
  Không có từ tương ứng
  Trợ từ (tiểu từ) thể hiện chủ thể của động tác hoặc đối tượng được đặt trong trạng thái
  hay tình huống nào đó.

- **너무 (Phó từ)** : 일정한 정도나 한계를 훨씬 넘어선 상태로.
  quá
  Ở trạng thái vượt giới hạn hay mức độ nhất định rất nhiều.

- 못생기다 (Động từ) : 생김새가 보통보다 못하다.
  xấu xí, khó nhìn
  Bộ dạng không đẹp, không ưa nhìn.

- -어서 : 이유나 근거를 나타내는 연결 어미.
  nên
  Vĩ tố liên kết thể hiện lý do hay căn cứ.

- 친구 (Danh từ) : 사이가 가까워 서로 친하게 지내는 사람.
  bạn
  Người có quan hệ gần gũi và chơi thân với nhau.

- 들 : '복수'의 뜻을 더하는 접미사.
  những, các
  Hậu tố thêm nghĩa 'số nhiều'.

- 에게 : 어떤 행동의 주체이거나 비롯되는 대상임을 나타내는 조사.
  từ
  Trợ từ thể hiện là đối tượng được bao gồm hay là chủ thể của một hành động nào đó.

- 많다 (Tính từ) : 수나 양, 정도 등이 일정한 기준을 넘다.
  nhiều
  Số, lượng hay mức độ vượt quá tiêu chuẩn nhất định.

- -은 : 앞의 말이 관형어의 기능을 하게 만들고 현재의 상태를 나타내는 어미.
  đã
  Vĩ tố làm cho từ ngữ phía trước có chức năng định ngữ và thể hiện trạng thái hiện tại.

- 놀림 (Danh từ) : 남의 실수나 약점을 잡아 웃음거리로 만드는 일.
  việc trêu chọc, sự chọc ghẹo
  Việc tóm lấy điểm yếu hay sai phạm của người khác mà làm trò cười.

- 을 : 동작이 직접적으로 영향을 미치는 대상을 나타내는 조사.
  Không có từ tương ứng
  Trợ từ (tiểu từ) thể hiện đối tượng mà động tác trực tiếp ảnh hưởng đến.

- 받다 (Động từ) : 다른 사람이 하는 행동, 심리적인 작용 등을 당하거나 입다.
  chịu, được, bị
  Gặp phải hay chịu tác động mang tính tâm lý, hành động mà người khác làm...

- -았- : 사건이 과거에 일어났음을 나타내는 어미.
  đã
  Vĩ tố thể hiện sự kiện đã xảy ra trong quá khứ.

• -다 : 어떤 사건이나 사실, 상태를 서술함을 나타내는 종결 어미.

Không có từ tương ứng

Vĩ tố kết thúc câu thể hiện sự trần thuật sự kiện, sự việc hay trạng thái nào đó.

견디+[다 못하]+ㄴ 아이+는 엄마+에게 투정+을 부리+었+다.
견디다 못한   **부렸다**

• **견디다 (Động từ)** : 힘들거나 어려운 것을 참고 버티어 살아 나가다.

chịu đựng, cầm cự

Chịu đựng điều khó khăn hay vất vả và vượt qua để sống.

• **-다 못하다** : 앞의 말이 나타내는 행동을 더 이상 계속할 수 없음을 나타내는 표현.

không thể.. hơn nữa

Cấu trúc thể hiện việc không thể tiếp tục hơn nữa hành động mà từ ngữ phía trước thể hiện.

• **-ㄴ** : 앞의 말이 관형어의 기능을 하게 만들고 사건이나 동작이 과거에 일어났음을 나타내는 어미.

mà đã

Vĩ tố làm cho từ ngữ phía trước có chức năng định ngữ và thể hiện sự kiện hay động tác đã xảy ra trong quá khứ.

• **아이 (Danh từ)** : 나이가 어린 사람.

trẻ em, trẻ nhỏ, đứa trẻ, đứa bé, em bé

Người tuổi nhỏ.

• **는** : 문장 속에서 어떤 대상이 화제임을 나타내는 조사.

Không có từ tương ứng

Trợ từ (tiểu từ) thể hiện việc đối tượng nào đó là chủ đề câu chuyện trong câu.

• **엄마 (Danh từ)** : 격식을 갖추지 않아도 되는 상황에서 어머니를 이르거나 부르는 말.

mẹ, má

Từ chỉ hoặc gọi mẹ trong tình huống không trang trọng.

• **에게** : 어떤 행동이 미치는 대상임을 나타내는 조사.

cho

Trợ từ thể hiện đối tượng mà hành động nào đó tác động đến.

• **투정 (Danh từ)** : 무엇이 모자라거나 마음에 들지 않아 떼를 쓰며 조르는 일.

sự càu nhàu, sự nhằng nhặng

Việc không hài lòng hay có gì đó thiếu nên nằng nặc đòi hỏi.

- 을 : 동작이 직접적으로 영향을 미치는 대상을 나타내는 조사.

  Không có từ tương ứng

  Trợ từ (tiểu từ) thể hiện đối tượng mà động tác trực tiếp ảnh hưởng đến.

- **부리다 (Động từ)** : 바람직하지 못한 행동이나 성질을 계속 드러내거나 보이다.

  khư khư, khăng khăng

  Liên tục thể hiện hay cho thấy hành động hay tính chất không được đúng đắn.

- -었- : 사건이 과거에 일어났음을 나타내는 어미.

  đã

  Vĩ tố thể hiện sự kiện đã xảy ra trong quá khứ.

- -다 : 어떤 사건이나 사실, 상태를 서술함을 나타내는 종결 어미.

  Không có từ tương ứng

  Vĩ tố kết thúc câu thể hiện sự trần thuật sự kiện, sự việc hay trạng thái nào đó.

> **아이** : 엄마, 이빨+이 이상하+다고 친구+들+이 자꾸만 <u>놀리+어요</u>.
>
> **놀려요**

- **엄마 (Danh từ)** : 격식을 갖추지 않아도 되는 상황에서 어머니를 이르거나 부르는 말.

  mẹ, má

  Từ chỉ hoặc gọi mẹ trong tình huống không trang trọng.

- **이빨 (Danh từ)** : (낮잡아 이르는 말로) 사람이나 동물의 입 안에 있으며, 무엇을 물거나 씹는 데 쓰는 기관.

  răng

  (cách nói xem thường) Cơ quan ở trong miệng của người hay động vật, dùng vào việc cắn hoặc nhai cái gì đó.

- 이 : 어떤 상태나 상황의 대상이나 동작의 주체를 나타내는 조사.

  Không có từ tương ứng

  Trợ từ (tiểu từ) thể hiện chủ thể của động tác hoặc đối tượng được đặt trong trạng thái hay tình huống nào đó.

- **이상하다 (Tính từ)** : 정상적인 것과 다르다.

  khác thường

  Khác với cái bình thường..

- -다고 : 어떤 행위의 목적, 의도를 나타내거나 어떤 상황의 이유, 원인을 나타내는 연결 어미.

  để nên

  Vĩ tố liên kết thể hiện mục đích, ý đồ của hành vi nào đó hoặc nguyên nhân, lí do của tình huống nào đó.

• 친구 (Danh từ) : 사이가 가까워 서로 친하게 지내는 사람.
  bạn
  Người có quan hệ gần gũi và chơi thân với nhau.

• 들 : '복수'의 뜻을 더하는 접미사.
  những, các
  Hậu tố thêm nghĩa 'số nhiều'.

• 이 : 어떤 상태나 상황의 대상이나 동작의 주체를 나타내는 조사.
  Không có từ tương ứng
  Trợ từ (tiểu từ) thể hiện chủ thể của động tác hoặc đối tượng được đặt trong trạng thái
  hay tình huống nào đó.

• 자꾸만 (Phó từ) : (강조하는 말로) 자꾸.
  cứ, cứ tiếp tục
  (cách nói nhấn mạnh) Cứ.
  자꾸 (Phó từ) : 여러 번 계속하여.
  cứ
  Liên tục nhiều lần.

• 놀리다 (Động từ) : 실수나 약점을 잡아 웃음거리로 만들다.
  trêu chọc, giễu cợt
  Lấy điểm yếu hay lỗi lầm làm thành trò cười.

• -어요 : (두루높임으로) 어떤 사실을 서술하거나 질문, 명령, 권유함을 나타내는 종결 어미.
  không?, hãy, hãy cùng
  (cách nói kính trọng phổ biến) Vĩ tố kết thúc câu thể hiện sự tường thuật sự việc nào đó
  hay nghi vấn, mệnh lệnh, đề nghị.

아이 : 치과+에 <u>가+(아)서</u> 이빨 교정 좀 <u>하+[여 주]+세요.</u>
　　　　　　　　가서　　　　　　　　　　**해 주세요**

• 치과 (Danh từ) : 이와 더불어 잇몸 등의 지지 조직, 구강 등의 질병을 치료하는 의학 분야. 또는 그
  　　　　　　　　분야의 병원.
  nha khoa, bệnh viện nha khoa
  Lĩnh vực y học chữa bệnh về răng và tổ chức hỗ trợ như lợi, khoang miệng. Hoặc bệnh
  viện thuộc lĩnh vực đó.

• 에 : 앞말이 목적지이거나 어떤 행위의 진행 방향임을 나타내는 조사.
  đến, tới
  Trợ từ (tiểu từ) thể hiện từ ngữ phía trước là đích đến hoặc là hướng diễn tiến của hành
  động nào đó.

• 가다 (Động từ) : 어떤 목적을 가지고 일정한 곳으로 움직이다.
  đi, sang
  Di chuyển đến nơi nhất định với mục đích nào đó.

• -아서 : 앞의 말과 뒤의 말이 순차적으로 일어남을 나타내는 연결 어미.
  rồi
  Vĩ tố liên kết thể hiện vế trước và vế sau lần lượt xảy ra.

• 이빨 (Danh từ) : (낮잡아 이르는 말로) 사람이나 동물의 입 안에 있으며, 무엇을 물거나 씹는 데 쓰는 기관.
  răng
  (cách nói xem thường) Cơ quan ở trong miệng của người hay động vật, dùng vào việc cắn hoặc nhai cái gì đó.

• 교정 (Danh từ) : 고르지 못하거나 틀어지거나 잘못된 것을 바로잡음.
  sự sửa chữa, sự chữa trị, sự điều chỉnh
  Việc uốn nắn cho đúng điều sai lầm hoặc lệch lạc hay không đúng.

• 좀 (Phó từ) : 주로 부탁이나 동의를 구할 때 부드러운 느낌을 주기 위해 넣는 말.
  làm ơn
  Từ thêm vào để mang lại cảm giác nhẹ nhàng chủ yếu khi nhờ vả hoặc tìm kiếm sự đồng ý.

• 하다 (Động từ) : 어떤 행동이나 동작, 활동 등을 행하다.
  làm, tiến hành
  Thực hiện hành động hay động tác, hoạt động nào đó.

• -여 주다 : 남을 위해 앞의 말이 나타내는 행동을 함을 나타내는 표현.
  giúp, hộ, giùm
  Cấu trúc thể hiện việc thực hiện hành động mà từ ngữ phía trước thể hiện vì người khác.

• -세요 : (두루높임으로) 설명, 의문, 명령, 요청의 뜻을 나타내는 종결 어미.
  ... không?, hãy
  (cách nói kính trọng phổ biến) Vĩ tố kết thúc câu thể hiện nghĩa giải thích, nghi vấn, mệnh lệnh, yêu cầu.

엄마 : 야, 그것(그거)+이 얼마나 비싸+ㄴ데.
그게   비싼데

• 야 (Thán từ) : 놀라거나 반가울 때 내는 소리.
  ồ, chao ôi
  Tiếng phát ra khi ngạc nhiên hay vui mừng.

• 그것 (Đại từ) : 앞에서 이미 이야기한 대상을 가리키는 말.

　cái đó, việc đó

　Từ dùng để chỉ đối tượng đã nói đến ở phía trước.

• 이 : 앞의 말을 강조하는 뜻을 나타내는 조사.

　Không có từ tương ứng

　Trợ từ (tiểu từ) thể hiện nghĩa nhấn mạnh từ ngữ ở trước.

• 얼마나 (Phó từ) : 상태나 느낌 등의 정도가 매우 크고 대단하게.

　biết bao, biết nhường nào

　Mức độ của trạng thái hay cảm giác... rất lớn và dữ dội.

• 비싸다 (Tính từ) : 물건값이나 어떤 일을 하는 데 드는 비용이 보통보다 높다.

　đắt, đắt tiền

　Giá của đồ vật hay chi phí dùng cho việc nào đó cao hơn thông thường.

• -ㄴ데 : (두루낮춤으로) 듣는 사람의 반응을 기대하며 어떤 일에 대해 감탄함을 나타내는 종결 어미.

　quá, đấy

　(cách nói hạ thấp phổ biến) Vĩ tố kết thúc câu thể hiện sự cảm thán về việc nào đó và chờ đợi phản ứng của người nghe.

아이 : <u>모르(몰ㄹ)+아</u>, <u>이것(이거)+이</u> 다 엄마 때문+이+야.
　　　　 몰라 　　　　　 **이게**

• 모르다 (Động từ) : 사람이나 사물, 사실 등을 알지 못하거나 이해하지 못하다.

　không biết

　Không biết được hoặc không hiểu được người, sự vật hay sự việc...

• -아 : (두루낮춤으로) 어떤 사실을 서술하거나 물음, 명령, 권유를 나타내는 종결 어미.

　hả?, đi, ta hãy

　(cách nói hạ thấp phổ biến) Vĩ tố kết thúc câu thể hiện sự tường thuật sự việc nào đó, nghi vấn, mệnh lệnh, đề nghị.

• 이것 (Đại từ) : 바로 앞에서 이야기한 대상을 가리키는 말.

　cái này, điều này

　Từ chỉ đối tượng vừa nói ở ngay phía trước.

• 이 : 어떤 상태나 상황의 대상이나 동작의 주체를 나타내는 조사.

　Không có từ tương ứng

　Trợ từ (tiểu từ) thể hiện chủ thể của động tác hoặc đối tượng được đặt trong trạng thái hay tình huống nào đó.

- 다 (Phó từ) : 남거나 빠진 것이 없이 모두.
  hết, tất cả
  Mọi thứ không sót hay để lại gì cả.

- 엄마 (Danh từ) : 격식을 갖추지 않아도 되는 상황에서 어머니를 이르거나 부르는 말.
  mẹ, má
  Từ chỉ hoặc gọi mẹ trong tình huống không trang trọng.

- 때문 (Danh từ) : 어떤 일의 원인이나 이유.
  tại vì, vì
  Lí do hay nguyên nhân của sự việc nào đó.

- 이다 : 주어가 지시하는 대상의 속성이나 부류를 지정하는 뜻을 나타내는 서술격 조사.
  nào là
  Trợ từ vị cách thể hiện sự liệt kê các sự vật đồng thời liên kết theo quan hệ đẳng lập.

- -야 : (두루낮춤으로) 어떤 사실에 대하여 서술하거나 물음을 나타내는 종결 어미.
  à, ư
  (cách nói hạ thấp phổ biến) Vĩ tố kết thúc câu thể hiện sự tường thuật hay hỏi về sự việc nào đó.

아이 : 엄마+가 나+를 이렇+게 낳+았+잖아.
날

- 엄마 (Danh từ) : 격식을 갖추지 않아도 되는 상황에서 어머니를 이르거나 부르는 말.
  mẹ, má
  Từ chỉ hoặc gọi mẹ trong tình huống không trang trọng.

- 가 : 어떤 상태나 상황에 놓인 대상이나 동작의 주체를 나타내는 조사.
  Không có từ tương ứng
  Trợ từ (tiểu từ) thể hiện chủ thể của động tác hoặc đối tượng được đặt trong trạng thái hay tình huống nào đó.

- 나 (Đại từ) : 말하는 사람이 친구나 아랫사람에게 자기를 가리키는 말.
  tôi, mình, anh, chị...
  Từ mà người nói dùng để chỉ bản thân mình khi nói với người dưới hoặc bạn bè.

- 를 : 동작이 간접적인 영향을 미치는 대상이나 목적임을 나타내는 조사.
  Không có từ tương ứng
  Trợ từ (tiểu từ) thể hiện đối tượng hay mục đích mà động tác gây ảnh hưởng gián tiếp.

- **이렇다 (Tính từ)** : 상태, 모양, 성질 등이 이와 같다.

  như thế này

  Trạng thái, hình dạng, tính chất... giống với điều này.

- **-게** : 앞의 말이 뒤에서 가리키는 일의 목적이나 결과, 방식, 정도 등이 됨을 나타내는 연결 어미.

  để, nhằm

  Vĩ tố liên kết thể hiện vế trước trở thành mục đích hay kết quả, phương thức, mức độ của sự việc chỉ ra ở sau.

- **낳다 (Động từ)** : 배 속의 아이, 새끼, 알을 몸 밖으로 내보내다.

  sinh, đẻ

  Đưa đứa bé, con, trứng trong bụng ra ngoài cơ thể.

- **-았-** : 사건이 과거에 일어났음을 나타내는 어미.

  đã

  Vĩ tố thể hiện sự kiện đã xảy ra trong quá khứ.

- **-잖아** : (두루낮춤으로) 어떤 상황에 대해 말하는 사람이 상대방에게 확인하거나 정정해 주듯이 말함을 나타내는 표현.

  đấy ư, còn gì

  (cách nói hạ thấp phổ biến) Cấu trúc thể hiện việc người nói nói về tình huống nào đó như thể xác nhận hoặc đính chính với đối phương.

> 그리하+자 엄마+가 하+는 한마디.
>
> **그러자**

- **그리하다 (động từ)** : 앞에서 일어난 일이나 말한 것과 같이 그렇게 하다.

  làm như thế

  Làm như điều đã nói hoặc việc đã xảy ra trước đó.

- **-자** : 앞의 말이 나타내는 동작이 끝난 뒤 곧 뒤의 말이 나타내는 동작이 잇따라 일어남을 나타내는 연결 어미.

  vừa... thì..., vừa... liền...

  Vĩ tố liên kết thể hiện sau khi động tác mà vế trước diễn đạt kết thúc thì động tác mà vế sau diễn đạt xảy ra tiếp theo.

- **엄마 (Danh từ)** : 격식을 갖추지 않아도 되는 상황에서 어머니를 이르거나 부르는 말.

  mẹ, má

  Từ chỉ hoặc gọi mẹ trong tình huống không trang trọng.

• 가 : 어떤 상태나 상황에 놓인 대상이나 동작의 주체를 나타내는 조사.
Không có từ tương ứng
Trợ từ (tiểu từ) thể hiện chủ thể của động tác hoặc đối tượng được đặt trong trạng thái hay tình huống nào đó.

• 하다 (Động từ) : 다른 사람의 말이나 생각 등을 나타내는 문장을 받아 뒤에 오는 단어를 꾸미는 말.
Không có từ tương ứng
Từ bổ nghĩa cho từ đứng sau khi câu nói thể hiện suy nghĩ hay lời nói của người khác.

• -는 : 앞의 말이 관형어의 기능을 하게 만들고 사건이나 동작이 현재 일어남을 나타내는 어미.
mà
Vĩ tố làm cho từ ngữ phía trước có chức năng định ngữ và thể hiện sự kiện hay động tác xảy ra ở hiện tại.

• 한마디 (Danh từ) : 짧고 간단한 말.
một lời, lời tóm gọn
Lời ngắn gọn và đơn giản.

엄마 : 너 낳+았+[을 때] 이빨 없+었+거든, 이것+아!

• 너 (Đại từ) : 듣는 사람이 친구나 아랫사람일 때, 그 사람을 가리키는 말.
bạn, cậu, mày
Từ chỉ người nghe khi người đó là bạn bè hay người dưới.

• 낳다 (Động từ) : 배 속의 아이, 새끼, 알을 몸 밖으로 내보내다.
sinh, đẻ
Đưa đứa bé, con, trứng trong bụng ra ngoài cơ thể.

• -았- : 사건이 과거에 일어났음을 나타내는 어미.
đã
Vĩ tố thể hiện sự kiện đã xảy ra trong quá khứ.

• -을 때 : 어떤 행동이나 상황이 일어나는 동안이나 그 시기 또는 그러한 일이 일어난 경우를 나타내는 표현.
khi, lúc, hồi
Cấu trúc thể hiện khoảng thời gian hay thời kì mà hành động hay tình huống nào đó xảy ra hoặc trường hợp mà việc như vậy xảy ra.

• 이빨 (Danh từ) : (낮잡아 이르는 말로) 사람이나 동물의 입 안에 있으며, 무엇을 물거나 씹는 데 쓰는 기관.
răng
(cách nói xem thường) Cơ quan ở trong miệng của người hay động vật, dùng vào việc cắn hoặc nhai cái gì đó.

• **없다 (Tính từ)** : 사람, 사물, 현상 등이 어떤 곳에 자리나 공간을 차지하고 존재하지 않는 상태이다.
không có
Là trạng thái mà con người, sự vật, hiện tượng... không chiếm vị trí hay không gian và không tồn tại ở nơi nào đó.

• **-었-** : 사건이 과거에 일어났음을 나타내는 어미.
đã
Vĩ tố thể hiện sự kiện đã xảy ra trong quá khứ.

• **-거든** : (두루낮춤으로) 앞의 내용에 대해 말하는 사람이 생각한 이유나 원인, 근거를 나타내는 종결 어미.
vì
(cách nói hạ thấp phổ biến) Vĩ tố kết thúc câu thể hiện lý do, nguyên nhân hay căn cứ mà người nói suy nghĩ đối với lời phía trước.

• **이것 (Đại từ)** : (귀엽게 이르는 말로) 이 아이.
bé này
(cách nói dễ thương) Đứa bé này.

• **아** : 친구나 아랫사람, 동물 등을 부를 때 쓰는 조사.
à, ơi
Trợ từ (tiểu từ) dùng khi gọi bạn, người dưới hay động vật...

< 4 단원(bài) >

제목 : 아빠, 물 좀 갖다주세요.

● 본문 (nguyên văn)

늦은 오후 방에 늘어져 있던 아들은 시원한 물 한 잔이 먹고 싶어졌다.

그러나 꼼짝하기도 싫은 아들은 거실에서 텔레비전을 보고 계시던 아빠에게 큰 소리로 말했다.

아들 : 아빠, 물 좀 갖다주세요.

아빠 : 냉장고에 있으니까 네가 꺼내 먹어.

십 분 후

아들 : 아빠, 물 좀 갖다주세요.

아빠 : 네가 직접 가서 마시라니까.

아빠의 목소리는 점점 짜증이 섞이면서 톤이 높아지고 있었다.

그러나 이에 굴하지 않고 아들은 또 다시 외쳤다.

아들 : 아빠, 물 좀 갖다주세요.

아빠 : 네가 갖다 먹으라고.

　　　한 번만 더 부르면 혼내 주러 간다.

아빠는 이제 단단히 화가 나셨다.

하지만 아들은 지칠 줄 모르고 다시 십 분 후에 이렇게 말했다.

아들 : 아빠, 저 혼내러 오실 때 물 좀 갖다주세요.

● 발음 (sự phát âm)

늦은 오후 방에 늘어져 있던 아들은 시원한 물 한 잔이 먹고 싶어졌다.
느즌 오후 방에 느러저 읻떤 아드른 시원한 물 한 자니 먹꼬 시퍼젇따.
neujeun ohu bange neureojeo itdeon adeureun siwonhan mul han jani meokgo sipeojeotda.

그러나 꼼짝하기도 싫은 아들은 거실에서 텔레비전을 보고 계시던 아빠에게 큰 소리로 말했다.
그러나 꼼짜카기도 시른 아드른 거시레서 텔레비저늘 보고 계시던 아빠에게 큰 소리로 말핻따.
geureona kkomjjakagido sireun adeureun geosireseo tellebijeoneul bogo gyesideon appaege keun soriro malhaetda.

아들 : 아빠, 물 좀 갖다주세요.
아들 : 아빠, 물 좀 갇따주세요.
adeul : appa, mul jom gatdajuseyo.

아빠 : 냉장고에 있으니까 네가 꺼내 먹어.
아빠 : 냉장고에 이쓰니까 네가 꺼내 머거.
appa : naengjanggoe isseunikka nega kkeonae meogeo.

십 분 후
십 분 후
sip bun hu

아들 : 아빠, 물 좀 갖다주세요.
아들 : 아빠, 물 좀 갇따주세요.
adeul : appa, mul jom gatdajuseyo.

아빠 : 네가 직접 가서 마시라니까.
아빠 : 네가 직쩝 가서 마시라니까.
appa : nega jikjeop gaseo masiranikka.

아빠의 목소리는 점점 짜증이 섞이면서 톤이 높아지고 있었다.
아빠의 목쏘리는 점점 짜증이 서끼면서 토니 노파지고 이썯따.
appaui moksorineun jeomjeom jjajeungi seokkimyeonseo toni nopajigo isseotda.

그러나 이에 굴하지 않고 아들은 또 다시 외쳤다.
그러나 이에 굴하지 안코 아드른 또 다시 외첟따.
geureona ie gulhaji anko adeureun tto dasi oecheotda.

아들 : 아빠, 물 좀 갖다주세요.
아들 : 아빠, 물 좀 갇따주세요.
adeul : appa, mul jom gatdajuseyo.

아빠 : 네가 갖다 먹으라고.
아빠 : 네가 갇따 머그라고.
appa : nega gatda meogeurago.

한 번만 더 부르면 혼내 주러 간다.
한 번만 더 부르면 혼내 주러 간다.
han beonman deo bureumyeon honnae jureo ganda.

아빠는 이제 단단히 화가 나셨다.
아빠는 이제 단단히 화가 나셛따.
appaneun ije dandanhi hwaga nasyeotda.

하지만 아들은 지칠 줄 모르고 다시 십 분 후에 이렇게 말했다.
하지만 아드른 지칠 쭐 모르고 다시 십 분 후에 이러케 말핻따.
hajiman adeureun jichil jul moreugo dasi sip bun hue ireoke malhaetda.

아들 : 아빠, 저 혼내러 오실 때 물 좀 갖다주세요.
아들 : 아빠, 저 혼내러 오실 때 물 좀 갇따주세요.
adeul : appa, jeo honnaereo osil ttae mul jom gatdajuseyo.

● 어휘 (từ vựng) / 문법 (ngữ pháp)

늦+은 오후 방+에 늘어지+어 있+던 아들+은 시원하+ㄴ 물 한 잔+이 먹+고 싶+어지+었+다.

그러나 꼼짝하+기+도 싫+은 아들+은 거실+에서 텔레비전+을 보+고 계시+던 아빠+에게 크+ㄴ 소리+로

말하+였+다.

아들 : 아빠, 물 좀 갖다주+세요.

아빠 : 냉장고+에 있+으니까 네+가 꺼내+(어) 먹+어.

십 분 후

아들 : 아빠, 물 좀 갖다주+세요.

아빠 : 네+가 직접 가+(아)서 마시+라니까.

아빠+의 목소리+는 점점 짜증+이 섞이+면서 톤+이 높아지+고 있+었+다.

그러나 이에 굴하+지 않+고 아들+은 또 다시 외치+었+다.

아들 : 아빠, 물 좀 갖다주+세요.

아빠 : 네+가 갖+다 먹+으라고.

　　　　한 번+만 더 부르+면 혼내+(어) 주+러 가+ㄴ다.

아빠+는 이제 단단히 화+가 나+시+었+다.

하지만 아들+은 지치+ㄹ 줄 모르+고 다시 십 분 후+에 이렇+게 말하+였+다.

아들 : 아빠, 저 혼내+러 오+시+ㄹ 때 물 좀 갖다주+세요.

늦+은 오후 방+에 <u>늘어지+[어 있]</u>+던 아들+은 <u>시원하</u>+ㄴ 물 한 잔+이 <u>먹+[고 싶]+[어지]</u>+었+다.
늘어져 있던   **시원한**   **먹고 싶어졌다**

- **늦다 (Tính từ)** : 적당한 때를 지나 있다. 또는 시기가 한창인 때를 지나 있다.
  trễ, muộn
  Quá thời gian thích hợp. Hoặc quá thời gian đỉnh điểm.

- **-은** : 앞의 말이 관형어의 기능을 하게 만들고 현재의 상태를 나타내는 어미.
  đã
  Vĩ tố làm cho từ ngữ phía trước có chức năng định ngữ và thể hiện trạng thái hiện tại.

- **오후 (Danh từ)** : 정오부터 해가 질 때까지의 동안.
  buổi chiều
  Khoảng thời gian từ giữa trưa đến khi mặt trời lặn.

- **방 (Danh từ)** : 사람이 살거나 일을 하기 위해 벽을 둘러서 막은 공간.
  phòng
  Không gian ngăn quanh tường để con người sống hoặc làm việc.

- **에** : 앞말이 어떤 장소나 자리임을 나타내는 조사.
  ở, tại
  Trợ từ (tiểu từ) thể hiện từ ngữ phía trước là địa điểm hay chỗ nào đó.

- **늘어지다 (Động từ)** : 몸을 마음껏 펴거나 근심 걱정 없이 쉬다.
  dang tay chân, thoải mái
  Thỏa sức vươn mình hay nghỉ ngơi không lo lắng gì cả.

- **-어 있다** : 앞의 말이 나타내는 상태가 계속됨을 나타내는 표현.
  đang
  Cấu trúc diễn đạt việc tiếp diễn của trạng thái xuất hiện ở vế trước.

- **-던** : 앞의 말이 관형어의 기능을 하게 만들고 사건이나 동작이 과거에 완료되지 않고 중단되었음을 나타내는 어미.
  dở, giữa chừng
  Vĩ tố làm cho từ ngữ đứng trước có chức năng của định ngữ và thể hiện sự kiện hay động tác không hoàn thành trong quá khứ và bị gián đoạn.

- **아들 (Danh từ)** : 남자인 자식.
  con trai
  Đứa con là nam giới.

- **은** : 문장 속에서 어떤 대상이 화제임을 나타내는 조사.
  Không có từ tương ứng
  Trợ từ (tiểu từ) thể hiện việc đối tượng nào đó là chủ đề câu chuyện trong câu.

• **시원하다 (Tính từ)** : 음식이 먹기 좋을 정도로 차고 산뜻하거나, 속이 후련할 정도로 뜨겁다.
mát ruột, sảng khoái
Thức ăn lạnh và tươi mát đến độ thích ăn hoặc ấm nóng đến mức trong bụng dễ chịu.

• **-ㄴ** : 앞의 말이 관형어의 기능을 하게 만들고 현재의 상태를 나타내는 어미.
đã
Vĩ tố làm cho từ ngữ phía trước có chức năng định ngữ và thể hiện trạng thái hiện tại.

• **물 (Danh từ)** : 강, 호수, 바다, 지하수 등에 있으며 순수한 것은 빛깔, 냄새, 맛이 없고 투명한 액체.
nước
Chất lỏng trong suốt, không màu, không mùi, không vị có ở sông, hồ, biển, nước ngầm...

• **한 (Định từ)** : 하나의.
một
Thuộc một.

• **잔 (Danh từ)** : 음료나 술 등을 담은 그릇을 기준으로 그 분량을 세는 단위.
chén, tách, chung, ly
Đơn vị đếm phân lượng (số lượng) theo chuẩn dụng cụ đựng thức uống hay rượu...

• **이** : 어떤 상태나 상황의 대상이나 동작의 주체를 나타내는 조사.
Không có từ tương ứng
Trợ từ (tiểu từ) thể hiện chủ thể của động tác hoặc đối tượng của trạng thái hay tình huống nào đó.

• **먹다 (Động từ)** : 액체로 된 것을 마시다.
uống
Uống cái được tạo thành bởi chất lỏng.

• **-고 싶다** : 앞의 말이 나타내는 행동을 하기를 원함을 나타내는 표현.
muốn
Cấu trúc thể hiện muốn thực hiện hành động mà từ ngữ phía trước thể hiện.

• **-어지다** : 앞에 오는 말이 나타내는 대로 행동하게 되거나 그 상태로 됨을 나타내는 표현.
được, bị
Cấu trúc thể hiện việc trở thành trạng thái hoặc hành động như từ ngữ phía trước thể hiện.

• **-었-** : 어떤 사건이 과거에 완료되었거나 그 사건의 결과가 현재까지 지속되는 상황을 나타내는 어미.
đã
Vĩ tố thể hiện tình huống mà sự kiện nào đó đã hoàn thành trong quá khứ hoặc kết quả của sự kiện đó được tiếp tục đến hiện tại.

• -다 : 어떤 사건이나 사실, 상태를 서술함을 나타내는 종결 어미.
Không có từ tương ứng
Vĩ tố kết thúc câu thể hiện sự trần thuật sự kiện, sự việc hay trạng thái nào đó.

그러나 꼼짝하+기+도 싫+은 아들+은 거실+에서 텔레비전+을 보+[고 계시]+던 아빠+에게 크+ㄴ
큰

소리+로 말하+였+다.
말했다

• **그러나 (Phó từ)** : 앞의 내용과 뒤의 내용이 서로 반대될 때 쓰는 말.
nhưng..., thế nhưng...
Từ dùng khi nội dung trước và nội dung sau đối lập với nhau.

• **꼼짝하다 (Động từ)** : 몸이 느리게 조금씩 움직이다. 또는 몸을 느리게 조금씩 움직이다.
nhúc nhích, động đậy, cựa quậy, ngọ nguậy
Cơ thể dịch chuyển chậm chạp từng chút một. Hoặc dịch chuyển cơ thể từng chút một cách chậm rãi.

• **-기** : 앞의 말이 명사의 기능을 하게 하는 어미.
sự, việc
Vĩ tố làm cho từ ngữ ở trước có chức năng của danh từ.

• **도** : 극단적인 경우를 들어 다른 경우는 말할 것도 없음을 나타내는 조사.
(ngay cả, thậm chí) cũng
Trợ từ thể hiện việc nêu lên trường hợp mang tính cực đoan, không cần phải nói tới trường hợp khác.

• **싫다 (Tính từ)** : 어떤 일을 하고 싶지 않다.
ghét
Không muốn làm việc nào đó.

• **-은** : 앞의 말이 관형어의 기능을 하게 만들고 현재의 상태를 나타내는 어미.
đã
Vĩ tố làm cho từ ngữ phía trước có chức năng định ngữ và thể hiện trạng thái hiện tại.

• **아들 (Danh từ)** : 남자인 자식.
con trai
Đứa con là nam giới.

• **은** : 문장 속에서 어떤 대상이 화제임을 나타내는 조사.
Không có từ tương ứng
Trợ từ (tiểu từ) thể hiện việc đối tượng nào đó là chủ đề câu chuyện trong câu.

- 거실 (Danh từ) : 서양식 집에서, 가족이 모여서 생활하거나 손님을 맞는 중심 공간.

  gian giữa, phòng khách

  Không gian trung tâm ở ngôi nhà kiểu phương Tây, được sử dụng để tiếp khách hoặc gia đình tụ tập cùng sinh hoạt.

- 에서 : 앞말이 행동이 이루어지고 있는 장소임을 나타내는 조사.

  ở, tại

  Trợ từ thể hiện lời phía trước là địa điểm mà hành động nào đó được diễn ra.

- 텔레비전 (Danh từ) : 방송국에서 전파로 보내오는 영상과 소리를 받아서 보여 주는 기계.

  ti vi, máy vô tuyến truyền hình

  Máy nhận hình ảnh và âm thanh được gửi đến từ đài truyền hình qua sóng điện tử và chiếu cho xem.

- 을 : 동작이 직접적으로 영향을 미치는 대상을 나타내는 조사.

  Không có từ tương ứng

  Trợ từ (tiểu từ) thể hiện đối tượng mà động tác trực tiếp ảnh hưởng đến.

- 보다 (Động từ) : 눈으로 대상을 즐기거나 감상하다.

  ngắm, xem

  Thưởng thức hay chiêm ngưỡng đối tượng bằng mắt.

- -고 계시다 : (높임말로) 앞의 말이 나타내는 행동이 계속 진행됨을 나타내는 표현.

  đang

  (cách nói kính trọng) Cấu trúc thể hiện hành động mà từ ngữ phía trước diễn đạt được tiến hành liên tục.

- -던 : 앞의 말이 관형어의 기능을 하게 만들고 사건이나 동작이 과거에 완료되지 않고 중단되었음을 나타내는 어미.

  dở, giữa chừng

  Vĩ tố làm cho từ ngữ đứng trước có chức năng của định ngữ và thể hiện sự kiện hay động tác không hoàn thành trong quá khứ và bị gián đoạn.

- 아빠 (Danh từ) : 격식을 갖추지 않아도 되는 상황에서 아버지를 이르거나 부르는 말.

  ba

  Từ dùng để chỉ hay gọi cha trong tình huống không cần nghi thức.

- 에게 : 어떤 행동이 미치는 대상임을 나타내는 조사.

  cho

  Trợ từ thể hiện đối tượng mà hành động nào đó tác động đến.

- 크다 (Tính từ) : 소리의 세기가 강하다.

  to, lớn

  Cường độ của âm thanh mạnh.

• -ㄴ : 앞의 말이 관형어의 기능을 하게 만들고 현재의 상태를 나타내는 어미.
   đã
   Vĩ tố làm cho từ ngữ phía trước có chức năng định ngữ và thể hiện trạng thái hiện tại.

• 소리 (Danh từ) : 사람의 목에서 나는 목소리.
   tiếng, giọng
   Ý kiến hay tin đồn chung của nhiều người.

• 로 : 어떤 일의 방법이나 방식을 나타내는 조사.
   bằng, với
   Trợ từ thể hiện phương pháp hay phương thức của việc nào đó.

• 말하다 (Động từ) : 어떤 사실이나 자신의 생각 또는 느낌을 말로 나타내다.
   nói
   Thể hiện bằng lời sự việc nào đó hay suy nghĩ cũng như cảm nhận của bản thân.

• -였- : 어떤 사건이 과거에 완료되었거나 그 사건의 결과가 현재까지 지속되는 상황을 나타내는 어미.
   đã
   Vĩ tố thể hiện tình huống mà sự kiện nào đó đã hoàn thành trong quá khứ hoặc kết quả của sự kiện đó được tiếp tục đến hiện tại.

• -다 : 어떤 사건이나 사실, 상태를 서술함을 나타내는 종결 어미.
   Không có từ tương ứng
   Vĩ tố kết thúc câu thể hiện sự trần thuật sự kiện, sự việc hay trạng thái nào đó.

아들 : 아빠, 물 좀 갖다주+세요.

• 아빠 (Danh từ) : 격식을 갖추지 않아도 되는 상황에서 아버지를 이르거나 부르는 말.
   ba
   Từ dùng để chỉ hay gọi cha trong tình huống không cần nghi thức.

• 물 (Danh từ) : 강, 호수, 바다, 지하수 등에 있으며 순수한 것은 빛깔, 냄새, 맛이 없고 투명한 액체.
   nước
   Chất lỏng trong suốt, không màu, không mùi, không vị có ở sông, hồ, biển, nước ngầm...

• 좀 (Phó từ) : 주로 부탁이나 동의를 구할 때 부드러운 느낌을 주기 위해 넣는 말.
   làm ơn
   Từ thêm vào để mang lại cảm giác nhẹ nhàng chủ yếu khi nhờ vả hoặc tìm kiếm sự đồng ý.

• 갖다주다 (Động từ) : 무엇을 가지고 와서 주다.
   mang cho, đem cho
   Mang cái gì tới cho.

• -세요 : (두루높임으로) 설명, 의문, 명령, 요청의 뜻을 나타내는 종결 어미.

  ... không?, hãy

(cách nói kính trọng phổ biến) Vĩ tố kết thúc câu thể hiện nghĩa giải thích, nghi vấn, mệnh lệnh, yêu cầu.

> **아빠** : 냉장고+에 있+으니까 네+가 <u>꺼내</u>+(어) 먹+어.
>
> 꺼내

• **냉장고 (Danh từ)** : 음식을 상하지 않게 하거나 차갑게 하려고 낮은 온도에서 보관하는 상자 모양의 기계.

  tủ lạnh

Máy hình hộp dùng để bảo quản thực phẩm ở nhiệt độ thấp sao cho thực phẩm không bị hư hỏng.

• **에** : 앞말이 어떤 장소나 자리임을 나타내는 조사.

  ở, tại

Trợ từ (tiểu từ) thể hiện từ ngữ phía trước là địa điểm hay chỗ nào đó.

• **있다 (Tính từ)** : 무엇이 어떤 곳에 자리나 공간을 차지하고 존재하는 상태이다.

  có

Trạng thái cái gì đó đang tồn tại và chiếm không gian hay vị trí ở nơi nào đó.

• **-으니까** : 뒤에 오는 말에 대하여 앞에 오는 말이 원인이나 근거, 전제가 됨을 강조하여 나타내는 연결 어미.

  bởi vì… nên…, tại vì… nên…

Vĩ tố liên kết thể hiện nhấn mạnh đặc biệt vế trước trở thành nguyên nhân, căn cứ hay tiền đề đối với vế sau.

• **네 (Đại từ)** : '너'에 조사 '가'가 붙을 때의 형태.

  bạn, mày, em, con, cháu

Hình thái khi gắn trợ từ 가 vào 너.

  너 (Đại từ) : 듣는 사람이 친구나 아랫사람일 때, 그 사람을 가리키는 말.

  bạn, cậu, mày

Từ chỉ người nghe khi người đó là bạn bè hay người dưới.

• **가** : 어떤 상태나 상황에 놓인 대상이나 동작의 주체를 나타내는 조사.

  Không có từ tương ứng

Trợ từ (tiểu từ) thể hiện chủ thể của động tác hoặc đối tượng của trạng thái hay tình huống nào đó.

• **꺼내다 (Động từ)** : 안에 있는 물건을 밖으로 나오게 하다.
rút ra, lôi ra, lấy ra
Khiến cho đồ vật đang ở trong ra ngoài.

• **-어** : 앞의 말이 뒤의 말보다 먼저 일어났거나 뒤의 말에 대한 방법이나 수단이 됨을 나타내는 연결 어미.
rồi
Vĩ tố liên kết thể hiện vế trước xảy ra trước vế sau hoặc trở thành phương pháp hay phương tiện đối với vế sau.

• **먹다 (Động từ)** : 액체로 된 것을 마시다.
uống
Uống cái được tạo thành bởi chất lỏng.

• **-어** : (두루낮춤으로) 어떤 사실을 서술하거나 물음, 명령, 권유를 나타내는 종결 어미.
hả?, đi, ta hãy
(cách nói hạ thấp phổ biến) Vĩ tố kết thúc câu thể hiện sự tường thuật sự việc nào đó, nghi vấn, mệnh lệnh, khuyên nhủ.

십 분 후

• **십 (Định từ)** : 열의.
mười
Thuộc mười.

• **분 (Danh từ)** : 한 시간의 60분의 1을 나타내는 시간의 단위.
phút
Đơn vị thời gian thể hiện một phần sáu mươi của một giờ đồng hồ.

• **후 (Danh từ)** : 얼마만큼 시간이 지나간 다음.
sau, sau khi
Sau khi thời gian trôi qua khoảng bao lâu đó.

아들 : 아빠, 물 좀 갖다주+세요.

• **아빠 (Danh từ)** : 격식을 갖추지 않아도 되는 상황에서 아버지를 이르거나 부르는 말.
ba
Từ dùng để chỉ hay gọi cha trong tình huống không cần nghi thức.

•물 (Danh từ) : 강, 호수, 바다, 지하수 등에 있으며 순수한 것은 빛깔, 냄새, 맛이 없고 투명한 액체.
nước
Chất lỏng trong suốt, không màu, không mùi, không vị có ở sông, hồ, biển, nước ngầm...

•좀 (Phó từ) : 주로 부탁이나 동의를 구할 때 부드러운 느낌을 주기 위해 넣는 말.
làm ơn
Từ thêm vào để mang lại cảm giác nhẹ nhàng chủ yếu khi nhờ vả hoặc tìm kiếm sự đồng ý.

•갖다주다 (Động từ) : 무엇을 가지고 와서 주다.
mang cho, đem cho
Mang cái gì tới cho.

•-세요 : (두루높임으로) 설명, 의문, 명령, 요청의 뜻을 나타내는 종결 어미.
... không?, hãy
(cách nói kính trọng phổ biến) Vĩ tố kết thúc câu thể hiện nghĩa giải thích, nghi vấn, mệnh lệnh, yêu cầu.

아빠 : 네+가 직접 <u>가+(아)서</u> 마시+라니까.
가서

•네 (Đại từ) : '너'에 조사 '가'가 붙을 때의 형태.
bạn, mày, em, con, cháu
Hình thái khi gắn trợ từ 가 vào 너.
너 (Đại từ) : 듣는 사람이 친구나 아랫사람일 때, 그 사람을 가리키는 말.
bạn, cậu, mày
Từ chỉ người nghe khi người đó là bạn bè hay người dưới.

•가 : 어떤 상태나 상황에 놓인 대상이나 동작의 주체를 나타내는 조사.
Không có từ tương ứng
Trợ từ (tiểu từ) thể hiện chủ thể của động tác hoặc đối tượng của trạng thái hay tình huống nào đó.

•직접 (Phó từ) : 중간에 다른 사람이나 물건 등이 끼어들지 않고 바로.
trực tiếp
Một cách trực tiếp mà người hay vật khác không chen vào giữa.

•가다 (Động từ) : 한 곳에서 다른 곳으로 장소를 이동하다.
đi
Di chuyển địa điểm từ một nơi sang nơi khác.

• -아서 : 앞의 말과 뒤의 말이 순차적으로 일어남을 나타내는 연결 어미.

rồi

Vĩ tố liên kết thể hiện vế trước và vế sau lần lượt xảy ra.

• 마시다 (Động từ) : 물 등의 액체를 목구멍으로 넘어가게 하다.

uống

Làm cho chất lỏng như nước... đi qua cổ họng

• -라니까 : (아주낮춤으로) 가볍게 꾸짖으면서 반복해서 명령하는 뜻을 나타내는 종결 어미.

đã bảo··· cơ mà

(Cách nói rất hạ thấp) Vĩ tố kết thúc câu thể hiện nghĩa lặp lại mệnh lệnh với chút phàn nàn.

아빠+의 목소리+는 점점 짜증+이 섞이+면서 톤+이 높아지+[고 있]+었+다.

• 아빠 (Danh từ) : 격식을 갖추지 않아도 되는 상황에서 아버지를 이르거나 부르는 말.

ba

Từ dùng để chỉ hay gọi cha trong tình huống không cần nghi thức.

• 의 : 앞의 말이 뒤의 말에 대하여 소유, 소속, 소재, 관계, 기원, 주체의 관계를 가짐을 나타내는 조사.

của

Trợ từ thể hiện từ ngữ phía trước có quan hệ về sở hữu, nơi trực thuộc, chất liệu, quan hệ, nguồn gốc, chủ thể đối với từ ngữ phía sau.

• 목소리 (Danh từ) : 사람의 목구멍에서 나는 소리.

giọng nói, tiếng nói

Âm thanh phát ra từ cổ họng của người.

• 는 : 문장 속에서 어떤 대상이 화제임을 나타내는 조사.

Không có từ tương ứng

Trợ từ (tiểu từ) thể hiện việc đối tượng nào đó là chủ đề câu chuyện trong câu.

• 점점 (Phó từ) : 시간이 지남에 따라 정도가 조금씩 더.

dần dần, dần

Mức độ mà tăng thêm từng chút một theo thời gian trôi qua.

• 짜증 (Danh từ) : 마음에 들지 않아서 화를 내거나 싫은 느낌을 겉으로 드러내는 일. 또는 그런 성미.

sự nổi giận, sự nổi khùng, sự bực tức, sự bực bội

Việc để lộ ra bên ngoài cảm giác ghét hay nổi cáu vì không vừa lòng. Hoặc tính chất như vậy.

• 이 : 어떤 상태나 상황의 대상이나 동작의 주체를 나타내는 조사.
Không có từ tương ứng
Trợ từ (tiểu từ) thể hiện chủ thể của động tác hoặc đối tượng của trạng thái hay tình huống nào đó.

• 섞이다 (Động từ) : 어떤 말이나 행동에 다른 말이나 행동이 함께 나타나다.
bị lẫn, bị lẫn lộn
Lời nói hay hành động khác cùng thể hiện trong lời nói hay hành động nào đó.

• -면서 : 두 가지 이상의 동작이나 상태가 함께 일어남을 나타내는 연결 어미.
vừa...vừa
Vĩ tố liên kết thể hiện hai động tác hay trạng thái trở lên cùng xảy ra.

• 톤 (Danh từ) : 전체적으로 느껴지는 분위기나 말투.
giọng điệu, kiểu cách
Kiểu nói hay không khí cảm nhận được về tổng thể.

• 이 : 어떤 상태나 상황의 대상이나 동작의 주체를 나타내는 조사.
Không có từ tương ứng
Trợ từ (tiểu từ) thể hiện chủ thể của động tác hoặc đối tượng của trạng thái hay tình huống nào đó.

• 높아지다 (Động từ) : 이전보다 더 높은 정도나 수준, 지위에 이르다.
cao lên, thăng lên
Lên mức độ, trình độ hay địa vị cao hơn trước đây.

• -고 있다 : 앞의 말이 나타내는 행동이 계속 진행됨을 나타내는 표현.
đang
Cấu trúc thể hiện hành động mà từ ngữ phía trước diễn đạt được tiếp tục tiến hành.

• -었- : 어떤 사건이 과거에 완료되었거나 그 사건의 결과가 현재까지 지속되는 상황을 나타내는 어미.
đã
Vĩ tố thể hiện tình huống mà sự kiện nào đó đã hoàn thành trong quá khứ hoặc kết quả của sự kiện đó được tiếp tục đến hiện tại.

• -다 : 어떤 사건이나 사실, 상태를 서술함을 나타내는 종결 어미.
Không có từ tương ứng
Vĩ tố kết thúc câu thể hiện sự trần thuật sự kiện, sự việc hay trạng thái nào đó.

그러나 이에 굴하+[지 않]+고 아들+은 또 다시 외치+었+다.
외쳤다

· 그러나 (Phó từ) : 앞의 내용과 뒤의 내용이 서로 반대될 때 쓰는 말.
  nhưng..., thế nhưng...
  Từ dùng khi nội dung trước và nội dung sau đối lập với nhau.

· 이에 (Phó từ) : 이러한 내용에 곧.
  ngay sau đây, tiếp ngay đó
  Ngay với nội dung như thế này.

· 굴하다 (Động từ) : 어떤 힘이나 어려움 앞에서 자신의 의지를 굽히다.
  khuất phục, phục tùng
  Gạt bỏ ý chí của bản thân trước một sức mạnh hay khó khăn nào đó.

· -지 않다 : 앞의 말이 나타내는 행위나 상태를 부정하는 뜻을 나타내는 표현.
  không, chẳng
  Cấu trúc thể hiện nghĩa phủ định trạng thái hay hành vi mà từ ngữ phía trước diễn đạt.

· -고 : 앞의 말이 나타내는 행동이나 그 결과가 뒤에 오는 행동이 일어나는 동안에 그대로 지속됨을 나
  타내는 연결 어미.
  mà, rồi
  Vĩ tố liên kết thể hiện hành động mà vế trước thể hiện hay kết quả đó được liên tục như
  thế trong suốt thời gian hành động ở sau xảy ra.

· 아들 (Danh từ) : 남자인 자식.
  con trai
  Đứa con là nam giới.

· 은 : 문장 속에서 어떤 대상이 화제임을 나타내는 조사.
  Không có từ tương ứng
  Trợ từ (tiểu từ) thể hiện việc đối tượng nào đó là chủ đề câu chuyện trong câu.

· 또 (Phó từ) : 어떤 일이나 행동이 다시.
  lại
  Sự việc hay hành động nào đó lại (như thế nào đó)

· 다시 (Phó từ) : 같은 말이나 행동을 반복해서 또.
  lại
  Lập đi lập lại cùng lời nói hay hành động.

· 외치다 (Động từ) : 큰 소리를 지르다.
  gào thét, hò hét, la lối, kêu ca
  Kêu lớn giọng

• -었- : 어떤 사건이 과거에 완료되었거나 그 사건의 결과가 현재까지 지속되는 상황을 나타내는 어미.
đã
Vĩ tố thể hiện tình huống mà sự kiện nào đó đã hoàn thành trong quá khứ hoặc kết quả của sự kiện đó được tiếp tục đến hiện tại.

• -다 : 어떤 사건이나 사실, 상태를 서술함을 나타내는 종결 어미.
Không có từ tương ứng
Vĩ tố kết thúc câu thể hiện sự trần thuật sự kiện, sự việc hay trạng thái nào đó.

아들 : 아빠, 물 좀 갖다주+세요.

• **아빠 (Danh từ)** : 격식을 갖추지 않아도 되는 상황에서 아버지를 이르거나 부르는 말.
ba
Từ dùng để chỉ hay gọi cha trong tình huống không cần nghi thức.

• **물 (Danh từ)** : 강, 호수, 바다, 지하수 등에 있으며 순수한 것은 빛깔, 냄새, 맛이 없고 투명한 액체.
nước
Chất lỏng trong suốt, không màu, không mùi, không vị có ở sông, hồ, biển, nước ngầm...

• **좀 (Phó từ)** : 주로 부탁이나 동의를 구할 때 부드러운 느낌을 주기 위해 넣는 말.
làm ơn
Từ thêm vào để mang lại cảm giác nhẹ nhàng chủ yếu khi nhờ vả hoặc tìm kiếm sự đồng ý.

• **갖다주다 (Động từ)** : 무엇을 가지고 와서 주다.
mang cho, đem cho
Mang cái gì tới cho.

• **-세요** : (두루높임으로) 설명, 의문, 명령, 요청의 뜻을 나타내는 종결 어미.
... không?, hãy
(cách nói kính trọng phổ biến) Vĩ tố kết thúc câu thể hiện nghĩa giải thích, nghi vấn, mệnh lệnh, yêu cầu.

아빠 : 네+가 갖+다 먹+으라고.

• 네 (Đại từ) : '너'에 조사 '가'가 붙을 때의 형태.

bạn, mày, em, con, cháu

Hình thái khi gắn trợ từ 가 vào 너.

너 (Đại từ) : 듣는 사람이 친구나 아랫사람일 때, 그 사람을 가리키는 말.

bạn, cậu, mày

Từ chỉ người nghe khi người đó là bạn bè hay người dưới.

• 가 : 어떤 상태나 상황에 놓인 대상이나 동작의 주체를 나타내는 조사.

Không có từ tương ứng

Trợ từ (tiểu từ) thể hiện chủ thể của động tác hoặc đối tượng của trạng thái hay tình huống nào đó.

• 갖다 (Động từ) : 무엇을 손에 쥐거나 몸에 지니다.

mang, cầm

Nắm trong tay hay giữ trên người cái gì đó.

• -다 : 어떤 행동이 진행되는 중에 다른 행동이 나타남을 나타내는 연결 어미.

Không có từ tương ứng

Vĩ tố liên kết thể hiện hành động khác xuất hiện trong lúc hành động nào đó diễn ra.

• 먹다 (Động từ) : 액체로 된 것을 마시다.

uống

Uống cái được tạo thành bởi chất lỏng.

• -으라고 : (두루낮춤으로) 말하는 사람의 생각이나 주장을 듣는 사람에게 강조하여 말함을 나타내는 종 결 어미.

đã bảo là, đã nói là

(cách nói hạ thấp phổ biến) Vĩ tố kết thúc câu thể hiện nói nhấn mạnh với người nghe suy nghĩ hay chủ trương của người nói.

> **아빠** : 한 번+만 더 부르+면 <u>혼내+[(어) 주]</u>+러 <u>가+ㄴ다</u>.
>
> **혼내 주러   간다**

• 한 (Định từ) : 하나의.

một

Thuộc một.

• 번 (Danh từ) : 일의 횟수를 세는 단위.

lần

Đơn vị đếm số lần của công việc.

• 만 : 앞의 말이 어떤 것에 대한 조건임을 나타내는 조사.
  chỉ
  Trợ từ thể hiện từ ngữ phía trước là điều kiện đối với cái nào đó.

• 더 (Phó từ) : 보태어 계속해서.
  thêm nữa, hơn nữa
  Tiếp tục thêm vào.

• 부르다 (Động từ) : 말이나 행동으로 다른 사람을 오라고 하거나 주의를 끌다.
  kêu, gọi
  Bảo người khác đến hay thu hút sự chú ý bằng lời nói hay hành động.

• -면 : 뒤에 오는 말에 대한 근거나 조건이 됨을 나타내는 연결 어미.
  nếu...thì
  Vĩ tố liên kết thể hiện việc trở thành điều kiện hay căn cứ đối với vế sau.

• 혼내다 (Động từ) : 심하게 꾸지람을 하거나 벌을 주다.
  la mắng, mắng chửi, làm cho sợ
  Phạt hoặc mắng mỏ thật nặng.

• -어 주다 : 남을 위해 앞의 말이 나타내는 행동을 함을 나타내는 표현.
  giúp, hộ, giùm
  Cấu trúc thể hiện việc thực hiện hành động mà từ ngữ phía trước thể hiện vì người khác.

• -러 : 가거나 오거나 하는 동작의 목적을 나타내는 연결 어미.
  để
  Vĩ tố liên kết thể hiện mục đích của động tác đi hoặc đến.

• 가다 (Động từ) : 어떤 목적을 가지고 일정한 곳으로 움직이다.
  đi, sang
  Di chuyển đến nơi nhất định với mục đích nào đó.

• -ㄴ다 : (아주낮춤으로) 현재 사건이나 사실을 서술함을 나타내는 종결 어미.
  Không có từ tương ứng
  (cách nói rất hạ thấp) Vĩ tố kết thúc câu thể hiện sự trần thuật sự kiện hay sự việc hiện tại.

아빠+는 이제 단단히 화+가 <u>나+시+었+다</u>.
나셨다

• 아빠 (Danh từ) : 격식을 갖추지 않아도 되는 상황에서 아버지를 이르거나 부르는 말.
  ba
  Từ dùng để chỉ hay gọi cha trong tình huống không cần nghi thức.

• 는 : 문장 속에서 어떤 대상이 화제임을 나타내는 조사.

Không có từ tương ứng

Trợ từ (tiểu từ) thể hiện việc đối tượng nào đó là chủ đề câu chuyện trong câu.

• 이제 (Phó từ) : 말하고 있는 바로 이때에.

bây giờ

Ngay lúc đang nói.

• 단단히 (Phó từ) : 보통보다 더 심하게.

một cách gay gắt, một cách nặng nề

Một cách nghiêm trọng hơn bình thường.

• 화 (Danh từ) : 몹시 못마땅하거나 노여워하는 감정.

sự giận dữ

Cảm giác tức giận hoặc rất không bình tĩnh.

• 가 : 어떤 상태나 상황에 놓인 대상이나 동작의 주체를 나타내는 조사.

Không có từ tương ứng

Trợ từ (tiểu từ) thể hiện chủ thể của động tác hoặc đối tượng của trạng thái hay tình huống nào đó.

• 나다 (Động từ) : 어떤 감정이나 느낌이 생기다.

phát

Cảm xúc hay tình cảm nào đó nảy sinh.

• -시- : 높이고자 하는 인물과 관계된 소유물이나 신체의 일부가 문장의 주어일 때 그 인물을 높이는 뜻을 나타내는 어미.

Không có từ tương ứng

Vĩ tố thể hiện nghĩa kính trọng nhân vật khi nhân vật mà mình muốn kính trọng và vật sở hữu hay một phần thân thể có liên quan là chủ ngữ của câu.

• -었- : 어떤 사건이 과거에 완료되었거나 그 사건의 결과가 현재까지 지속되는 상황을 나타내는 어미.

đã

Vĩ tố thể hiện tình huống mà sự kiện nào đó đã hoàn thành trong quá khứ hoặc kết quả của sự kiện đó được tiếp tục đến hiện tại.

• -다 : 어떤 사건이나 사실, 상태를 서술함을 나타내는 종결 어미.

Không có từ tương ứng

Vĩ tố kết thúc câu thể hiện sự trần thuật sự kiện, sự việc hay trạng thái nào đó.

하지만 아들+은 <u>지치</u>+[ㄹ 줄] 모르+고 다시 십 분 후+에 이렇+게 <u>말하</u>+였+다.

지칠 줄   말했다

• 하지만 (Phó từ) : 내용이 서로 반대인 두 개의 문장을 이어 줄 때 쓰는 말.
  nhưng, mà, nhưng mà, thế mà, thế nhưng
  Lời nói nối hai câu có nội dung đối ngược nhau.

• 아들 (Danh từ) : 남자인 자식.
  con trai
  Đứa con là nam giới.

• 은 : 문장 속에서 어떤 대상이 화제임을 나타내는 조사.
  Không có từ tương ứng
  Trợ từ (tiểu từ) thể hiện việc đối tượng nào đó là chủ đề câu chuyện trong câu.

• 지치다 (Động từ) : 힘든 일을 하거나 어떤 일에 시달려서 힘이 없다.
  kiệt sức, mệt mỏi
  Không có sức vì làm việc vất vả hay bị phiền nhiễu bởi việc gì đó.

• -ㄹ 줄 : 어떤 사실이나 상태에 대해 알고 있거나 모르고 있음을 나타내는 표현.
  biết, không biết) rằng
  Cấu trúc thể hiện việc biết hoặc không biết về sự việc hay trạng thái nào đó.

• 모르다 (Động từ) : 느끼지 않다.
  không biết
  Không cảm nhận được.

• -고 : 앞의 말이 나타내는 행동이나 그 결과가 뒤에 오는 행동이 일어나는 동안에 그대로 지속됨을 나
       타내는 연결 어미.
  mà, rồi
  Vĩ tố liên kết thể hiện hành động mà vế trước thể hiện hay kết quả đó được liên tục như
  thế trong suốt thời gian hành động ở sau xảy ra.

• 다시 (Phó từ) : 같은 말이나 행동을 반복해서 또.
  lại
  Lập đi lập lại cùng lời nói hay hành động.

• 십 (Định từ) : 열의.
  mười
  Thuộc mười.

• 분 (Danh từ) : 한 시간의 60분의 1을 나타내는 시간의 단위.
  phút
  Đơn vị thời gian thể hiện một phần sáu mươi của một giờ đồng hồ.

• 후 (Danh từ) : 얼마만큼 시간이 지나간 다음.
  sau, sau khi
  Sau khi thời gian trôi qua khoảng bao lâu đó.

• 에 : 앞말이 시간이나 때임을 나타내는 조사.
   vào lúc
   Trợ từ (tiểu từ) thể hiện từ ngữ phía trước là thời gian hoặc thời điểm.

• 이렇다 (Tính từ) : 상태, 모양, 성질 등이 이와 같다.
   như thế này
   Trạng thái, hình dạng, tính chất... giống với điều này.

• -게 : 앞의 말이 뒤에서 가리키는 일의 목적이나 결과, 방식, 정도 등이 됨을 나타내는 연결 어미.
   để, nhằm
   Vĩ tố liên kết thể hiện vế trước trở thành mục đích hay kết quả, phương thức, mức độ của sự việc chỉ ra ở sau.

• 말하다 (Động từ) : 어떤 사실이나 자신의 생각 또는 느낌을 말로 나타내다.
   nói
   Thể hiện bằng lời sự việc nào đó hay suy nghĩ cũng như cảm nhận của bản thân.

• -였- : 어떤 사건이 과거에 완료되었거나 그 사건의 결과가 현재까지 지속되는 상황을 나타내는 어미.
   đã
   Vĩ tố thể hiện tình huống mà sự kiện nào đó đã hoàn thành trong quá khứ hoặc kết quả của sự kiện đó được tiếp tục đến hiện tại.

• -다 : 어떤 사건이나 사실, 상태를 서술함을 나타내는 종결 어미.
   Không có từ tương ứng
   Vĩ tố kết thúc câu thể hiện sự trần thuật sự kiện, sự việc hay trạng thái nào đó.

아들 : 아빠, 저 혼내+러 오+시+[ㄹ 때] 물 좀 갖다주+세요.
오실 때

• 아빠 (Danh từ) : 격식을 갖추지 않아도 되는 상황에서 아버지를 이르거나 부르는 말.
   ba
   Từ dùng để chỉ hay gọi cha trong tình huống không cần nghi thức.

• 저 (Đại từ) : 말하는 사람이 듣는 사람에게 자신을 낮추어 가리키는 말.
   em, con, cháu
   Cách người nói hạ mình để xưng hô với người nghe.

• 혼내다 (Động từ) : 심하게 꾸지람을 하거나 벌을 주다.
   la mắng, mắng chửi, làm cho sợ
   Phạt hoặc mắng mỏ thật nặng.

• -러 : 가거나 오거나 하는 동작의 목적을 나타내는 연결 어미.

để

Vĩ tố liên kết thể hiện mục đích của động tác đi hoặc đến.

• 오다 (Động từ) : 무엇이 다른 곳에서 이곳으로 움직이다.

đến

Cái gì đó di chuyển từ nơi khác đến nơi này.

• -시- : 어떤 동작이나 상태의 주체를 높이는 뜻을 나타내는 어미.

Không có từ tương ứng

Vĩ tố thể hiện nghĩa kính trọng chủ thể của động tác hay trạng thái nào đó.

• -ㄹ 때 : 어떤 행동이나 상황이 일어나는 동안이나 그 시기 또는 그러한 일이 일어난 경우를 나타내는 표현.

khi, lúc, hồi

Cấu trúc thể hiện khoảng thời gian hay thời kì mà hành động hay tình huống nào đó xảy ra hoặc trường hợp mà việc như vậy xảy ra.

• 물 (Danh từ) : 강, 호수, 바다, 지하수 등에 있으며 순수한 것은 빛깔, 냄새, 맛이 없고 투명한 액체.

nước

Chất lỏng trong suốt, không màu, không mùi, không vị có ở sông, hồ, biển, nước ngầm...

• 좀 (Phó từ) : 주로 부탁이나 동의를 구할 때 부드러운 느낌을 주기 위해 넣는 말.

làm ơn

Từ thêm vào để mang lại cảm giác nhẹ nhàng chủ yếu khi nhờ vả hoặc tìm kiếm sự đồng ý.

• 갖다주다 (Động từ) : 무엇을 가지고 와서 주다.

mang cho, đem cho

Mang cái gì tới cho.

• -세요 : (두루높임으로) 설명, 의문, 명령, 요청의 뜻을 나타내는 종결 어미.

... không?, hãy

(cách nói kính trọng phổ biến) Vĩ tố kết thúc câu thể hiện nghĩa giải thích, nghi vấn, mệnh lệnh, yêu cầu.

< 5 단원(bài) >

제목 : 이해가 안 가네요.

● 본문 (nguyên văn)

화창한 오후, 앞을 못 보는 시각 장애인이 자신을 안전하게 인도해 줄 개와 함께 지하철역으로 향하고

있었다.

그런데 한참 길을 걷다가 개가 한쪽 다리를 들더니 맹인의 바지에 오줌을 싸는 것이었다.

그러자 그 맹인이 갑자기 주머니에서 과자를 꺼내더니 개에게 주려고 했다.

이때 지나가던 행인이 그 광경을 지켜보다 맹인에게 한마디 했다.

행인 : 저기요, 선생님 잠깐만요.

맹인 : 무슨 일이시죠?

행인 : 아니, 방금 개가 당신 바지에 오줌을 쌌는데 왜 과자를 줍니까?

　　　저 같으면 개 머리를 한 대 때렸을 텐데 이해가 안 가네요.

맹인 : 개한테 과자를 줘야 머리가 어디 있는지 알 수 있잖아요.

● 발음 (sự phát âm)

화창한 오후, 앞을 못 보는 시각 장애인이 자신을 안전하게 인도해 줄 개와 함께 지하철역으로 향하고
화창한 오후, 아플 몯 보는 시각 장애이니 자시늘 안전하게 인도해 줄 개와 함께 지하철려그로 향하고
hwachanghan ohu, apeul mot boneun sigak jangaeini jasineul anjeonhage indohae jul gaewa
hamkke jihacheollyeogeuro hyanghago

있었다.
이썯따.
isseotda.

그런데 한참 길을 걷다가 개가 한쪽 다리를 들더니 맹인의 바지에 오줌을 싸는 것이었다.
그런데 한참 기를 걷따가 개가 한쪽 다리를 들더니 맹이늬 바지에 오주믈 싸는 거시얻따.
geureonde hancham gireul geotdaga gaega hanjjok darireul deuldeoni maenginui bajie ojumeul
ssaneun geosieotda.

그러자 그 맹인이 갑자기 주머니에서 과자를 꺼내더니 개에게 주려고 했다.
그러자 그 맹이니 갑짜기 주머니에서 과자를 꺼내더니 개에게 주려고 핻따.
geureoja geu maengini gapjagi jumeonieseo gwajareul kkeonaedeoni gaeege juryeogo haetda.

이때 지나가던 행인이 그 광경을 지켜보다 맹인에게 한마디 했다.
이때 지나가던 행이니 그 광경을 지켜보다 맹이네게 한마디 핻따.
ittae jinagadeon haengini geu gwanggyeongeul jikyeoboda maenginege hanmadi haetda.

행인 : 저기요, 선생님 잠깐만요.
행인 : 저기요, 선생님 잠깐마뇨.
haengin : jeogiyo, seonsaengnim jamkkanmanyo.

맹인 : 무슨 일이시죠?
맹인 : 무슨 이리시죠?
maengin : museun irisijyo?

행인 : 아니, 방금 개가 당신 바지에 오줌을 쌌는데 왜 과자를 줍니까?
행인 : 아니, 방금 개가 당신 바지에 오주믈 싼는데 왜 과자를 줌니까?
haengin : ani, banggeum gaega dangsin bajie ojumeul ssanneunde wae
gwajareul jumnikka?

저 같으면 개 머리를 한 대 때렸을 텐데 이해가 안 가네요.

저 가트면 개 머리를 한 대 때려쓸 텐데 이해가 안 가네요.

jeo gateumyeon gae meorireul han dae ttaeryeosseul tende ihaega an ganeyo.

맹인 : 개한테 과자를 줘야 머리가 어디 있는지 알 수 있잖아요.

맹인 : 개한테 과자를 줘야 머리가 어디 인는지 알 쑤 읻짜나요.

maengin : gaehante gwajareul jwoya meoriga eodi inneunji al su itjanayo.

● 어휘 (từ vựng) / 문법 (ngữ pháp)

화창하+ㄴ 오후, 앞+을 못 보+는 시각 장애인+이 자신+을 안전하+게 인도하+<u>여 주</u>+ㄹ 개+와 함께

지하철역+으로 향하+<u>고 있</u>+었+다.

그런데 한참 길+을 걷+다가 개+가 한쪽 다리+를 들+더니 맹인+의 바지+에 오줌+을 싸+<u>는 것</u>+이+었+다.

그리하+자 그 맹인+이 갑자기 주머니+에서 과자+를 꺼내+더니 개+에게 주+<u>려고 하</u>+였+다.

이때 지나가+던 행인+이 그 광경+을 지켜보+다 맹인+에게 한마디 하+였+다.

행인 : 저기, 선생님 잠깐+만+요.

맹인 : 무슨 일+이+시+죠?

행인 : 아니, 방금 개+가 선생님 바지+에 오줌+을 싸+았+는데 왜 과자+를 주+ㅂ니까?

　　　　저 같+으면 개 머리+를 한 대 때리+었+<u>을 텐데</u> 이해+가 안 가+네요.

맹인 : 개+한테 과자+를 주+어야 머리+가 어디 있+는지 알(아)+<u>ㄹ 수 있</u>+잖아요.

화창하+ㄴ 오후, 앞+을 못 보+는 시각 장애인+이 자신+을 안전하+게 <u>인도하+[여 주]</u>+ㄹ 개+와 함께
　　화창한　　　　　　　　　　　　　　　　　　　　　　　　인도해 줄

지하철역+으로 향하+[고 있]+었+다.

- 화창하다 (Tính từ) : 날씨가 맑고 따뜻하며 바람이 부드럽다.
  ấm áp, nắng đẹp
  Thời tiết trong lành và ấm, gió nhẹ.

- -ㄴ : 앞의 말이 관형어의 기능을 하게 만들고 현재의 상태를 나타내는 어미.
  mà
  Vĩ tố khiến cho từ ngữ phía trước có chức năng định ngữ và thể hiện sự kiện hay động tác được hoàn thành thì trạng thái đó vẫn đang được duy trì.

- 오후 (Danh từ) : 정오부터 해가 질 때까지의 동안.
  buổi chiều
  Khoảng thời gian từ giữa trưa đến khi mặt trời lặn.

- 앞 (Danh từ) : 향하고 있는 쪽이나 곳.
  trước, phía trước, đằng trước
  Phía hay nơi đang hướng tới.

- 을 : 동작이 직접적으로 영향을 미치는 대상을 나타내는 조사.
  Không có từ tương ứng
  Trợ từ (tiểu từ) thể hiện đối tượng mà động tác trực tiếp ảnh hưởng đến.

- 못 (Phó từ) : 동사가 나타내는 동작을 할 수 없게.
  không… được
  Không thể thực hiện được động tác mà động từ thể hiện.

- 보다 (Động từ) : 눈으로 대상의 존재나 겉모습을 알다.
  nhìn, ngắm, xem
  Biết được sự tồn tại hay vẻ bề ngoài của đối tượng bằng mắt.

- -는 : 앞의 말이 관형어의 기능을 하게 만들고 사건이나 동작이 현재 일어남을 나타내는 어미.
  mà
  Vĩ tố làm cho từ ngữ phía trước có chức năng định ngữ và thể hiện sự kiện hay động tác xảy ra ở hiện tại.

· **시각 장애인 (Danh từ)** : 눈이 멀어서 앞을 보지 못하는 사람.

   người mù

   Người mắt mù nên không nhìn thấy phía trước.

   시각 (Danh từ) : 물체의 모양이나 움직임, 빛깔 등을 보는 눈의 감각.

   thị giác

   Cảm giác của mắt khi nhìn vào hình dạng, sự chuyển động hay màu sắc v.v... của vật thể.

   장애인 (Danh từ) : 몸에 장애가 있거나 정신적으로 부족한 점이 있어 일상생활이나 사회생활이 어려운 사람.

   người khuyết tật

   Người có dị tật trên cơ thể hoặc có khiếm khuyết về mặt tinh thần nên sinh hoạt thường nhật hoặc sinh hoạt xã hội khó khăn.

· **이** : 어떤 상태나 상황의 대상이나 동작의 주체를 나타내는 조사.

   Không có từ tương ứng

   Trợ từ (tiểu từ) thể hiện chủ thể của động tác hoặc đối tượng của trạng thái hay tình huống nào đó.

· **자신 (Danh từ)** : 바로 그 사람.

   tự thân, chính mình, tự mình

   Chính người đó.

· **을** : 동작이 간접적인 영향을 미치는 대상이나 목적임을 나타내는 조사.

   Không có từ tương ứng

   Trợ từ (tiểu từ) thể hiện đối tượng hay mục đích mà động tác gián tiếp ảnh hưởng đến.

· **안전하다 (Tính từ)** : 위험이 생기거나 사고가 날 염려가 없다.

   an toàn

   Không lo nguy hiểm sẽ xuất hiện hay sự cố sẽ xảy ra.

· **-게** : 앞의 말이 뒤에서 가리키는 일의 목적이나 결과, 방식, 정도 등이 됨을 나타내는 연결 어미.

   để, nhằm

   Vĩ tố liên kết thể hiện vế trước trở thành mục đích hay kết quả, phương thức, mức độ của sự việc chỉ ra ở sau.

· **인도하다 (Động từ)** : 길이나 장소를 안내하다.

   hướng dẫn, chỉ dẫn

   Hướng dẫn đường đi hay nơi chốn.

· **-여 주다** : 남을 위해 앞의 말이 나타내는 행동을 함을 나타내는 표현.

   giúp, hộ, giùm

   Cấu trúc thể hiện việc thực hiện hành động mà từ ngữ phía trước thể hiện vì người khác.

• -ㄹ : 앞의 말이 관형어의 기능을 하게 만들고 추측, 예정, 의지, 가능성 등을 나타내는 어미.
  chắc sẽ
  Vĩ tố làm cho từ ngữ phía trước có chức năng định ngữ và thể hiện sự suy đoán, dự định, ý chí, khả năng…

• 개 (Danh từ) : 냄새를 잘 맡고 귀가 매우 밝으며 영리하고 사람을 잘 따라 사냥이나 애완 등의 목적으로 기르는 동물.
  chó
  Động vật đánh hơi giỏi, tai rất thính và thông minh, được nuôi với mục đích làm động vật cảnh hay đi theo người săn bắn.

• 와 : 어떤 일을 함께 하는 대상임을 나타내는 조사.
  cùng với, với
  Trợ từ thể hiện đó là đối tượng cùng làm việc nào đó.

• 함께 (Phó từ) : 여럿이서 한꺼번에 같이.
  cùng
  Nhiều người cùng nhau trong một lúc.

• 지하철역 (Danh từ) : 지하철을 타고 내리는 곳.
  ga xe điện ngầm, ga tàu điện ngầm
  Nơi lên xuống tàu điện ngầm.

• 으로 : 움직임의 방향을 나타내는 조사.
  sang
  Trợ từ thể hiện phương hướng của sự di chuyển.

• 향하다 (Động từ) : 어떤 목적이나 목표로 나아가다.
  hướng đến, hướng tới, nhằm thẳng
  Tiến tới mục đích hay mục tiêu nào đó.

• -고 있다 : 앞의 말이 나타내는 행동이 계속 진행됨을 나타내는 표현.
  đang
  Cấu trúc thể hiện hành động mà từ ngữ phía trước diễn đạt được tiếp tục tiến hành.

• -었- : 사건이 과거에 일어났음을 나타내는 어미.
  đã
  Vĩ tố thể hiện sự kiện đã xảy ra trong quá khứ.

• -다 : 어떤 사건이나 사실, 상태를 서술함을 나타내는 종결 어미.
  Không có từ tương ứng
  Vĩ tố kết thúc câu thể hiện sự trần thuật sự kiện, sự việc hay trạng thái nào đó.

그런데 한참 길+을 걷+다가 개+가 한쪽 다리+를 들+더니 맹인+의 바지+에 오줌+을
싸+[는 것]+이+었+다.

- **그런데 (Phó từ)** : 이야기를 앞의 내용과 관련시키면서 다른 방향으로 바꿀 때 쓰는 말.
  nhưng mà, thế nhưng
  Từ dùng khi kết nối câu chuyện với nội dung phía trước đồng thời chuyển sang hướng khác.

- **한참 (Danh từ)** : 시간이 꽤 지나는 동안.
  một lúc lâu, một thời gian lâu
  Trong khoảng thời gian trôi qua tương đối.

- **길 (Danh từ)** : 사람이나 차 등이 지나다닐 수 있게 땅 위에 일정한 너비로 길게 이어져 있는 공간.
  đường, con đường
  Không gian trải dài với độ rộng nhất định trên nền đất mà con người hay xe cộ có thể đi qua đi lại.

- **을** : 동작이 직접적으로 영향을 미치는 대상을 나타내는 조사.
  Không có từ tương ứng
  Trợ từ (tiểu từ) thể hiện đối tượng mà động tác trực tiếp ảnh hưởng đến.

- **걷다 (Động từ)** : 바닥에서 발을 번갈아 떼어 옮기면서 움직여 위치를 옮기다.
  bước đi, đi bộ
  Nhấc thay phiên (hai) chân lên khỏi mặt đất để vừa di chuyển vừa dịch chuyển vị trí.

- **-다가** : 어떤 행동이나 상태 등이 중단되고 다른 행동이나 상태로 바뀜을 나타내는 연결 어미.
  đang… thì...
  Vĩ tố liên kết thể hiện hành động hay trạng thái nào đó bị đứt đoạn và được chuyển sang hành động hay trạng thái khác.

- **개 (Danh từ)** : 냄새를 잘 맡고 귀가 매우 밝으며 영리하고 사람을 잘 따라 사냥이나 애완 등의 목적으로 기르는 동물.
  chó
  Động vật đánh hơi giỏi, tai rất thính và thông minh, được nuôi với mục đích làm động vật cảnh hay đi theo người săn bắn.

- **가** : 어떤 상태나 상황에 놓인 대상이나 동작의 주체를 나타내는 조사.
  Không có từ tương ứng
  Trợ từ (tiểu từ) thể hiện chủ thể của động tác hoặc đối tượng của trạng thái hay tình huống nào đó.

• **한쪽** (Danh từ) : 어느 한 부분이나 방향.

  một phía

  Một bộ phận hay phương hướng nào.

• **다리** (Danh từ) : 사람이나 동물의 몸통 아래에 붙어, 서고 걷고 뛰는 일을 하는 신체 부위.

  chân

  Bộ phận gắn ở phần dưới của cơ thể người hay động vật, làm nhiệm vụ đi lại, đứng hoặc nhảy.

• **를** : 동작이 직접적으로 영향을 미치는 대상을 나타내는 조사.

  Không có từ tương ứng

  Trợ từ (tiểu từ) thể hiện đối tượng mà động tác trực tiếp ảnh hưởng đến.

• **들다** (Động từ) : 아래에 있는 것을 위로 올리다.

  nhấc, nâng, ngẩng (mặt, đầu), giơ (tay)

  Nâng cái ở dưới lên trên.

• **-더니** : 과거의 사실이나 상황에 뒤이어 어떤 사실이나 상황이 일어남을 나타내는 연결 어미.

  rồi, nên

  Vĩ tố liên kết thể hiện sự việc hay tình huống nào đó diễn ra tiếp theo sau sự việc hay tình huống quá khứ.

• **맹인** (Danh từ) : 눈이 먼 사람.

  người khiếm thị, người mù, người đui

  Người bị đui mắt.

• **의** : 앞의 말이 뒤의 말에 대하여 소유, 소속, 소재, 관계, 기원, 주체의 관계를 가짐을 나타내는 조사.

  của

  Trợ từ thể hiện từ ngữ phía trước có quan hệ về sở hữu, nơi trực thuộc, chất liệu, quan hệ, nguồn gốc, chủ thể đối với từ ngữ phía sau.

• **바지** (Danh từ) : 위는 통으로 되고 아래는 두 다리를 넣을 수 있게 갈라진, 몸의 아랫부분에 입는 옷.

  cái quần

  Trang phục mặc ở thân dưới mà phần trên nối thành một, phần dưới chia ra để có thể cho hai chân vào.

• **에** : 앞말이 어떤 행위나 작용이 미치는 대상임을 나타내는 조사.

  cho, vào

  Trợ từ (tiểu từ) thể hiện từ ngữ phía trước là đối tượng mà hành vi hay tác động nào đó đạt đến.

- **오줌 (Danh từ)** : 혈액 속의 노폐물과 수분이 요도를 통하어 몸 밖으로 배출되는, 누렇고 지린내가 나는 액체.
  nước tiểu
  Chất lỏng có màu vàng và mùi khai, là nước và nước thải trong máu được bài tiết ra bên ngoài cơ thể thông qua niệu đạo.

- **을** : 동작이 직접적으로 영향을 미치는 대상을 나타내는 조사.
  Không có từ tương ứng
  Trợ từ (tiểu từ) thể hiện đối tượng mà động tác trực tiếp ảnh hưởng đến.

- **싸다 (Động từ)** : 똥이나 오줌을 누다.
  ỉa, đái
  Đi ra phân hay nước tiểu.

- **-는 것** : 명사가 아닌 것을 문장에서 명사처럼 쓰이게 하거나 '이다' 앞에 쓰일 수 있게 할 때 쓰는 표현.
  cái, thứ, điều, việc
  Cấu trúc dùng khi làm cho yếu tố không phải là danh từ được dùng như danh từ trong câu, hoặc làm cho có thể được dùng trước "이다".

- **이다** : 주어가 지시하는 대상의 속성이나 부류를 지정하는 뜻을 나타내는 서술격 조사.
  nào là
  Trợ từ vị cách thể hiện sự liệt kê các sự vật đồng thời liên kết theo quan hệ đẳng lập.

- **-었-** : 사건이 과거에 일어났음을 나타내는 어미.
  đã
  Vĩ tố thể hiện sự kiện đã xảy ra trong quá khứ.

- **-다** : 어떤 사건이나 사실, 상태를 서술함을 나타내는 종결 어미.
  Không có từ tương ứng
  Vĩ tố kết thúc câu thể hiện sự trần thuật sự kiện, sự việc hay trạng thái nào đó.

그리하+자 그 맹인+이 갑자기 주머니+에서 과자+를 꺼내+더니 개+에게 주+[려고 하]+였+다.	
그러자	주려고 했다

- **그리하다 (động từ)** : 앞에서 일어난 일이나 말한 것과 같이 그렇게 하다.
  làm như thế
  Làm như điều đã nói hoặc việc đã xảy ra trước đó.

• -자 : 앞의 말이 나타내는 동작이 끝난 뒤 곧 뒤의 말이 나타내는 동작이 잇따라 일어남을 나타내는 연
　　 결 어미.

　　vừa... thì..., vừa... liền...

　　Vĩ tố liên kết thể hiện sau khi động tác mà vế trước diễn đạt kết thúc thì động tác mà vế
　　sau diễn đạt xảy ra tiếp theo.

• 그 (Định từ) : 앞에서 이미 이야기한 대상을 가리킬 때 쓰는 말.

　　đó, ấy, đấy

　　Từ dùng khi chỉ đối tượng đã nói đến ở phía trước.

• 맹인 (Danh từ) : 눈이 먼 사람.

　　người khiếm thị, người mù, người đui

　　Người bị đui mắt.

• 이 : 어떤 상태나 상황의 대상이나 동작의 주체를 나타내는 조사.

　　Không có từ tương ứng

　　Trợ từ (tiểu từ) thể hiện chủ thể của động tác hoặc đối tượng của trạng thái hay tình
　　huống nào đó.

• 갑자기 (Phó từ) : 미처 생각할 틈도 없이 빨리.

　　đột ngột, bất thình lình, bỗng nhiên

　　Nhanh bất ngờ, không có thời gian để kịp suy nghĩ.

• 주머니 (Danh từ) : 옷에 천 등을 덧대어 돈이나 물건 등을 넣을 수 있도록 만든 부분.

　　túi (quần, áo)

　　Phần gắn thêm vải vào quần áo, làm ra để có thể đựng tiền hay đồ vật...

• 에서 : 앞말이 어떤 일의 출처임을 나타내는 조사.

　　từ, ở

　　Trợ từ thể hiện từ trước đó là nguồn gốc của việc nào đó.

• 과자 (Danh từ) : 밀가루나 쌀가루 등에 우유, 설탕 등을 넣고 반죽하여 굽거나 튀긴 간식.

　　bánh ngọt, bánh quy

　　Thức ăn nhẹ được làm bằng cách cho đường, sữa và một số gia vị khác vào bột mì hay
　　bột gạo rồi chiên/rán hoặc nướng lên.

• 를 : 동작이 직접적으로 영향을 미치는 대상을 나타내는 조사.

　　Không có từ tương ứng

　　Trợ từ (tiểu từ) thể hiện đối tượng mà động tác trực tiếp ảnh hưởng đến.

• 꺼내다 (Động từ) : 안에 있는 물건을 밖으로 나오게 하다.

　　rút ra, lôi ra, lấy ra

　　Khiến cho đồ vật đang ở trong ra ngoài.

• -더니 : 과거의 사실이나 상황에 뒤이어 어떤 사실이나 상황이 일어남을 나타내는 연결 어미.
  rồi, nên
  Vĩ tố liên kết thể hiện sự việc hay tình huống nào đó diễn ra tiếp theo sau sự việc hay tình huống quá khứ.

• **개 (Danh từ)** : 냄새를 잘 맡고 귀가 매우 밝으며 영리하고 사람을 잘 따라 사냥이나 애완 등의 목적으로 기르는 동물.
  chó
  Động vật đánh hơi giỏi, tai rất thính và thông minh, được nuôi với mục đích làm động vật cảnh hay đi theo người săn bắn.

• 에게 : 어떤 행동이 미치는 대상임을 나타내는 조사.
  cho
  Trợ từ thể hiện đối tượng mà hành động nào đó tác động đến.

• **주다 (Động từ)** : 물건 등을 남에게 건네어 가지거나 쓰게 하다.
  cho
  Chuyển cho người khác những cái như đồ vật khiến họ mang đi hoặc sử dụng.

• -려고 하다 : 앞의 말이 나타내는 일이 곧 일어날 것 같거나 시작될 것임을 나타내는 표현.
  sắp
  Cấu trúc thể hiện việc mà từ ngữ phía trước thể hiện dường như sắp xảy ra hoặc sẽ được bắt đầu.

• -였- : 사건이 과거에 일어났음을 나타내는 어미.
  đã
  Vĩ tố thể hiện sự kiện đã xảy ra trong quá khứ.

• -다 : 어떤 사건이나 사실, 상태를 서술함을 나타내는 종결 어미.
  Không có từ tương ứng
  Vĩ tố kết thúc câu thể hiện sự trần thuật sự kiện, sự việc hay trạng thái nào đó.

이때 지나가+던 행인+이 그 광경+을 지켜보+다 맹인+에게 한마디 <u>하+였+다</u>.
했다

• **이때 (Danh từ)** : 바로 지금. 또는 바로 앞에서 이야기한 때.
  lúc này
  Ngay bây giờ. Hoặc thời điểm vừa đề cập trước đó.

• **지나가다 (Động từ)** : 어떤 대상의 주위를 지나쳐 가다.
  đi ngang qua
  Đi lướt qua xung quanh đối tượng nào đó.

- -던 : 앞의 말이 관형어의 기능을 하게 만들고 사건이나 동작이 과거에 완료되지 않고 중단되었음을 나타내는 어미.

  dở, giữa chừng

  Vĩ tố làm cho từ ngữ đứng trước có chức năng của định ngữ và thể hiện sự kiện hay động tác không hoàn thành trong quá khứ và bị gián đoạn.

- 행인 (Danh từ) : 길을 가는 사람.

  khách bộ hành, người qua lại

  Người đi đường.

- 이 : 어떤 상태나 상황의 대상이나 동작의 주체를 나타내는 조사.

  Không có từ tương ứng

  Trợ từ (tiểu từ) thể hiện chủ thể của động tác hoặc đối tượng của trạng thái hay tình huống nào đó.

- 그 (Định từ) : 앞에서 이미 이야기한 대상을 가리킬 때 쓰는 말.

  đó, ấy, đấy

  Từ dùng khi chỉ đối tượng đã nói đến ở phía trước.

- 광경 (Danh từ) : 어떤 일이나 현상이 벌어지는 장면 또는 모양.

  quang cảnh

  Hình ảnh hay cảnh mà một việc hay một hiện tượng nào đó đang diễn ra.

- 을 : 동작이 직접적으로 영향을 미치는 대상을 나타내는 조사.

  Không có từ tương ứng

  Trợ từ (tiểu từ) thể hiện đối tượng mà động tác trực tiếp ảnh hưởng đến.

- 지켜보다 (Động từ) : 사물이나 모습 등을 주의를 기울여 보다.

  liếc nhìn

  Nhìn hình dáng hay gương mặt ai đó theo hướng nghiêng.

- -다 : 어떤 행동이 진행되는 중에 다른 행동이 나타남을 나타내는 연결 어미.

  Không có từ tương ứng

  Vĩ tố liên kết thể hiện hành động khác xuất hiện trong lúc hành động nào đó diễn ra.

- 맹인 (Danh từ) : 눈이 먼 사람.

  người khiếm thị, người mù, người đui

  Người bị đui mắt.

- 에게 : 어떤 행동이 미치는 대상임을 나타내는 조사.

  cho

  Trợ từ thể hiện đối tượng mà hành động nào đó tác động đến.

• 한마디 (Danh từ) : 짧고 간단한 말.
  một lời, lời tóm gọn
  Lời ngắn gọn và đơn giản.

• 하다 (Động từ) : 어떤 행동이나 동작, 활동 등을 행하다.
  làm, tiến hành
  Thực hiện hành động hay động tác, hoạt động nào đó.

• -였- : 사건이 과거에 일어났음을 나타내는 어미.
  đã
  Vĩ tố thể hiện sự kiện đã xảy ra trong quá khứ.

• -다 : 어떤 사건이나 사실, 상태를 서술함을 나타내는 종결 어미.
  Không có từ tương ứng
  Vĩ tố kết thúc câu thể hiện sự trần thuật sự kiện, sự việc hay trạng thái nào đó.

행인 : 저기, 선생님 잠깐+만+요.

• 저기 (Thán từ) : 말을 꺼내기 어색하고 편하지 않을 때에 쓰는 말.
  Không có từ tương ứng
  Từ dùng khi không thoải mái hoặc ngại mở lời.

• 선생님 (Danh từ) : (높이는 말로) 나이가 어지간히 든 사람을 대접하여 이르는 말.
  ngài, ông
  (cách nói kính trọng) Từ tôn trọng chỉ người hơi có tuổi.

• 잠깐 (Danh từ) : 아주 짧은 시간 동안.
  chốc lát, một chốc, một lát
  Khoảng thời gian rất ngắn.

• 만 : 무엇을 강조하는 뜻을 나타내는 조사.
  chỉ
  Trợ từ thể hiện ý nghĩa nhấn mạnh điều gì đó.

• 요 : 높임의 대상인 상대방에게 존대의 뜻을 나타내는 조사.
  ạ
  Trợ từ thể hiện ý nghĩa kính trọng đối với đối phương là đối tượng cần kính trọng.

맹인 : 무슨 일+이+시+죠?

- **무슨 (Định từ)** : 확실하지 않거나 잘 모르는 일, 대상, 물건 등을 물을 때 쓰는 말.
  gì
  Từ dùng khi hỏi về việc, đối tượng, đồ vật... mà mình không chắc chắn hoặc không biết rõ.

- **일 (Danh từ)** : 해결하거나 처리해야 할 문제나 사항.
  việc, công chuyện
  Vấn đề hay hạng mục sẽ phải giải quyết hoặc xử lí.

- **이다** : 주어가 지시하는 대상의 속성이나 부류를 지정하는 뜻을 나타내는 서술격 조사.
  nào là
  Trợ từ vị cách thể hiện sự liệt kê các sự vật đồng thời liên kết theo quan hệ đẳng lập.

- **-시-** : 어떤 동작이나 상태의 주체를 높이는 뜻을 나타내는 어미.
  Không có từ tương ứng
  Vĩ tố thể hiện nghĩa kính trọng chủ thể của động tác hay trạng thái nào đó.

- **-죠** : (두루높임으로) 말하는 사람이 듣는 사람에게 친근함을 나타내며 물을 때 쓰는 종결 어미.
  nhỉ?
  (cách nói kính trọng phổ biến) Vĩ tố kết thúc câu dùng khi người nói hỏi và thể hiện sự thân mật với người nghe.

행인 : 아니, 방금 개+가 선생님 바지+에 오줌+을 싸+았+는데 왜 과자+를 주+ㅂ니까?
싸았는데 → 쌌는데   주ㅂ니까 → 줍니까

- **아니 (Thán từ)** : 놀라거나 감탄스러울 때, 또는 의심스럽고 이상할 때 하는 말.
  Không có từ tương ứng
  Từ nói khi ngạc nhiên hay cảm thán, hoặc khi thấy nghi ngờ và kì lạ.

- **방금 (Phó từ)** : 말하고 있는 시점보다 바로 조금 전에.
  vừa mới, vừa nãy, hồi nãy, khi nãy, ban nãy
  Ngay trước thời điểm nói một chút.

- **개 (Danh từ)** : 냄새를 잘 맡고 귀가 매우 밝으며 영리하고 사람을 잘 따라 사냥이나 애완 등의 목적으로 기르는 동물.
  chó
  Động vật đánh hơi giỏi, tai rất thính và thông minh, được nuôi với mục đích làm động vật cảnh hay đi theo người săn bắn.

- **가** : 어떤 상태나 상황에 놓인 대상이나 동작의 주체를 나타내는 조사.
  Không có từ tương ứng
  Trợ từ (tiểu từ) thể hiện chủ thể của động tác hoặc đối tượng của trạng thái hay tình huống nào đó.

• 선생님 (Danh từ) : (높이는 말로) 나이가 어지간히 든 사람을 대접하여 이르는 말.
  ngài, ông
  (cách nói kính trọng) Từ tôn trọng chỉ người hơi có tuổi.

• 바지 (Danh từ) : 위는 통으로 되고 아래는 두 다리를 넣을 수 있게 갈라진, 몸의 아랫부분에 입는 옷.
  cái quần
  Trang phục mặc ở thân dưới mà phần trên nối thành một, phần dưới chia ra để có thể cho hai chân vào.

• 에 : 앞말이 어떤 행위나 작용이 미치는 대상임을 나타내는 조사.
  cho, vào
  Trợ từ (tiểu từ) thể hiện từ ngữ phía trước là đối tượng mà hành vi hay tác động nào đó đạt đến.

• 오줌 (Danh từ) : 혈액 속의 노폐물과 수분이 요도를 통하여 몸 밖으로 배출되는, 누렇고 지린내가 나는 액체.
  nước tiểu
  Chất lỏng có màu vàng và mùi khai, là nước và nước thải trong máu được bài tiết ra bên ngoài cơ thể thông qua niệu đạo.

• 을 : 동작이 직접적으로 영향을 미치는 대상을 나타내는 조사.
  Không có từ tương ứng
  Trợ từ (tiểu từ) thể hiện đối tượng mà động tác trực tiếp ảnh hưởng đến.

• 싸다 (Động từ) : 똥이나 오줌을 누다.
  ỉa, đái
  Đi ra phân hay nước tiểu.

• -았- : 어떤 사건이 과거에 완료되었거나 그 사건의 결과가 현재까지 지속되는 상황을 나타내는 어미.
  đã
  Vĩ tố thể hiện tình huống mà sự kiện nào đó đã hoàn thành trong quá khứ hoặc kết quả của sự kiện đó được tiếp tục đến hiện tại.

• -는데 : 뒤의 말을 하기 위하여 그 대상과 관련이 있는 상황을 미리 말함을 나타내는 연결 어미.
  Không có từ tương ứng
  Vĩ tố liên kết thể hiện việc nói trước tình huống có liên quan đến đối tượng để nói tiếp lời phía sau.

• 왜 (Phó từ) : 무슨 이유로. 또는 어째서.
  tại sao, vì sao
  Với lý do gì. Hoặc làm sao chứ.

- **과자 (Danh từ)** : 밀가루나 쌀가루 등에 우유, 설탕 등을 넣고 반죽하여 굽거나 튀긴 간식.
  bánh ngọt, bánh quy
  Thức ăn nhẹ được làm bằng cách cho đường, sữa và một số gia vị khác vào bột mì hay bột gạo rồi chiên/rán hoặc nướng lên.

- **를** : 동작이 직접적으로 영향을 미치는 대상을 나타내는 조사.
  Không có từ tương ứng
  Trợ từ (tiểu từ) thể hiện đối tượng mà động tác trực tiếp ảnh hưởng đến.

- **주다 (Động từ)** : 물건 등을 남에게 건네어 가지거나 쓰게 하다.
  cho
  Chuyển cho người khác những cái như đồ vật khiến họ mang đi hoặc sử dụng.

- **-ㅂ니까** : (아주높임으로) 말하는 사람이 듣는 사람에게 정중하게 물음을 나타내는 종결 어미.
  ...không ạ?
  (cách nói rất kính trọng) Vĩ tố kết thúc câu thể hiện việc người nói hỏi người nghe một cách trịnh trọng

---

행인 : 저 같+으면 개 머리+를 한 대 <u>때리+었+[을 텐데]</u> 이해+가 안 가+네요.
때렸을 텐데

- **저 (Đại từ)** : 말하는 사람이 듣는 사람에게 자신을 낮추어 가리키는 말.
  em, con, cháu
  Cách người nói hạ mình để xưng hô với người nghe.

- **같다 (Tính từ)** : '어떤 상황이나 조건이라면'의 뜻을 나타내는 말.
  như
  Từ thể hiện nghĩa "nếu là tình huống hay điều kiện nào đó".

- **-으면** : 뒤에 오는 말에 대한 근거나 조건이 됨을 나타내는 연결 어미.
  nếu như... thì...
  Vĩ tố liên kết thể hiện trở thành căn cứ hay điều kiện đối với vế sau.

- **개 (Danh từ)** : 냄새를 잘 맡고 귀가 매우 밝으며 영리하고 사람을 잘 따라 사냥이나 애완 등의 목적으로 기르는 동물.
  chó
  Động vật đánh hơi giỏi, tai rất thính và thông minh, được nuôi với mục đích làm động vật cảnh hay đi theo người săn bắn.

- **머리 (Danh từ)** : 사람이나 동물의 몸에서 얼굴과 머리털이 있는 부분을 모두 포함한 목 위의 부분.
  đầu, thủ
  Phần phía trên cổ bao gồm tất cả các phần có tóc và khuôn mặt của người hay động vật.

• 를 : 동작이 직접적으로 영향을 미치는 대상을 나타내는 조사.
Không có từ tương ứng
Trợ từ (tiểu từ) thể hiện đối tượng mà động tác trực tiếp ảnh hưởng đến.

• **한 (Định từ)** : 하나의.
một
Thuộc một.

• **대 (Danh từ)** : 때리는 횟수를 세는 단위.
roi, bạt tay, nắm đấm
Đơn vị đếm số lần đánh.

• **때리다 (Động từ)** : 손이나 손에 든 물건으로 아프게 치다.
đánh, đập
Đánh đau bằng tay hay bằng vật cầm trên tay.

• **-었-** : 사건이 과거에 일어났음을 나타내는 어미.
đã
Vĩ tố thể hiện sự kiện đã xảy ra trong quá khứ.

• **-을 텐데** : 앞에 오는 말에 대하여 말하는 사람의 강한 추측을 나타내면서 그와 관련되는 내용을 이어
말할 때 쓰는 표현.
chắc sẽ··· mà.., chắc là··· nên...
Biểu hiện sử dụng khi đưa ra sự dự đoán chắc chắn của người nói về một sự việc nào đó
đồng thời đưa ra nội dung trái ngược hay liên quan tới nội dung đó.

• **이해 (Danh từ)** : 무엇이 어떤 것인지를 앎. 또는 무엇이 어떤 것이라고 받아들임.
sự lý giải, sự hiểu
Sự biết được cái gì đó là cái như thế nào đó. Hoặc sự chấp nhận rằng cái gì đó là cái
như thế nào.

• **가** : 어떤 상태나 상황에 놓인 대상이나 동작의 주체를 나타내는 조사.
Không có từ tương ứng
Trợ từ (tiểu từ) thể hiện chủ thể của động tác hoặc đối tượng được đặt trong trạng thái
hay tình huống nào đó.

• **안 (phó từ)** : 부정이나 반대의 뜻을 나타내는 말.
không
Từ thể hiện nghĩa phủ định hay phản đối.

• **가다 (Động từ)** : 어떤 것에 대해 생각이나 이해가 되다.
đạt đến, có thể
Được nghĩ hay hiểu về điều gì đó.

• -네요 : (두루높임으로) 말하는 사람이 직접 경험하여 새롭게 알게 된 사실에 대해 감탄함을 나타낼 때 쓰는 표현.

đấy, lắm, quá

(cách nói kính trọng phổ biến) Cấu trúc dùng khi thể hiện sự cảm thán đối với sự việc mà người nói mới biết được do trực tiếp trải nghiệm.

맹인 : 개+한테 과자+를 <u>주+어야</u> 머리+가 어디 있+는지 <u>알(아)+[ㄹ 수 있]</u>+잖아요.
줘야   알 수 있잖아요

• 개 (Danh từ) : 냄새를 잘 맡고 귀가 매우 밝으며 영리하고 사람을 잘 따라 사냥이나 애완 등의 목적으로 기르는 동물.

chó

Động vật đánh hơi giỏi, tai rất thính và thông minh, được nuôi với mục đích làm động vật cảnh hay đi theo người săn bắn.

• 한테 : 어떤 행동이 미치는 대상임을 나타내는 조사.

cho

Trợ từ thể hiện đối tượng mà hành động nào đó tác động đến.

• 과자 (Danh từ) : 밀가루나 쌀가루 등에 우유, 설탕 등을 넣고 반죽하여 굽거나 튀긴 간식.

bánh ngọt, bánh quy

Thức ăn nhẹ được làm bằng cách cho đường, sữa và một số gia vị khác vào bột mì hay bột gạo rồi chiên/rán hoặc nướng lên.

• 를 : 동작이 직접적으로 영향을 미치는 대상을 나타내는 조사.

Không có từ tương ứng

Trợ từ (tiểu từ) thể hiện đối tượng mà động tác trực tiếp ảnh hưởng đến.

• 주다 (Động từ) : 물건 등을 남에게 건네어 가지거나 쓰게 하다.

cho

Chuyển cho người khác những cái như đồ vật khiến họ mang đi hoặc sử dụng.

• -어야 : 앞에 오는 말이 뒤에 오는 말에 대한 필수적인 조건임을 나타내는 연결 어미.

phải... thì mới...

Vĩ tố liên kết thể hiện vế trước là điều kiện bắt buộc đối với vế sau.

• 머리 (Danh từ) : 사람이나 동물의 몸에서 얼굴과 머리털이 있는 부분을 모두 포함한 목 위의 부분.

đầu, thủ

Phần phía trên cổ bao gồm tất cả các phần có tóc và khuôn mặt của người hay động vật.

• 가 : 어떤 상태나 상황에 놓인 대상이나 동작의 주체를 나타내는 조사.
Không có từ tương ứng
Trợ từ (tiểu từ) thể hiện chủ thể của động tác hoặc đối tượng của trạng thái hay tình huống nào đó.

• 어디 (Đại từ) : 모르는 곳을 가리키는 말.
đâu đó
Từ chỉ nơi không biết.

• 있다 (Tính từ) : 무엇이 어떤 곳에 자리나 공간을 차지하고 존재하는 상태이다.
có
Trạng thái cái gì đó đang tồn tại và chiếm không gian hay vị trí ở nơi nào đó.

• -는지 : 뒤에 오는 말의 내용에 대한 막연한 이유나 판단을 나타내는 연결 어미.
có hay không
Vĩ tố liên kết thể hiện lí do hay phán đoán mặc nhiên về nội dung của lời nói ở sau.

• 알다 (Động từ) : 교육이나 경험, 생각 등을 통해 사물이나 상황에 대한 정보 또는 지식을 갖추다.
biết
Có thông tin hay kiến thức về sự vật hay tình huống thông qua giáo dục, kinh nghiệm hay suy nghĩ...

• -ㄹ 수 있다 : 어떤 행동이나 상태가 가능함을 나타내는 표현.
Không có từ tương ứng
Cụm ngữ pháp thể hiện hành động hoặc trạng thái nào đó có thể xảy ra.

• -잖아요 : (두루높임으로) 어떤 상황에 대해 말하는 사람이 상대방에게 확인하거나 정정해 주듯이 말함을 나타내는 표현.
đấy ư, còn gì
(cách nói kính trọng phổ biến) Cấu trúc thể hiện việc người nói nói về tình huống nào đó như thể xác nhận hoặc đính chính với đối phương.

< 6 단원(bài) >

제목 : 왜 아버지 직업을 수산업이라고 적었니?

● 본문 (nguyên văn)

서울의 한 초등학교에서 가정 환경 조사를 실시하였다.

담임 선생님이 학생들이 제출한 자료를 꼼꼼히 살펴보고 있었다.

잠시 후 고개를 갸우뚱거리시더니 한 학생에게 물었다.

선생님 : 아버님이 선장이시니?

학생 : 아뇨.

선생님 : 그럼 어부시니?

학생 : 아니요.

선생님 : 그럼 양식 사업하시니?

학생 : 아닌데요.

선생님 : 그런데 왜 아버지 직업을 수산업이라고 적었니?

학생 : 우리 아버지는 학교 앞에서 붕어빵을 구우시거든요.

　　　 맛있어서 엄청 많이 팔려요.

　　　 선생님도 한번 드셔 보실래요?

● 발음 (sự phát âm)

서울의 한 초등학교에서 가정 환경 조사를 실시하였다.
서울의 한 초등학꾜에서 가정 환경 조사를 실씨하엳따.
seourui han chodeunghakgyoeseo gajeong hwangyeong josareul silsihayeotda.

담임 선생님이 학생들이 제출한 자료를 꼼꼼히 살펴보고 있었다.
다밈 선생니미 학쌩드리 제출한 자료를 꼼꼼히 살펴보고 이썯따.
damim seonsaengnimi haksaengdeuri jechulhan jaryoreul kkomkkomhi salpyeobogo isseotda.

잠시 후 고개를 갸우뚱거리시더니 한 학생에게 물었다.
잠시 후 고개를 갸우뚱거리시더니 한 학쌩에게 무럳따.
jamsi hu gogaereul gyauttunggeorisideoni han haksaengege mureotda.

선생님 : 아버님이 선장이시니?
선생님 : 아버니미 선장이시니?
seonsaengnim : abeonimi seonjangisini?

학생 : 아뇨.
학쌩 : 아뇨.
haksaeng : anyo.

선생님 : 그럼 어부시니?
선생님 : 그럼 어부시니?
seonsaengnim : geureom eobusini?

학생 : 아니요.
학쌩 : 아니요.
haksaeng : aniyo.

선생님 : 그럼 양식 사업하시니?
선생님 : 그럼 양식 사어파시니?
seonsaengnim : geureom yangsik saeopasini?

학생 : 아닌데요.
학쌩 : 아닌데요.
haksaeng : anindeyo.

선생님 : 그런데 왜 아버지 직업을 수산업이라고 적었니?
선생님 : 그런데 왜 아버지 지거블 수사너비라고 저건니?
seonsaengnim : geureonde wae abeoji jigeobeul susaneobirago jeogeonni?

학생 : 우리 아버지는 학교 앞에서 붕어빵을 구우시거든요.
학쌩 : 우리 아버지는 학꾜 아페서 붕어빵을 구우시거드뇨.
haksaeng : uri abeojineun hakgyo apeseo bungeoppangeul guusigeodeunyo.

맛있어서 엄청 많이 팔려요.
마시써서 엄청 마니 팔려요.
masisseoseo eomcheong mani pallyeoyo.

선생님도 한번 드셔 보실래요?
선생님도 한번 드셔 보실래요?
seonsaengnimdo hanbeon deusyeo bosillaeyo?

● 어휘 (từ vựng) / 문법 (ngữ pháp)

서울+의 한 초등학교+에서 가정 환경 조사+를 실시하+였+다.

담임 선생+님+이 학생+들+이 제출하+ㄴ 자료+를 꼼꼼히 살펴보+<u>고 있</u>+었+다.

잠시 후 고개+를 갸우뚱거리+시+더니 한 학생+에게 묻(물)+었+다.

선생님 : 아버님+이 선장+이+시+니?

학생: 아뇨.

선생님 : 그럼 어부+(이)+시+니?

학생 : 아니요.

선생님 : 그럼 양식 사업하+시+니?

학생 : 아니+ㄴ데요.

선생님 : 그런데 왜 아버지 직업+을 수산업+이라고 적+었+니?

학생 : 우리 아버지+는 학교 앞+에서 붕어빵+을 굽(구우)+시+거든요.

　　맛있+어서 엄청 많이 팔리+어요.

　　선생님+도 한번 들(드)+시+<u>어</u> 보+시+ㄹ래요?

서울+의 한 초등학교+에서 가정 환경 조사+를 실시하+였+다.

• **서울 (Danh từ)** : 한반도 중앙에 있는 특별시. 한국의 수도이자 정치, 경제, 산업, 사회, 문화, 교통의
중심지이다. 북한산, 관악산 등의 산에 둘러싸여 있고 가운데로는 한강이 흐른다.
Seoul; Xơ-un
ThànThành phố đặc biệt ở giữa bán đảo Hàn. Là thủ đô của Hàn Quốc và là trung tâm
chính trị, kinh tế, công nghiệp, xã hội, văn hóa, giao thông. Được bao bọc bởi các ngọn
núi như núi Bukhan, núi Kwanak⋯ và ở giữa có sông Hàn chảy qua.

• **의** : 앞의 말이 뒤의 말에 대하여 소유, 소속, 소재, 관계, 기원, 주체의 관계를 가짐을 나타내는 조사.
của
Trợ từ thể hiện từ ngữ phía trước có quan hệ về sở hữu, nơi trực thuộc, chất liệu, quan
hệ, nguồn gốc, chủ thể đối với từ ngữ phía sau.

• **한 (Định từ)** : 여럿 중 하나인 어떤.
nào đó
Một cái nào đó trong số nhiều cái.

• **초등학교 (Danh từ)** : 학교 교육의 첫 번째 단계로 만 여섯 살에 입학하여 육 년 동안 기본 교육을 받
는 학교.
trường tiểu học, trường cấp một
Trường học đầu tiên của hệ thống giáo dục học đường, học sinh đúng 6 tuổi nhập học và
được học giáo dục cơ bản trong 6 năm.

• **에서** : 앞말이 주어임을 나타내는 조사.
do, bởi
Trợ từ thể hiện từ trước đó là chủ ngữ.

• **가정 환경 (Danh từ)** : 가정의 분위기나 조건.
môi trường gia đình, hoàn cảnh gia đình
Bầu không khí hay điều kiện của gia đình.

• **조사 (Danh từ)** : 어떤 일이나 사물의 내용을 알기 위하여 자세히 살펴보거나 찾아봄.
sự điều tra
Việc tìm hay xem xét chi tiết để biết nội dung của sự vật hay công việc nào đó.

• **를** : 동작이 직접적으로 영향을 미치는 대상을 나타내는 조사.
Không có từ tương ứng
Trợ từ (tiểu từ) thể hiện đối tượng mà động tác gây ảnh hưởng trực tiếp.

• **실시하다 (Động từ)** : 어떤 일이나 법, 제도 등을 실제로 행하다.
thực thi
Thi hành trong thực tế công việc, luật hay chế độ... nào đó.

• -였- : 어떤 사건이 과거에 완료되었거나 그 사건의 결과가 현재까지 지속되는 상황을 나타내는 어미.

đã

Vĩ tố thể hiện tình huống mà sự kiện nào đó đã hoàn thành trong quá khứ hoặc kết quả của sự kiện đó được tiếp tục đến hiện tại.

• -다 : 어떤 사건이나 사실, 상태를 서술함을 나타내는 종결 어미.

Không có từ tương ứng

Vĩ tố kết thúc câu thể hiện sự trần thuật sự kiện, sự việc hay trạng thái nào đó.

담임 선생+님+이 학생+들+이 <u>제출하+ㄴ</u> 자료+를 꼼꼼히 살펴보+[고 있]+었+다.
제출한

• **담임 선생 (Danh từ)** : 한 반이나 한 학년을 책임지고 맡아서 가르치는 선생님.

giáo viên chủ nhiệm

Giáo viên chịu trách nhiệm và phụ trách dạy một lớp hay một khôi.

• 님 : '높임'의 뜻을 더하는 접미사.

ngài

Hậu tố thêm nghĩa 'kính trọng'.

• 이 : 어떤 상태나 상황의 대상이나 동작의 주체를 나타내는 조사.

Không có từ tương ứng

Trợ từ (tiểu từ) thể hiện chủ thể của động tác hoặc đối tượng của trạng thái hay tình huống nào đó.

• **학생 (Danh từ)** : 학교에 다니면서 공부하는 사람.

học sinh

Người đến trường học tập.

• 들 : '복수'의 뜻을 더하는 접미사.

những, các

Hậu tố thêm nghĩa 'số nhiều'.

• 이 : 어떤 상태나 상황의 대상이나 동작의 주체를 나타내는 조사.

Không có từ tương ứng

Trợ từ (tiểu từ) thể hiện chủ thể của động tác hoặc đối tượng của trạng thái hay tình huống nào đó.

• **제출하다 (Động từ)** : 어떤 안건이나 의견, 서류 등을 내놓다.

nộp, trình, đệ trình

Nộp hồ sơ, ý kiến hay đề án... nào đó.

• -ㄴ : 앞의 말이 관형어의 기능을 하게 만들고 사건이나 동작이 완료되어 그 상태가 유지되고 있음을 나타내는 어미.

Không có từ tương ứng

Vĩ tố làm cho từ ngữ phía trước có chức năng định ngữ và thể hiện sự kiện hay động tác đã hoàn thành và trạng thái đó đang được duy trì.

• 자료 (Danh từ) : 연구나 조사를 하는 데 기본이 되는 재료.

tài liệu

Tư liệu cơ bản trong nghiên cứu hay điều tra.

• 를 : 동작이 직접적으로 영향을 미치는 대상을 나타내는 조사.

Không có từ tương ứng

Trợ từ (tiểu từ) thể hiện đối tượng mà động tác gây ảnh hưởng trực tiếp.

• 꼼꼼히 (Phó từ) : 빈틈이 없이 자세하고 차분하게.

một cách cẩn thận, một cách tỉ mỉ

Một cách tử tốn tỉ mỉ, không có sơ hở.

• 살펴보다 (Động từ) : 여기저기 빠짐없이 자세히 보다.

soi xét

Nhìn tỉ mỉ chỗ này chỗ kia không sót gì cả.

• -고 있다 : 앞의 말이 나타내는 행동이 계속 진행됨을 나타내는 표현.

đang

Cấu trúc thể hiện hành động mà từ ngữ phía trước diễn đạt được tiếp tục tiến hành.

• -었- : 어떤 사건이 과거에 완료되었거나 그 사건의 결과가 현재까지 지속되는 상황을 나타내는 어미.

đã

Vĩ tố thể hiện tình huống mà sự kiện nào đó đã hoàn thành trong quá khứ hoặc kết quả của sự kiện đó được tiếp tục đến hiện tại.

• -다 : 어떤 사건이나 사실, 상태를 서술함을 나타내는 종결 어미.

Không có từ tương ứng

Vĩ tố kết thúc câu thể hiện sự trần thuật sự kiện, sự việc hay trạng thái nào đó.

잠시 후 고개+를 갸우뚱거리+시+더니 한 학생+에게 묻(물)+었+다.
물었다

• 잠시 (Danh từ) : 잠깐 동안.

tạm thời

Trong khoảng thời gian ngắn.

• 후 (Danh từ) : 얼마만큼 시간이 지나간 다음.
sau, sau khi
Sau khi thời gian trôi qua khoảng bao lâu đó.

• 고개 (Danh từ) : 목을 포함한 머리 부분.
cổ, gáy
Phần đầu bao gồm cổ.

• 를 : 동작이 직접적으로 영향을 미치는 대상을 나타내는 조사.
Không có từ tương ứng
Trợ từ (tiểu từ) thể hiện đối tượng mà động tác gây ảnh hưởng trực tiếp.

• 갸우뚱거리다 (Động từ) : 물체가 자꾸 이쪽저쪽으로 기울어지며 흔들리다. 또는 그렇게 하다.
nghiêng qua nghiêng lại
Vật thể thường xuyên bị nghiêng lắc qua bên này bên kia liên tục. Hoặc làm như thế.

• -시- : 어떤 동작이나 상태의 주체를 높이는 뜻을 나타내는 어미.
Không có từ tương ứng
Vĩ tố thể hiện nghĩa kính trọng chủ thể của động tác hay trạng thái nào đó.

• -더니 : 과거의 사실이나 상황에 뒤이어 어떤 사실이나 상황이 일어남을 나타내는 연결 어미.
rồi, nên
Vĩ tố liên kết thể hiện sự việc hay tình huống nào đó diễn ra tiếp theo sau sự việc hay tình huống quá khứ.

• 한 (Định từ) : 여럿 중 하나인 어떤.
nào đó
Một cái nào đó trong số nhiều cái.

• 학생 (Danh từ) : 학교에 다니면서 공부하는 사람.
học sinh
Người đến trường học tập.

• 에게 : 어떤 행동이 미치는 대상임을 나타내는 조사.
cho
Trợ từ thể hiện đối tượng mà hành động nào đó tác động đến.

• 묻다 (Động từ) : 대답이나 설명을 요구하며 말하다.
hỏi
Nói để yêu cầu câu trả lời hoặc sự giải thích.

• -었- : 어떤 사건이 과거에 완료되었거나 그 사건의 결과가 현재까지 지속되는 상황을 나타내는 어미.
đã
Vĩ tố thể hiện tình huống mà sự kiện nào đó đã hoàn thành trong quá khứ hoặc kết quả của sự kiện đó được tiếp tục đến hiện tại.

• -다 : 어떤 사건이나 사실, 상태를 서술함을 나타내는 종결 어미.
Không có từ tương ứng
Vĩ tố kết thúc câu thể hiện sự trần thuật sự kiện, sự việc hay trạng thái nào đó.

선생님 : 아버님+이 선장+이+시+니?

학생 : 아뇨.

• **아버님 (Danh từ)** : (높임말로) 자기를 낳아 준 남자를 이르거나 부르는 말.
bố, ba
(cách nói kính trọng) Từ dùng để chỉ hay gọi người đàn ông sinh ra mình.

• 이 : 어떤 상태나 상황의 대상이나 동작의 주체를 나타내는 조사.
Không có từ tương ứng
Trợ từ (tiểu từ) thể hiện chủ thể của động tác hoặc đối tượng của trạng thái hay tình huống nào đó.

• **선장 (Danh từ)** : 배에 탄 선원들을 감독하고, 배의 항해와 사무를 책임지는 사람.
thuyền trưởng
Người chỉ đạo, giám sát các thuyền viên trên tàu và là người chịu trách nhiệm về hàng hải và công việc trên tàu.

• 이다 : 주어가 지시하는 대상의 속성이나 부류를 지정하는 뜻을 나타내는 서술격 조사.
nào là
Trợ từ vị cách thể hiện sự liệt kê các sự vật đồng thời liên kết theo quan hệ đẳng lập.

• -시- : 어떤 동작이나 상태의 주체를 높이는 뜻을 나타내는 어미.
Không có từ tương ứng
Vĩ tố thể hiện nghĩa kính trọng chủ thể của động tác hay trạng thái nào đó.

• -니 : (아주낮춤으로) 물음을 나타내는 종결 어미.
···hả?
(cách nói rất hạ thấp) Vĩ tố kết thúc câu thể hiện câu hỏi.

• **아뇨 (Thán từ)** : 윗사람이 묻는 말에 대하여 부정하며 대답할 때 쓰는 말.
thưa không, không ạ
Từ dùng khi trả lời phủ định đối với câu hỏi của người trên.

선생님 : 그럼 <u>어부+(이)+시+니</u>?
            어부시니

학생 : 아니요.

• **그럼 (Phó từ)** : 앞의 내용을 받아들이거나 그 내용을 바탕으로 하여 새로운 주장을 할 때 쓰는 말.
  vậy thì
  Từ dùng khi tiếp nhận nội dung phía trước hoặc lấy nội dung ấy làm nền tảng cho chủ trương mới.

• **어부 (Danh từ)** : 물고기를 잡는 일을 직업으로 하는 사람.
  ngư dân, ngư phủ
  Người làm nghề đánh bắt cá.

• **이다** : 주어가 지시하는 대상의 속성이나 부류를 지정하는 뜻을 나타내는 서술격 조사.
  nào là
  Trợ từ vị cách thể hiện sự liệt kê các sự vật đồng thời liên kết theo quan hệ đẳng lập.

• **-시-** : 어떤 동작이나 상태의 주체를 높이는 뜻을 나타내는 어미.
  Không có từ tương ứng
  Vĩ tố thể hiện nghĩa kính trọng chủ thể của động tác hay trạng thái nào đó.

• **-니** : (아주낮춤으로) 물음을 나타내는 종결 어미.
  …hả?
  (cách nói rất hạ thấp) Vĩ tố kết thúc câu thể hiện câu hỏi.

• **아니요 (Thán từ)** : 윗사람이 묻는 말에 대하여 부정하며 대답할 때 쓰는 말.
  không, không phải
  Từ dùng khi trả lời phủ định đối với câu hỏi của người trên.

선생님 : 그럼 양식 사업하+시+니?

학생 : <u>아니+ㄴ데요</u>.
        아닌데요

• **그럼 (Phó từ)** : 앞의 내용을 받아들이거나 그 내용을 바탕으로 하여 새로운 주장을 할 때 쓰는 말.
  vậy thì
  Từ dùng khi tiếp nhận nội dung phía trước hoặc lấy nội dung ấy làm nền tảng cho chủ trương mới.

- **양식 (Danh từ)** : 물고기, 김, 미역, 버섯 등을 인공적으로 길러서 번식하게 함.
  sự nuôi trồng
  Việc nuôi cá, rong biển, tảo biển, nấm v.v... một cách nhân tạo và làm cho chúng sinh sản.

- **사업하다 (Động từ)** : 경제적 이익을 얻기 위하여 어떤 조직을 경영하다.
  kinh doanh
  Kinh doanh tổ chức nào đó để đạt lợi ích kinh tế.

- **-시-** : 어떤 동작이나 상태의 주체를 높이는 뜻을 나타내는 어미.
  Không có từ tương ứng
  Vĩ tố thể hiện nghĩa kính trọng chủ thể của động tác hay trạng thái nào đó.

- **-니** : (아주낮춤으로) 물음을 나타내는 종결 어미.
  …hả?
  (cách nói rất hạ thấp) Vĩ tố kết thúc câu thể hiện câu hỏi.

- **아니다 (Tính từ)** : 어떤 사실이나 내용을 부정하는 뜻을 나타내는 말.
  không
  Từ thể hiện nghĩa phủ định sự việc hay nội dung nào đó.

- **-ㄴ데요** : (두루높임으로) 어떤 상황을 전달하여 듣는 사람의 반응을 기대함을 나타내는 표현.
  đấy, đây, mà
  (cách nói kính trọng phổ biến) Cấu trúc thể hiện việc truyền đạt tình huống nào đó và trông đợi phản ứng của người nghe.

선생님 : 그런데 왜 아버지 직업+을 수산업+이라고 적+었+니?

- **그런데 (Phó từ)** : 이야기를 앞의 내용과 관련시키면서 다른 방향으로 바꿀 때 쓰는 말.
  nhưng mà, thế nhưng
  Từ dùng khi kết nối câu chuyện với nội dung phía trước đồng thời chuyển sang hướng khác.

- **왜 (Phó từ)** : 무슨 이유로. 또는 어째서.
  tại sao, vì sao
  Với lý do gì. Hoặc làm sao chứ.

- **아버지 (Danh từ)** : 자기를 낳아 준 남자를 이르거나 부르는 말.
  cha, ba, bố
  Từ dùng để chỉ hay gọi người đàn ông sinh ra mình.

• **직업 (Danh từ)** : 보수를 받으면서 일정하게 하는 일.
nghề nghiệp
Công việc làm một cách cố định và nhận thù lao.

• **을** : 동작이 직접적으로 영향을 미치는 대상을 나타내는 조사.
Không có từ tương ứng
Trợ từ (tiểu từ) thể hiện đối tượng mà động tác gây ảnh hưởng trực tiếp.

• **수산업 (Danh từ)** : 바다나 강 등의 물에서 나는 생물을 잡거나 기르거나 가공하는 등의 산업.
ngành thuỷ sản
Ngành đánh bắt, nuôi trồng và gia công chế biến sinh vật xuất hiện ở biển hay sông.

• **이라고** : 앞의 말이 원래 말해진 그대로 인용됨을 나타내는 조사.
rằng, là
Trợ từ (tiểu từ) thể hiện lời trước đó được dẫn lại y như được nói ban đầu.

• **적다 (Động từ)** : 어떤 내용을 글로 쓰다.
ghi, chép
Viết nội dung nào đó thành bài viết.

• **-었-** : 어떤 사건이 과거에 완료되었거나 그 사건의 결과가 현재까지 지속되는 상황을 나타내는 어미.
đã
Vĩ tố thể hiện tình huống mà sự kiện nào đó đã hoàn thành trong quá khứ hoặc kết quả của sự kiện đó được tiếp tục đến hiện tại.

• **-니** : (아주낮춤으로) 물음을 나타내는 종결 어미.
…hả?
(cách nói rất hạ thấp) Vĩ tố kết thúc câu thể hiện câu hỏi.

학생 : 우리 아버지+는 학교 앞+에서 붕어빵+을 굽(구우)+시+거든요.
구우시거든요

• **우리 (Đại từ)** : 말하는 사람이 자기보다 높지 않은 사람에게 자기와 관련된 것을 친근하게 나타낼 때 쓰는 말.
(của) chúng tôi
Khi nói với người thấp hơn mình, từ người nói sử dụng để chỉ một sự thuộc về một đối tượng nào đó với thái độ thân mật.

• **아버지 (Danh từ)** : 자기를 낳아 준 남자를 이르거나 부르는 말.
cha, ba, bố
Từ dùng để chỉ hay gọi người đàn ông sinh ra mình.

• 는 : 문장 속에서 어떤 대상이 화제임을 나타내는 조사.

Không có từ tương ứng

Trợ từ (tiểu từ) thể hiện việc đối tượng nào đó là chủ đề câu chuyện trong câu.

• 학교 (Danh từ) : 일정한 목적, 교과 과정, 제도 등에 의하여 교사가 학생을 가르치는 기관.

trường học

Cơ quan mà giáo viên dạy học sinh theo chế độ, chương trình giảng dạy, mục đích nhất định.

• 앞 (Danh từ) : 향하고 있는 쪽이나 곳.

trước, phía trước, đằng trước

Phía hay nơi đang hướng tới.

• 에서 : 앞말이 행동이 이루어지고 있는 장소임을 나타내는 조사.

ở, tại

Trợ từ thể hiện lời phía trước là địa điểm mà hành động nào đó được diễn ra.

• 붕어빵 (Danh từ) : 붕어 모양 풀빵

붕어

cá chép

Cá sống ở nước ngọt có thân dẹt, lưng chủ yếu có màu nâu nhạt điểm sắc vàng, vảy to.

모양

hình ảnh, bóng dáng

Diện mạo hay hình dáng thể hiện ra bên ngoài.

풀빵

bánh nướng nhân đậu

Bánh được làm bằng cách cho những cái như đậu đen và bột mì nhào loãng vào khung có khắc hình và nướng.

• 을 : 동작이 직접적으로 영향을 미치는 대상을 나타내는 조사.

Không có từ tương ứng

Trợ từ (tiểu từ) thể hiện đối tượng mà động tác gây ảnh hưởng trực tiếp.

• 굽다 (Động từ) : 음식을 불에 익히다.

nướng

Làm chín thức ăn trên lửa.

• -시- : 어떤 동작이나 상태의 주체를 높이는 뜻을 나타내는 어미.

Không có từ tương ứng

Vĩ tố thể hiện nghĩa kính trọng chủ thể của động tác hay trạng thái nào đó.

• -거든요 : (두루높임으로) 앞의 내용에 대해 말하는 사람이 생각한 이유나 원인, 근거를 나타내는 표현.

vì, bởi

(cách nói kính trọng phổ biến) Cấu trúc thể hiện lí do, nguyên nhân hay căn cứ mà người nói suy nghĩ đối với nội dung ở trước.

학생 : 맛있+어서 엄청 많이 <u>팔리+어요</u>.
팔려요

- **맛있다 (Tính từ)** : 맛이 좋다.
  ngon, có vị
  Vị ngon.

- **-어서** : 이유나 근거를 나타내는 연결 어미.
  nên
  Vĩ tố liên kết thể hiện lý do hay căn cứ.

- **엄청 (Phó từ)** : 양이나 정도가 아주 지나치게.
  một cách ghê gớm, một cách khủng khiếp
  Lượng hay mức độ rất thái quá.

- **많이 (Phó từ)** : 수나 양, 정도 등이 일정한 기준보다 넘게.
  nhiều
  Số, lượng hay mức độ vượt tiêu chuẩn nhất định.

- **팔리다 (Động từ)** : 값을 받고 물건이나 권리가 다른 사람에게 넘겨지거나 노력 등이 제공되다.
  bị bán, được bán
  Đồ đạc hoặc quyền lợi được trao cho người khác hay sức lao động được cung cấp cho người khác và có nhận tiền của người đó.

- **-어요** : (두루높임으로) 어떤 사실을 서술하거나 질문, 명령, 권유함을 나타내는 종결 어미.
  không?, hãy, hãy cùng
  (cách nói kính trọng phổ biến) Vĩ tố kết thúc câu thể hiện sự tường thuật sự việc nào đó hay nghi vấn, mệnh lệnh, đề nghị.

학생 : 선생님+도 한번 <u>들(드)+시+[어 보]+시+ㄹ래요</u>?
드셔 보실래요

- **선생님 (Danh từ)** : (높이는 말로) 학생을 가르치는 사람.
  thầy giáo, cô giáo
  (cách nói kính trọng) Người dạy học sinh.

- **도** : 이미 있는 어떤 것에 다른 것을 더하거나 포함함을 나타내는 조사.
  cũng
  Trợ từ thể hiện sự thêm vào hoặc bao gồm cái khác vào cái nào đó đã có sẵn.

· **한번 (Phó từ)** : 어떤 일을 시험 삼아 시도함을 나타내는 말.
  một lần
  Từ thể hiện việc làm thử sự việc nào đó.

· **들다 (Động từ)** : (높임말로) 먹다.
  dùng
  (cách nói kính trọng) Ăn

· **-시-** : 어떤 동작이나 상태의 주체를 높이는 뜻을 나타내는 어미.
  Không có từ tương ứng
  Vĩ tố thể hiện nghĩa kính trọng chủ thể của động tác hay trạng thái nào đó.

· **-어 보다** : 앞의 말이 나타내는 행동을 시험 삼아 함을 나타내는 표현.
  thử
  Cấu trúc thể hiện việc lấy hành động mà từ ngữ phía trước thể hiện làm thí điểm.

· **-시-** : 어떤 동작이나 상태의 주체를 높이는 뜻을 나타내는 어미.
  Không có từ tương ứng
  Vĩ tố thể hiện nghĩa kính trọng chủ thể của động tác hay trạng thái nào đó.

· **-ㄹ래요** : (두루높임으로) 앞으로 어떤 일을 하려고 하는 자신의 의사를 나타내거나 그 일에 대하여 듣
  는 사람의 의사를 물어봄을 나타내는 표현.
  sẽ
  (cách nói kính trọng phổ biến) Cấu trúc thể hiện ý định của bản thân định làm việc gì đó
  sau này hoặc hỏi ý người nghe về việc đó.

< 7 단원(bài) >

제목 : 도대체 어디가 아픈지 잘 모르겠어요.

● 본문 (nguyên văn)

교통사고를 당한 사람이 진찰을 받으러 병원에 갔다.

환자 : 의사 선생님, 도대체 어디가 아픈지 잘 모르겠어요.

의사 : 일단 손가락으로 여기저기 한번 눌러 보세요.

환자 : 어디를 눌러도 까무러칠 만큼 아파요.

의사 : 제가 한번 눌러 볼게요.

　　　어떠세요?

환자 : 그다지 아픈 것 같지 않은데요.

결국 그 환자는 다른 병원을 찾아 갔지만 역시 아픈 곳을 정확히 찾지 못했다.

답답했던 그 환자는 어느 한의원에 들어갔다.

환자 : 정확히 어디가 아픈지 잘 모르겠지만 어디를 눌러 봐도 아파 죽겠어요.

　　　제발 좀 찾아 주세요.

한의사 선생님은 의미심장한 표정을 지으며 말했다.

한의사 : 손가락이 부러지셨군요!

● 발음 (sự phát âm)

교통사고를 당한 사람이 진찰을 받으러 병원에 갔다.
교통사고를 당한 사라미 진차를 바드러 병워네 갇따.
gyotongsagoreul danghan sarami jinchareul badeureo byeongwone gatda.

환자 : 의사 선생님, 도대체 어디가 아픈지 잘 모르겠어요.
환자 : 의사 선생님, 도대체 어디가 아픈지 잘 모르게써요.
hwanja : uisa seonsaengnim, dodaeche eodiga apeunji jal moreugesseoyo.

의사 : 일단 손가락으로 여기저기 한번 눌러 보세요.
의사 : 일딴 손까라그로 여기저기 한번 눌러 보세요.
uisa : ildan songarageuro yeogijeogi hanbeon nulleo boseyo.

환자 : 어디를 눌러도 까무러칠 만큼 아파요.
환자 : 어디를 눌러도 까무러칠 만큼 아파요.
hwanja : eodireul nulleodo kkamureochil mankeum apayo.

의사 : 제가 한번 눌러 볼게요.
의사 : 제가 한번 눌러 볼께요.
uisa : jega hanbeon nulleo bolgeyo.

어떠세요?
어떠세요?
eotteoseyo?

환자 : 그다지 아픈 것 같지 않은데요.
환자 : 그다지 아픈 건 갇찌 아는데요.
hwanja : geudaji apeun geot gatji aneundeyo.

결국 그 환자는 다른 병원을 찾아 갔지만 역시 아픈 곳을 정확히 찾지 못했다.
결국 그 환자는 다른 병워늘 차자 갇찌만 역씨 아픈 고슬 정화키 찾찌 모탣따.
gyeolguk geu hwanjaneun dareun byeongwoneul chaja gatjiman yeoksi apeun goseul jeonghwaki chatji motaetda.

답답했던 그 환자는 어느 한의원에 들어갔다.
답따팯떤 그 혼자는 어느 하니워네 드러갇따.
dapdapaetdeon geu hwanjaneun eoneu hanuiwone(haniwone) deureogatda.

환자 : 정확히 어디가 아픈지 잘 모르겠지만 어디를 눌러 봐도 아파 죽겠어요.
환자 : 정화키 어디가 아픈지 잘 모르겓찌만 어디를 눌러 봐도 아파 죽게써요.
hwanja : jeonghwaki eodiga apeunji jal moreugetjiman eodireul nulleo bwado
apa jukgesseoyo.

제발 좀 찾아 주세요.
제발 좀 차자 주세요.
jebal jom chaja juseyo.

한의사 선생님은 의미심장한 표정을 지으며 말했다.
하니사 선생니믄 의미심장한 표정을 지으며 말핻따.
hanuisa(hanisa) seonsaengnimeun uimisimjanghan pyojeongeul jieumyeo malhaetda.

한의사 : 손가락이 부러지셨군요!
하니사 : 손까라기 부러지셤꾸뇨!
hanuisa(hanisa) : songaragi bureojisyeotgunyo!

● 어휘 (từ vựng) / 문법 (ngữ pháp)

교통사고+를 당하+ㄴ 사람+이 진찰+을 받+으러 병원+에 가+았+다.

환자 : 의사 선생님, 도대체 어디+가 아프+ㄴ지 잘 모르+겠+어요.

의사 : 일단, 손가락+으로 여기저기 한번 누르(눌ㄹ)+<u>어 보</u>+세요.

환자 : 어디+를 누르(눌ㄹ)+어도 까무러치+ㄹ 만큼 아프(아ㅍ)+아요.

의사 : 그럼, 제+가 한번 누르(눌ㄹ)+<u>어 보</u>+ㄹ게요.

   어떻(어떠)+세요?

환자 : 그다지 아프+ㄴ 것 같+<u>지 않</u>+은데요.

결국 그 환자+는 다른 병원+을 찾아가+았+지만 역시 아프+ㄴ 곳+을 정확히 찾+<u>지 못하</u>+였+다.
답답하+였던 그 환자+는 어느 한의원+에 들어가+았+다.

환자 : 정확히 어디+가 아프+ㄴ지 잘 모르+겠+지만

   어디+를 누르(눌ㄹ)+<u>어 보</u>+아도 아프(아ㅍ)+<u>아 죽</u>+겠+어요.

   제발 좀 찾+<u>아 주</u>+세요.

한의사 선생님+은 의미심장하+ㄴ 표정+을 짓(지)+으며 말하+였+다.

한의사 : 손가락+이 부러지+시+었+군요!

교통사고+를 당하+ㄴ 사람+이 진찰+을 받+으러 병원+에 가+았+다.
　　　　　　 당한 　　　　　　　　　　　　　　　　　　　　　 갔다

• **교통사고 (danh từ)** : 자동차나 기차 등이 다른 교통 기관과 부딪치거나 사람을 치는 사고.
tai nạn giao thông
Tai nạn xảy ra do tàu hoặc xe va chạm vào phương tiện giao thông khác hoặc đâm vào người khác.

• **를** : 동작이 직접적으로 영향을 미치는 대상을 나타내는 조사.
Không có từ tương ứng
Trợ từ (tiểu từ) thể hiện đối tượng mà động tác gây ảnh hưởng trực tiếp.

• **당하다 (động từ)** : 좋지 않은 일을 겪다.
bị
Gặp phải việc không tốt.

• **-ㄴ** : 앞의 말이 관형어의 기능을 하게 만들고 사건이나 동작이 과거에 일어났음을 나타내는 어미.
mà đã
Vĩ tố làm cho từ ngữ phía trước có chức năng định ngữ và thể hiện sự kiện hay động tác đã xảy ra trong quá khứ.

• **사람 (danh từ)** : 생각할 수 있으며 언어와 도구를 만들어 사용하고 사회를 이루어 사는 존재.
con người
Thực thể có thể suy nghĩ, làm ra ngôn ngữ và công cụ, sống tạo nên xã hội.

• **이** : 어떤 상태나 상황의 대상이나 동작의 주체를 나타내는 조사.
Không có từ tương ứng
Trợ từ (tiểu từ) thể hiện chủ thể của động tác hoặc đối tượng của trạng thái hay tình huống nào đó.

• **진찰 (danh từ)** : 의사가 치료를 위하여 환자의 병이나 상태를 살핌.
sự chẩn xét, sự chẩn đoán
Việc bác sĩ xem xét kĩ bệnh hay tình trạng của bệnh nhân để điều trị.

• **을** : 동작이 직접적으로 영향을 미치는 대상을 나타내는 조사.
Không có từ tương ứng
Trợ từ (tiểu từ) thể hiện đối tượng mà động tác gây ảnh hưởng trực tiếp.

• **받다 (động từ)** : 다른 사람이 하는 행동, 심리적인 작용 등을 당하거나 입다.
chịu, được, bị
Gặp phải hay chịu tác động mang tính tâm lý, hành động mà người khác làm...

• -으러 : 가거나 오거나 하는 동작의 목적을 나타내는 연결 어미.
để
Vĩ tố liên kết thể hiện mục đích của hành động đi hoặc đến.

• **병원 (danh từ)** : 시설을 갖추고 의사와 간호사가 병든 사람을 치료해 주는 곳.
bệnh viện
Nơi có các thiết bị và các bác sỹ, y tá chữa trị cho người bệnh.

• 에 : 앞말이 목적지이거나 어떤 행위의 진행 방향임을 나타내는 조사.
đến, tới
Trợ từ (tiểu từ) thể hiện từ ngữ phía trước là đích đến hoặc là hướng diễn tiến của hành động nào đó.

• **가다 (động từ)** : 어떤 목적을 가지고 일정한 곳으로 움직이다.
đi, sang
Di chuyển đến nơi nhất định với mục đích nào đó.

• -았- : 사건이 과거에 일어났음을 나타내는 어미.
đã
Vĩ tố thể hiện sự kiện đã xảy ra trong quá khứ.

• -다 : 어떤 사건이나 사실, 상태를 서술함을 나타내는 종결 어미.
Không có từ tương ứng
Vĩ tố kết thúc câu thể hiện sự trần thuật sự kiện, sự việc hay trạng thái nào đó.

환자 : 의사 선생님, 도대체 어디+가 <u>아프+ㄴ지</u> 잘 모르+겠+어요.
아픈지

• **의사 (danh từ)** : 일정한 자격을 가지고서 병을 진찰하고 치료하는 일을 직업으로 하는 사람.
bác sĩ
Người làm nghề chẩn đoán và chữa bệnh với tư cách nhất định.

• **선생님 (danh từ)** : 어떤 사람의 성이나 직업에 붙여 그 사람을 높이는 말.
ông, bà
Từ gắn vào họ hay nghề nghiệp của người nào đó để đề cao người đó.

• **도대체 (phó từ)** : 유감스럽게도 전혀.
hoàn toàn (không), tuyệt nhiên (không)
Cũng đáng tiếc là hoàn toàn.

• 어디 (đại từ) : 모르는 곳을 가리키는 말.

　đâu đó

　Từ chỉ nơi không biết.

• 가 : 어떤 상태나 상황에 놓인 대상이나 동작의 주체를 나타내는 조사.

　Không có từ tương ứng

　Trợ từ (tiểu từ) thể hiện chủ thể của động tác hoặc đối tượng được đặt trong trạng thái hay tình huống nào đó.

• 아프다 (Tính từ) : 다치거나 병이 생겨 통증이나 괴로움을 느끼다.

　đau

　Cảm nhận chứng đau hoặc khổ sở vì bị thương hoặc bị bệnh.

• -ㄴ지 : 뒤에 오는 말의 내용에 대한 막연한 이유나 판단을 나타내는 연결 어미.

　nên

　Vĩ tố liên kết thể hiện lí do hay phán đoán mặc nhiên về nội dung của lời nói ở sau.

• 잘 (phó từ) : 분명하고 정확하게.

　một cách rõ ràng

　Một cách hiển hiện và chính xác.

• 모르다 (động từ) : 사람이나 사물, 사실 등을 알지 못하거나 이해하지 못하다.

　không biết

　Không biết được hoặc không hiểu được người, sự vật hay sự việc...

• -겠- : 완곡하게 말하는 태도를 나타내는 어미.

　chắc là, được không

　Vĩ tố thể hiện thái độ nói quanh co.

• -어요 : (두루높임으로) 어떤 사실을 서술하거나 질문, 명령, 권유함을 나타내는 종결 어미.

　không?, hãy, hãy cùng

　(cách nói kính trọng phổ biến) Vĩ tố kết thúc câu thể hiện sự tường thuật sự việc nào đó hay nghi vấn, mệnh lệnh, đề nghị.

> 의사 : 일단, 손가락+으로 여기저기 한번 <u>누르(눌ㄹ)</u>+[<u>어 보</u>]+<u>세요</u>.
>
> **눌러 보세요**

• 일단 (phó từ) : 우선 먼저.

　Không có từ tương ứng

　Trước hết.

- 손가락 (danh từ) : 사람의 손끝의 다섯 개로 갈라진 부분.
  ngón tay
  Bộ phận được chia làm năm ở cuối tay người.

- 으로 : 어떤 일의 수단이나 도구를 나타내는 조사.
  bằng
  Trợ từ thể hiện phương tiện hay công cụ của việc nào đó.

- 여기저기 (danh từ) : 분명하게 정해지지 않은 여러 장소나 위치.
  đây đó, chỗ này chỗ kia
  Địa điểm hay vị trí không nhất định rõ ràng.

- 한번 (phó từ) : 어떤 일을 시험 삼아 시도함을 나타내는 말.
  một lần
  Từ thể hiện việc làm thử sự việc nào đó.

- 누르다 (động từ) : 물체의 전체나 부분에 대하여 위에서 아래로 힘을 주어 무게를 가하다.
  ấn, đè, dí
  Ra sức tăng trọng lượng từ trên xuống dưới với một phần hay toàn bộ vật thể.

- -어 보다 : 앞의 말이 나타내는 행동을 시험 삼아 함을 나타내는 표현.
  thử
  Cấu trúc thể hiện việc lấy hành động mà từ ngữ phía trước thể hiện làm thí điểm.

- -세요 : (두루높임으로) 설명, 의문, 명령, 요청의 뜻을 나타내는 종결 어미.
  ... không?, hãy
  (cách nói kính trọng phổ biến) Vĩ tố kết thúc câu thể hiện nghĩa giải thích, nghi vấn, mệnh lệnh, yêu cầu.

> **환자 : 어디+를 누르(눌ㄹ)+어도 까무러치+ㄹ 만큼 아프(아프)+아요.**
> **눌러도   까무러칠   아파요**

- 어디 (đại từ) : 정해져 있지 않거나 정확하게 말할 수 없는 어느 곳을 가리키는 말.
  đâu đâu
  Từ chỉ nơi nào đó không được định sẵn hoặc không thể nói chính xác được.

- 를 : 동작이 직접적으로 영향을 미치는 대상을 나타내는 조사.
  Không có từ tương ứng
  Trợ từ (tiểu từ) thể hiện đối tượng mà động tác gây ảnh hưởng trực tiếp.

• 누르다 (động từ) : 물체의 전체나 부분에 대하여 위에서 아래로 힘을 주어 무게를 가하다.
ấn, đè, dí
Ra sức tăng trọng lượng từ trên xuống dưới với một phần hay toàn bộ vật thể.

• -어도 : 앞에 오는 말을 가정하거나 인정하지만 뒤에 오는 말에는 관계가 없거나 영향을 끼치지 않음을
나타내는 연결 어미.
cho dù, mặc dù... cũng...
Vĩ tố liên kết thể hiện dù giả định hay công nhận vế trước nhưng không có liên quan
hoặc không ảnh hưởng đến vế sau.

• 까무러치다 (động từ) : 정신을 잃고 쓰러지다.
bất tỉnh
Mất tinh thần (mất đi sự tỉnh táo) và ngất xỉu.

• -ㄹ : 앞의 말이 관형어의 기능을 하게 만드는 어미.
để
Vĩ tố làm cho từ ngữ phía trước có chức năng định ngữ.

• 만큼 (danh từ) : 앞의 내용과 같은 양이나 정도임을 나타내는 말.
bằng
Từ biểu thị lượng hay mức độ bằng với nội dung phía trước.

• 아프다 (Tính từ) : 다치거나 병이 생겨 통증이나 괴로움을 느끼다.
đau
Cảm nhận chứng đau hoặc khổ sở vì bị thương hoặc bị bệnh.

• -아요 : (두루높임으로) 어떤 사실을 서술하거나 질문, 명령, 권유함을 나타내는 종결 어미.
không?, hãy, hãy cùng
(cách nói kính trọng phổ biến) Vĩ tố kết thúc câu thể hiện sự tường thuật sự việc nào đó
hoặc nghi vấn, mệnh lệnh, khuyến nghị.

의사 : 그럼, 제+가 한번 <u>누르(눌ㄹ)+[어 보]</u>+ㄹ게요.   <u>어떻(어떠)+세요</u>?
눌러 볼게요   어떠세요

• 그럼 (phó từ) : 앞의 내용을 받아들이거나 그 내용을 바탕으로 하여 새로운 주장을 할 때 쓰는 말.
vậy thì
Từ dùng khi tiếp nhận nội dung phía trước hoặc lấy nội dung ấy làm nền tảng cho chủ
trương mới.

• 제 (đại từ) : 말하는 사람이 자신을 낮추어 가리키는 말인 '저'에 조사 '가'가 붙을 때의 형태.
tôi, em, con, cháu
Hình thái khi gắn trợ từ 가 vào 저 là từ chỉ người nói hạ thấp mình.

• 가 : 어떤 상태나 상황에 놓인 대상이나 동작의 주체를 나타내는 조사.
Không có từ tương ứng
Trợ từ (tiểu từ) thể hiện chủ thể của động tác hoặc đối tượng được đặt trong trạng thái hay tình huống nào đó.

• 한번 (phó từ) : 어떤 일을 시험 삼아 시도함을 나타내는 말.
một lần
Từ thể hiện việc làm thử sự việc nào đó.

• 누르다 (động từ) : 물체의 전체나 부분에 대하여 위에서 아래로 힘을 주어 무게를 가하다.
ấn, đè, dí
Ra sức tăng trọng lượng từ trên xuống dưới với một phần hay toàn bộ vật thể.

• -어 보다 : 앞의 말이 나타내는 행동을 시험 삼아 함을 나타내는 표현.
thử
Cấu trúc thể hiện việc lấy hành động mà từ ngữ phía trước thể hiện làm thí điểm.

• -ㄹ게요 : (두루높임으로) 말하는 사람이 어떤 행동을 할 것을 듣는 사람에게 약속하거나 의지를 나타내는 표현.
sẽ
(cách nói kính trọng phổ biến) Cấu trúc mà người nói thể hiện ý định hoặc hứa hẹn với người nghe sẽ thực hiện hành động nào đó.

• 어떻다 (Tính từ) : 생각, 느낌, 상태, 형편 등이 어찌 되어 있다.
như thế nào
Suy nghĩ, cảm giác, trạng thái, tình hình… đang trở nên thế nào đó.

• -세요 : (두루높임으로) 설명, 의문, 명령, 요청의 뜻을 나타내는 종결 어미.
... không?, hãy
(cách nói kính trọng phổ biến) Vĩ tố kết thúc câu thể hiện nghĩa giải thích, nghi vấn, mệnh lệnh, yêu cầu.

환자 : 그다지 아프+[ㄴ 것 같]+[지 않]+은데요.
아픈 것 같지 않은데요

• 그다지 (phó từ) : 대단한 정도로는. 또는 그렇게까지는.
(không)...lắm, (không)...đến nỗi, (không)....đến mức
Với mức độ khá là. Hoặc đến thế.

• 아프다 (Tính từ) : 다치거나 병이 생겨 통증이나 괴로움을 느끼다.
đau
Cảm nhận chứng đau hoặc khổ sở vì bị thương hoặc bị bệnh.

• -ㄴ 것 같다 : 추측을 나타내는 표현.
  chắc là, có lẽ
  Cấu trúc thể hiện sự suy đoán.

• -지 않다 : 앞의 말이 나타내는 행위나 상태를 부정하는 뜻을 나타내는 표현.
  không, chẳng
  Cấu trúc thể hiện nghĩa phủ định trạng thái hay hành vi mà từ ngữ phía trước diễn đạt.

• -은데요 : (두루높임으로) 의외라 느껴지는 어떤 사실을 감탄하여 말할 때 쓰는 표현.
  đấy chứ
  (cách nói kính trọng phổ biến) Cấu trúc dùng khi cảm thán sự việc nào đó được cảm nhận là ngoài mong đợi.

결국 그 환자+는 다른 병원+을 <u>찾아가</u>+<u>았</u>+<u>지만</u> 역시 <u>아프</u>+<u>ㄴ</u> 곳+을 정확히 <u>찾</u>+[<u>지 못하</u>]+<u>였</u>+다.
   찾아갔지만   **아픈**   **찾지 못했다**

• **결국 (phó từ)** : 일의 결과로.
  rốt cuộc, cuối cùng, kết cục
  Như là kết quả của một việc.

• **그 (định từ)** : 앞에서 이미 이야기한 대상을 가리킬 때 쓰는 말.
  đó, ấy, đấy
  Từ dùng khi chỉ đối tượng đã nói đến ở phía trước.

• **환자 (danh từ)** : 몸에 병이 들거나 다쳐서 아픈 사람.
  bệnh nhân, người bệnh
  Người đau vì trong người có bệnh hay bị thương.

• **는** : 문장 속에서 어떤 대상이 화제임을 나타내는 조사.
  Không có từ tương ứng
  Trợ từ (tiểu từ) thể hiện việc đối tượng nào đó là chủ đề câu chuyện trong câu.

• **다른 (định từ)** : 해당하는 것 이외의.
  khác
  Ngoài cái tương ứng.

• **병원 (danh từ)** : 시설을 갖추고 의사와 간호사가 병든 사람을 치료해 주는 곳.
  bệnh viện
  Nơi có các thiết bị và các bác sỹ, y tá chữa trị cho người bệnh.

• 을 : 동작의 도착지나 동작이 이루어지는 장소를 나타내는 조사.

Không có từ tương ứng

Trợ từ (tiểu từ) thể hiện đích đến của động tác hoặc địa điểm nơi động tác được thực hiện.

• **찾아가다 (động từ)** : 사람을 만나거나 어떤 일을 하러 가다.

tìm đến, tìm gặp

Đi để gặp người nào đó hoặc để làm việc gì đó.

• -았- : 사건이 과거에 일어났음을 나타내는 어미.

đã

Vĩ tố thể hiện sự kiện đã xảy ra trong quá khứ.

• -지만 : 앞에 오는 말을 인정하면서 그와 반대되거나 다른 사실을 덧붙일 때 쓰는 연결 어미.

nhưng

Vĩ tố liên kết dùng khi công nhận vế trước đồng thời thêm vào sự việc đối lập hoặc khác với điều đó.

• **역시 (phó từ)** : 이전과 마찬가지로.

vẫn, vẫn thế

Giống với trước đây.

• **아프다 (Tính từ)** : 다치거나 병이 생겨 통증이나 괴로움을 느끼다.

đau

Cảm nhận chứng đau hoặc khổ sở vì bị thương hoặc bị bệnh.

• -ㄴ : 앞의 말이 관형어의 기능을 하게 만들고 현재의 상태를 나타내는 어미.

mà

Vĩ tố khiến cho từ ngữ phía trước có chức năng định ngữ và thể hiện sự kiện hay động tác được hoàn thành thì trạng thái đó vẫn đang được duy trì.

• **곳 (danh từ)** : 일정한 장소나 위치.

nơi, chốn

Địa điểm hay vị trí nhất định.

• 을 : 동작이 직접적으로 영향을 미치는 대상을 나타내는 조사.

Không có từ tương ứng

Trợ từ (tiểu từ) thể hiện đối tượng mà động tác trực tiếp ảnh hưởng đến.

• **정확히 (phó từ)** : 바르고 확실하게.

một cách chính xác

Một cách đúng và xác thực.

• 찾다 (động từ) : 모르는 것을 알아내려고 노력하나. 또는 모르는 것을 알아내다.
  tìm tòi, nghiên cứu
  Cố gắng để tìm ra điều mình không biết. Hoặc biết được điều mình không biết.

• -지 못하다 : 앞의 말이 나타내는 행동을 할 능력이 없거나 주어의 의지대로 되지 않음을 나타내는 표현.
  không… được
  Cấu trúc thể hiện việc không có năng lực thực hiện hành động mà từ ngữ phía trước thể hiện hoặc không được như ý định của chủ ngữ.

• -였- : 사건이 과거에 일어났음을 나타내는 어미.
  đã
  Vĩ tố thể hiện sự kiện đã xảy ra trong quá khứ.

• -다 : 어떤 사건이나 사실, 상태를 서술함을 나타내는 종결 어미.
  Không có từ tương ứng
  Vĩ tố kết thúc câu thể hiện sự trần thuật sự kiện, sự việc hay trạng thái nào đó.

> 답답하+였던 그 환자+는 어느 한의원+에 들어가+았+다.
>   답답했던   들어갔다

• 답답하다 (Tính từ) : 근심이나 걱정으로 마음이 초조하고 속이 시원하지 않다.
  buồn lo, u sầu
  Lòng bồn chồn hay trong lòng không được thoải mái vì sự lo lắng hay phiền muộn

• -였던 : 과거의 사건이나 상태를 다시 떠올리거나 그 사건이나 상태가 완료되지 않고 중단되었다는 의미를 나타내는 표현.
  đã, từng, vốn
  Cấu trúc thể hiện nghĩa nhớ lại sự kiện hay trạng thái trong quá khứ hoặc sự kiện hay trạng thái đó không được hoàn thành và bị chấm dứt giữa chừng.

• 그 (định từ) : 앞에서 이미 이야기한 대상을 가리킬 때 쓰는 말.
  đó, ấy, đấy
  Từ dùng khi chỉ đối tượng đã nói đến ở phía trước.

• 환자 (danh từ) : 몸에 병이 들거나 다쳐서 아픈 사람.
  bệnh nhân, người bệnh
  Người đau vì trong người có bệnh hay bị thương.

• 는 : 문장 속에서 어떤 대상이 화제임을 나타내는 조사.
  Không có từ tương ứng
  Trợ từ (tiểu từ) thể hiện việc đối tượng nào đó là chủ đề câu chuyện trong câu.

• 어느 (định từ) : 확실하지 않거나 분명하게 말할 필요가 없는 사물, 사람, 때, 곳 등을 가리키는 말.
nào đó
Từ chỉ sự vật, người, thời điểm, nơi chốn… không chắc chắn hoặc không cần nói rõ.

• 한의원 (danh từ) : 우리나라 전통 의술로 환자를 치료하는 의원.
viện y học dân tộc Hàn, viện y học cổ truyền Hàn
Viện y học chữa trị bệnh nhân theo y học truyền thống của Hàn Quốc.

• 에 : 앞말이 목적지이거나 어떤 행위의 진행 방향임을 나타내는 조사.
đến, tới
Trợ từ (tiểu từ) thể hiện từ ngữ phía trước là đích đến hoặc là hướng diễn tiến của hành động nào đó.

• 들어가다 (động từ) : 밖에서 안으로 향하여 가다.
đi vào, bước vào
Đi theo hướng từ ngoài vào trong.

• -았- : 사건이 과거에 일어났음을 나타내는 어미.
đã
Vĩ tố thể hiện sự kiện đã xảy ra trong quá khứ.

• -다 : 어떤 사건이나 사실, 상태를 서술함을 나타내는 종결 어미.
Không có từ tương ứng
Vĩ tố kết thúc câu thể hiện sự trần thuật sự kiện, sự việc hay trạng thái nào đó.

환자 : 정확히 어디+가 아프+ㄴ지 잘 모르+겠+지만
아픈지

어디+를 누르(눌ㄹ)+[어 보]+아도 아프(아ㅍ)+[아 죽]+겠+어요.
눌러 보아도   아파 죽겠어요

• 정확히 (phó từ) : 바르고 확실하게.
một cách chính xác
Một cách đúng và xác thực.

• 어디 (đại từ) : 모르는 곳을 가리키는 말.
đâu đó
Từ chỉ nơi không biết.

• 가 : 어떤 상태나 상황에 놓인 대상이나 동작의 주체를 나타내는 조사.
  Không có từ tương ứng
  Trợ từ (tiểu từ) thể hiện chủ thể của động tác hoặc đối tượng được đặt trong trạng thái hay tình huống nào đó.

• 아프다 (Tính từ) : 다치거나 병이 생겨 통증이나 괴로움을 느끼다.
  đau
  Cảm nhận chứng đau hoặc khổ sở vì bị thương hoặc bị bệnh.

• -ㄴ지 : 뒤에 오는 말의 내용에 대한 막연한 이유나 판단을 나타내는 연결 어미.
  nên
  Vĩ tố liên kết thể hiện lí do hay phán đoán mặc nhiên về nội dung của lời nói ở sau.

• 잘 (phó từ) : 분명하고 정확하게.
  một cách rõ ràng
  Một cách hiển hiện và chính xác.

• 모르다 (động từ) : 사람이나 사물, 사실 등을 알지 못하거나 이해하지 못하다.
  không biết
  Không biết được hoặc không hiểu được người, sự vật hay sự việc...

• -겠- : 완곡하게 말하는 태도를 나타내는 어미.
  chắc là, được không
  Vĩ tố thể hiện thái độ nói quanh co.

• -지만 : 앞에 오는 말을 인정하면서 그와 반대되거나 다른 사실을 덧붙일 때 쓰는 연결 어미.
  nhưng
  Vĩ tố liên kết dùng khi công nhận vế trước đồng thời thêm vào sự việc đối lập hoặc khác với điều đó.

• 어디 (đại từ) : 정해져 있지 않거나 정확하게 말할 수 없는 어느 곳을 가리키는 말.
  đâu đâu
  Từ chỉ nơi nào đó không được định sẵn hoặc không thể nói chính xác được.

• 를 : 동작이 직접적으로 영향을 미치는 대상을 나타내는 조사.
  Không có từ tương ứng
  Trợ từ (tiểu từ) thể hiện đối tượng mà động tác gây ảnh hưởng trực tiếp.

• 누르다 (động từ) : 물체의 전체나 부분에 대하여 위에서 아래로 힘을 주어 무게를 가하다.
  ấn, đè, dí
  Ra sức tăng trọng lượng từ trên xuống dưới với một phần hay toàn bộ vật thể.

• -어 보다 : 앞의 말이 나타내는 행동을 시험 삼아 함을 나타내는 표현.
  thử
  Cấu trúc thể hiện việc lấy hành động mà từ ngữ phía trước thể hiện làm thí điểm.

- -아도 : 앞에 오는 말을 가정하거나 인정하지만 뒤에 오는 말에는 관계가 없거나 영향을 끼치지 않음을 나타내는 연결 어미.
  cho dù, mặc dù... cũng...
  Vĩ tố kết thúc câu thể hiện dù giả định hay công nhận vế trước nhưng không có liên quan hoặc không ảnh hưởng đến vế sau.

- **아프다 (Tính từ)** : 다치거나 병이 생겨 통증이나 괴로움을 느끼다.
  đau
  Cảm nhận chứng đau hoặc khổ sở vì bị thương hoặc bị bệnh.

- -아 죽다 : 앞의 말이 나타내는 상태의 정도가 매우 심함을 나타내는 표현.
  chết đi được, đến chết mất
  Cấu trúc thể hiện mức độ của trạng thái mà từ ngữ phía trước thể hiện rất nghiêm trọng.

- -겠- : 완곡하게 말하는 태도를 나타내는 어미.
  chắc là, được không
  Vĩ tố thể hiện thái độ nói quanh co.

- -어요 : (두루높임으로) 어떤 사실을 서술하거나 질문, 명령, 권유함을 나타내는 종결 어미.
  không?, hãy, hãy cùng
  (cách nói kính trọng phổ biến) Vĩ tố kết thúc câu thể hiện sự tường thuật sự việc nào đó hay nghi vấn, mệnh lệnh, đề nghị.

환자 : 제발 좀 찾+[아 주]+세요.
찾아 주세요

- **제발 (phó từ)** : 간절히 부탁하는데.
  làm ơn...
  Nhờ vả một cách khẩn thiết.

- **좀 (phó từ)** : 주로 부탁이나 동의를 구할 때 부드러운 느낌을 주기 위해 넣는 말.
  làm ơn
  Từ thêm vào để mang lại cảm giác nhẹ nhàng chủ yếu khi nhờ vả hoặc tìm kiếm sự đồng ý.

- **찾다 (động từ)** : 모르는 것을 알아내려고 노력하다. 또는 모르는 것을 알아내다.
  tìm tòi, nghiên cứu
  Cố gắng để tìm ra điều mình không biết. Hoặc biết được điều mình không biết.

- -아 주다 : 남을 위해 앞의 말이 나타내는 행동을 함을 나타내는 표현.
  giúp, hộ, giùm
  Cấu trúc thể hiện việc thực hiện hành động mà từ ngữ phía trước thể hiện vì người khác.

• -세요 : (두루높임으로) 설명, 의문, 명령, 요청의 뜻을 나타내는 종결 어미.

  ... không?, hãy

  (cách nói kính trọng phổ biến) Vĩ tố kết thúc câu thể hiện nghĩa giải thích, nghi vấn, mệnh lệnh, yêu cầu.

한의사 선생님+은 <u>의미심장하</u>+ㄴ 표정+을 <u>짓(지)</u>+으며 말하+였+다.
의미심장한   **지으며**   **말했다**

• 한의사 (danh từ) : 우리나라 전통 의술로 치료하는 의사.

  bác sĩ đông y, bác sĩ y học dân tộc

  Bác sĩ chữa trị theo y học cổ truyền Hàn Quốc.

• 선생님 (danh từ) : 어떤 사람의 성이나 직업에 붙여 그 사람을 높이는 말.

  ông, bà

  Từ gắn vào họ hay nghề nghiệp của người nào đó để đề cao người đó.

• 은 : 문장 속에서 어떤 대상이 화제임을 나타내는 조사.

  Không có từ tương ứng

  Trợ từ (tiểu từ) thể hiện việc đối tượng nào đó là chủ đề câu chuyện trong câu.

• 의미심장하다 (Tính từ) : 뜻이 매우 깊다.

  đầy ý nghĩa

  Ý nghĩa rất sâu sắc.

• -ㄴ : 앞의 말이 관형어의 기능을 하게 만들고 현재의 상태를 나타내는 어미.

  mà

  Vĩ tố khiến cho từ ngữ phía trước có chức năng định ngữ và thể hiện sự kiện hay động tác được hoàn thành thì trạng thái đó vẫn đang được duy trì.

• 표정 (danh từ) : 마음속에 품은 감정이나 생각 등이 얼굴에 드러남. 또는 그런 모습.

  sự biểu lộ, vẻ mặt

  Việc suy nghĩ hay tình cảm mang trong lòng thể hiện trên khuôn mặt. Hoặc dáng vẻ như thế.

• 을 : 동작이 직접적으로 영향을 미치는 대상을 나타내는 조사.

  Không có từ tương ứng

  Trợ từ (tiểu từ) thể hiện đối tượng mà động tác trực tiếp ảnh hưởng đến.

• 짓다 (động từ) : 어떤 표정이나 태도 등을 얼굴이나 몸에 나타내다.

  nở, thở

  Thể hiện thái độ hay vẻ mặt nào đó trên nét mặt hoặc cơ thể.

- **-으며** : 두 가지 이상의 동작이나 상태가 함께 일어남을 나타내는 연결 어미.
  vừa… vừa…, đồng thời
  Vĩ tố liên kết thể hiện hai động tác hay trạng thái trở lên cùng xảy ra.

- **말하다 (động từ)** : 어떤 사실이나 자신의 생각 또는 느낌을 말로 나타내다.
  nói
  Thể hiện bằng lời sự việc nào đó hay suy nghĩ cũng như cảm nhận của bản thân.

- **-였-** : 사건이 과거에 일어났음을 나타내는 어미.
  đã
  Vĩ tố thể hiện sự kiện đã xảy ra trong quá khứ.

- **-다** : 어떤 사건이나 사실, 상태를 서술함을 나타내는 종결 어미.
  Không có từ tương ứng
  Vĩ tố kết thúc câu thể hiện sự trần thuật sự kiện, sự việc hay trạng thái nào đó.

한의사 : 손가락+이 <u>부러지+시+었+군요</u>!
부러지셨군요

- **손가락 (danh từ)** : 사람의 손끝의 다섯 개로 갈라진 부분.
  ngón tay
  Bộ phận được chia làm năm ở cuối tay người.

- **이** : 어떤 상태나 상황의 대상이나 동작의 주체를 나타내는 조사.
  Không có từ tương ứng
  Trợ từ (tiểu từ) thể hiện chủ thể của động tác hoặc đối tượng của trạng thái hay tình huống nào đó.

- **부러지다 (động từ)** : 단단한 물체가 꺾여 둘로 겹쳐지거나 동강이 나다.
  bị gãy
  Vật thể cứng bị bẻ gập làm đôi hay vỡ thành từng mảnh.

- **-시-** : 높이고자 하는 인물과 관계된 소유물이나 신체의 일부가 문장의 주어일 때 그 인물을 높이는 뜻을 나타내는 어미.
  Không có từ tương ứng
  Vĩ tố thể hiện nghĩa kính trọng nhân vật khi nhân vật mà mình muốn kính trọng và vật sở hữu hay một phần thân thể có liên quan là chủ ngữ của câu.

- **-었-** : 어떤 사건이 과거에 완료되었거나 그 사건의 결과가 현재까지 지속되는 상황을 나타내는 어미.
  đã
  Vĩ tố thể hiện tình huống mà sự kiện nào đó đã hoàn thành trong quá khứ hoặc kết quả của sự kiện đó được tiếp tục đến hiện tại.

- -군요 : (두루높임으로) 새롭게 알게 된 사실에 주목하거나 감탄함을 나타내는 표현.

thì ra, quá, thật đấy

(cách nói kính trọng phổ biến) Cấu trúc thể hiện sự chú ý hay cảm thán về sự việc mới biết được.

< 8 단원(bài) >

제목 : 소는 왜 안 보이니?

● 본문 (nguyên văn)

어느 초등학교 미술 시간이었다.

선생님 : 여러분! 지금은 미술 시간이에요.

　　　오늘은 목장 풍경을 한번 그려 보세요.

시간이 한참 지난 후에 선생님께서는 아이들 자리를 돌아다니며 그림을 살펴보았다.

선생님 : 소가 참 한가로워 보이네요.

　　　잘 그렸어요.

이렇게 선생님께서는 학생들의 그림을 보면서 칭찬을 해 주셨다.

그런데 한 학생의 스케치북은 백지상태 그대로였다.

선생님 : 넌 어떤 그림을 그린 거니?

학생 : 풀을 뜯고 있는 소를 그렸어요.

선생님 : 그런데 풀은 어디 있니?

학생 : 소가 이미 다 먹어 버렸어요.

선생님 : 그럼 소는 왜 안 보이니?

학생 : 선생님도 참, 소가 풀을 다 먹었는데 여기에 있겠어요?

● 발음 (sự phát âm)

어느 초등학교 미술 시간이었다.
어느 초등학꾜 미술 시가니얻따.
eoneu chodeunghaggyo misul siganieotda.

선생님 : 여러분! 지금은 미술 시간이에요.
선생님 : 여러분! 지그믄 미술 시가니에요.
seonsaengnim : yeoreobun! jigeumeun misul siganieyo.

오늘은 목장 풍경을 한번 그려 보세요.
오느른 목짱 풍경을 한번 그려 보세요.
oneureun mokjang punggyeongeul hanbeon geuryeo boseyo.

시간이 한참 지난 후에 선생님께서는 아이들 자리를 돌아다니며 그림을 살펴보았다.
시가니 한참 지난 후에 선생님께서는 아이들 자리를 도라다니며 그리믈 살펴보앋따.
sigani hancham jinan hue seonsaengnimkkeseoneun aideul jarireul doradanimyeo geurimeul salpyeoboatda.

선생님 : 소가 참 한가로워 보이네요.
선생님 : 소가 참 한가로워 보이네요.
seonsaengnim : soga cham hangarowo boineyo.

잘 그렸어요.
잘 그려써요.
jal geuryeosseoyo.

이렇게 선생님께서는 학생들의 그림을 보면서 칭찬을 해 주셨다.
이러케 선생님께서는 학쌩드레 그리믈 보면서 칭차늘 해 주셛따.
ireoke seonsaengnimkkeseoneun haksaengdeurui(haksaengdeure) geurimeul bomyeonseo chingchaneul hae jusyeotda.

그런데 한 학생의 스케치북은 백지상태 그대로였다.
그런데 한 학쌩에 스케치부근 백찌상태 그대로엳따.
geureonde han haksaengui(haksaenge) seukechibugeun baekjisangtae geudaeroyeotda.

선생님 : 넌 어떤 그림을 그린 거니?
선생님 : 넌 어떤 그리믈 그린 거니?
seonsaengnim : neon eotteon geurimeul geurin geoni?

학생 : 풀을 뜯고 있는 소를 그렸어요.

학쌩 : 푸를 뜯꼬 인는 소를 그려써요.

haksaeng : pureul tteutgo inneun soreul geuryeosseoyo.

선생님 : 그런데 풀은 어디 있니?

선생님 : 그런데 푸른 어디 인니?

seonsaengnim : geureonde pureun eodi inni?

학생 : 소가 이미 다 먹어 버렸어요.

학쌩 : 소가 이미 다 머거 버려써요.

haksaeng : soga imi da meogeo beoryeosseoyo.

선생님 : 그럼 소는 왜 안 보이니?

선생님 : 그럼 소는 왜 안 보이니?

seonsaengnim : geureom soneun wae an boini?

학생 : 선생님도 참, 소가 풀을 다 먹었는데 여기에 있겠어요?

학쌩 : 선생님도 참, 소사 푸를 다 머건는데 여기에 읻께써요?

haksaeng : seonsaengnimdo cham, soga pureul da meogeonneunde yeogie itgesseoyo?

● 어휘 (từ vựng) / 문법 (ngữ pháp)

어느 초등학교 미술 시간+이+었+다.

선생님 : 여러분! 지금+은 미술 시간+이+에요.

오늘+은 목장 풍경+을 한번 그리+<u>어 보</u>+세요.

시간+이 한참 지나+<u>ㄴ 후에</u> 선생님+께서+는 아이+들 자리+를 돌아다니+며 그림+을 살펴보+았+다.

선생님 : 소+가 참 한가롭(한가로우)+<u>어 보이</u>+네요.

잘 그리+었+어요.

이렇+게 선생님+께서+는 학생+들+의 그림+을 보+면서 칭찬+을 하+<u>여 주</u>+시+었+다.

그런데 한 학생+의 스케치북+은 백지상태 그대로+이+었+다.

선생님 : 너+는 어떤 그림+을 그리+<u>ㄴ 것(거)</u>+(이)+니?

학생 : 풀+을 뜯+<u>고 있</u>+는 소+를 그리+었+어요.

선생님 : 그런데 풀+은 어디 있+니?

학생 : 소+가 이미 다 먹+<u>어 버리</u>+었+어요.

선생님 : 그럼 소+는 왜 안 보이+니?

학생 : 선생님+도 참, 소+가 풀+을 다 먹+었+는데 여기+에 있+겠+어요?

어느 초등학교 미술 시간+이+었+다.

- **어느 (định từ)** : 확실하지 않거나 분명하게 말할 필요가 없는 사물, 사람, 때, 곳 등을 가리키는 말.
  nào đó
  Từ chỉ sự vật, người, thời điểm, nơi chốn… không chắc chắn hoặc không cần nói rõ.

- **초등학교 (danh từ)** : 학교 교육의 첫 번째 단계로 만 여섯 살에 입학하여 육 년 동안 기본 교육을 받는 학교.
  trường tiểu học, trường cấp một
  Trường học đầu tiên của hệ thống giáo dục học đường, học sinh đúng 6 tuổi nhập học và được học giáo dục cơ bản trong 6 năm.

- **미술 (danh từ)** : 그림이나 조각처럼 눈으로 볼 수 있는 아름다움을 표현한 예술.
  mỹ thuật
  Nghệ thuật thể hiện cái đẹp có thể nhìn thấy bằng mắt như tranh hay điêu khắc.

- **시간 (danh từ)** : 어떤 일이 시작되어 끝날 때까지의 동안.
  giờ, thời gian
  Suốt từ khi việc nào đó được bắt đầu tới khi kết thúc.

- **이다** : 주어가 지시하는 대상의 속성이나 부류를 지정하는 뜻을 나타내는 서술격 조사.
  nào là
  Trợ từ vị cách thể hiện sự liệt kê các sự vật đồng thời liên kết theo quan hệ đẳng lập.

- **-었-** : 사건이 과거에 일어났음을 나타내는 어미.
  đã
  Vĩ tố thể hiện sự kiện đã xảy ra trong quá khứ.

- **-다** : 어떤 사건이나 사실, 상태를 서술함을 나타내는 종결 어미.
  Không có từ tương ứng
  Vĩ tố kết thúc câu thể hiện sự trần thuật sự kiện, sự việc hay trạng thái nào đó.

선생님 : 여러분! 지금+은 미술 시간+이+에요.

- **여러분 (đại từ)** : 듣는 사람이 여러 명일 때 그 사람들을 높여 이르는 말.
  các bạn, các quí vị
  Cách gọi trân trọng cho ngôi thứ hai số nhiều.

- **지금 (danh từ)** : 말을 하고 있는 바로 이때.
  bây giờ
  Chính lúc đang nói.

- 은 : 문장 속에서 어떤 대상이 화제임을 나타내는 조사.
  Không có từ tương ứng
  Trợ từ (tiểu từ) thể hiện việc đối tượng nào đó là chủ đề câu chuyện trong câu.

- **미술 (danh từ)** : 그림이나 조각처럼 눈으로 볼 수 있는 아름다움을 표현한 예술.
  mỹ thuật
  Nghệ thuật thể hiện cái đẹp có thể nhìn thấy bằng mắt như tranh hay điêu khắc.

- **시간 (danh từ)** : 어떤 일이 시작되어 끝날 때까지의 동안.
  giờ, thời gian
  Suốt từ khi việc nào đó được bắt đầu tới khi kết thúc.

- 이다 : 주어가 지시하는 대상의 속성이나 부류를 지정하는 뜻을 나타내는 서술격 조사.
  nào là
  Trợ từ vị cách thể hiện sự liệt kê các sự vật đồng thời liên kết theo quan hệ đẳng lập.

- -에요 : (두루높임으로) 어떤 사실을 서술하거나 질문함을 나타내는 종결 어미.
  phải không?, là
  (cách nói kính trọng phổ biến) Vĩ tố kết thúc câu diễn đạt sự nghi vấn hay trần thuật sự việc nào đó.

> 선생님 : 오늘+은 목장 풍경+을 한번 <u>그리+[어 보]</u>+세요.
> **그려 보세요**

- **오늘 (danh từ)** : 지금 지나가고 있는 이날.
  ngày hôm nay, hôm nay
  Ngày đang trải qua bây giờ.

- 은 : 문장 속에서 어떤 대상이 화제임을 나타내는 조사.
  Không có từ tương ứng
  Trợ từ (tiểu từ) thể hiện việc đối tượng nào đó là chủ đề câu chuyện trong câu.

- **목장 (danh từ)** : 우리와 풀밭 등을 갖추어 소나 말이나 양 등을 놓아 기르는 곳.
  nông trại
  Nơi có đồng cỏ và chuồng trại, thả nuôi bò, ngựa hay cừu v.v...

- **풍경 (danh từ)** : 감정을 불러일으키는 경치나 상황.
  quang cảnh
  Tình hình hay phong cảnh gợi nên tình cảm.

- 을 : 동작이 직접적으로 영향을 미치는 대상을 나타내는 조사.
  Không có từ tương ứng
  Trợ từ (tiểu từ) thể hiện đối tượng mà động tác trực tiếp ảnh hưởng đến.

- **한번 (phó từ)** : 어떤 일을 시험 삼아 시도함을 나타내는 말.

  một lần

  Từ thể hiện việc làm thử sự việc nào đó.

- **그리다 (động từ)** : 연필이나 붓 등을 이용하여 사물을 선이나 색으로 나타내다.

  vẽ

  Dùng bút chì hay bút để thể hiện sự vật bằng đường nét hay màu sắc.

- **-어 보다** : 앞의 말이 나타내는 행동을 시험 삼아 함을 나타내는 표현.

  thử

  Cấu trúc thể hiện việc lấy hành động mà từ ngữ phía trước thể hiện làm thí điểm.

- **-세요** : (두루높임으로) 설명, 의문, 명령, 요청의 뜻을 나타내는 종결 어미.

  ... không?, hãy

  (cách nói kính trọng phổ biến) Vĩ tố kết thúc câu thể hiện nghĩa giải thích, nghi vấn, mệnh lệnh, yêu cầu.

> 시간+이 한참 <u>지나+[ㄴ 후에]</u> 선생님+께서+는 아이+들 자리+를 돌아다니+며 그림+을 살펴보+았+다.
> **지난 후에**

- **시간 (danh từ)** : 자연히 지나가는 세월.

  thời gian

  Năm tháng trôi qua một cách tự nhiên.

- **이** : 어떤 상태나 상황의 대상이나 동작의 주체를 나타내는 조사.

  Không có từ tương ứng

  Trợ từ (tiểu từ) thể hiện chủ thể của động tác hoặc đối tượng của trạng thái hay tình huống nào đó.

- **한참 (danh từ)** : 시간이 꽤 지나는 동안.

  một lúc lâu, một thời gian lâu

  Trong khoảng thời gian trôi qua tương đối.

- **지나다 (động từ)** : 시간이 흘러 그 시기에서 벗어나다.

  qua, trôi qua

  Thời gian trôi qua và ra khỏi thời kì đó.

- **-ㄴ 후에** : 앞에 오는 말이 나타내는 행동을 하고 시간적으로 뒤에 다른 행동을 함을 나타내는 표현.

  sau khi

  Cấu trúc thể hiện việc thực hiện hành động mà vế trước diễn tả rồi thực hiện hành động khác ở sau về mặt thời gian.

• **선생님 (danh từ)** : (높이는 말로) 학생을 가르치는 사람.
  thầy giáo, cô giáo
  (cách nói kính trọng) Người dạy học sinh.

• **께서** : (높임말로) 가. 이. 어떤 동작의 주체가 높여야 할 대상임을 나타내는 조사.
  Không có từ tương ứng
  (cách nói kính trọng) Kính ngữ của 이/가. Trợ từ thể hiện chủ thể của hành động nào đó là đối tượng phải kính trọng.

• **는** : 문장 속에서 어떤 대상이 화제임을 나타내는 조사.
  Không có từ tương ứng
  Trợ từ (tiểu từ) thể hiện việc đối tượng nào đó là chủ đề câu chuyện trong câu.

• **아이 (danh từ)** : 나이가 어린 사람.
  trẻ em, trẻ nhỏ, đứa trẻ, đứa bé, em bé
  Người tuổi nhỏ.

• **들** : '복수'의 뜻을 더하는 접미사.
  những, các
  Hậu tố thêm nghĩa 'số nhiều'.

• **자리 (danh từ)** : 사람이 앉을 수 있도록 만들어 놓은 곳.
  chỗ ngồi
  Chỗ được làm sẵn để con người có thể ngồi.

• **를** : 동작의 도착지나 동작이 이루어지는 장소를 나타내는 조사.
  Không có từ tương ứng
  Trợ từ (tiểu từ) thể hiện điểm đến của động tác hay địa điểm nơi động tác được thực hiện.

• **돌아다니다 (động từ)** : 여기저기를 두루 다니다.
  đi loanh quanh
  Đi khắp chỗ này chỗ nọ.

• **-며** : 두 가지 이상의 동작이나 상태가 함께 일어남을 나타내는 연결 어미.
  vừa… vừa…
  Vĩ tố liên kết thể hiện việc hai động tác hay trạng thái trở lên cùng xảy ra.

• **그림 (danh từ)** : 선이나 색채로 사물의 모양이나 이미지 등을 평면 위에 나타낸 것.
  tranh vẽ
  Thứ thể hiện hình dạng hay hình ảnh của sự vật bằng đường nét hay màu sắc trên mặt phẳng.

• 을 : 동작이 직접적으로 영향을 미치는 대상을 나타내는 조사.
  Không có từ tương ứng
  Trợ từ (tiểu từ) thể hiện đối tượng mà động tác trực tiếp ảnh hưởng đến.

• **살펴보다 (động từ)** : 여기저기 빠짐없이 자세히 보다.
  soi xét
  Nhìn tỉ mỉ chỗ này chỗ kia không sót gì cả.

• -았- : 사건이 과거에 일어났음을 나타내는 어미.
  đã
  Vĩ tố thể hiện sự kiện đã xảy ra trong quá khứ.

• -다 : 어떤 사건이나 사실, 상태를 서술함을 나타내는 종결 어미.
  Không có từ tương ứng
  Vĩ tố kết thúc câu thể hiện sự trần thuật sự kiện, sự việc hay trạng thái nào đó.

선생님 : 소+가 참 <u>한가롭(한가로우)</u>+[어 보이]+네요.
한가로워 보이네요

• **소 (danh từ)** : 몸집이 크고 갈색이나 흰색과 검은색의 털이 있으며, 젖을 짜 먹거나 고기를 먹기 위해 기르는 짐승.
  con bò
  Động vật nuôi để lấy sữa hoặc thịt ăn, cơ thể to lớn, lông có màu đen và trắng hoặc nâu vàng.

• 가 : 어떤 상태나 상황에 놓인 대상이나 동작의 주체를 나타내는 조사.
  Không có từ tương ứng
  Trợ từ (tiểu từ) thể hiện chủ thể của động tác hoặc đối tượng được đặt trong trạng thái hay tình huống nào đó.

• **참 (phó từ)** : 사실이나 이치에 조금도 어긋남이 없이 정말로.
  thật sự, quả thật, quả thực, quả là, đúng là
  Thực sự không lệch so với sự thật hay lẽ phải chút nào.

• **한가롭다 (Tính từ)** : 바쁘지 않고 여유가 있는 듯하다.
  nhàn rỗi, nhàn nhã
  Không bận rộn và có vẻ thư thả.

• -어 보이다 : 겉으로 볼 때 앞의 말이 나타내는 것처럼 느껴지거나 추측됨을 나타내는 표현.
  trông, trông có vẻ
  Cấu trúc thể hiện việc được suy đoán hay được cảm thấy như điều mà từ ngữ phía trước thể hiện khi quan sát bề ngoài.

• -네요 : (두루높임으로) 말하는 사람이 직접 경험하여 새롭게 알게 된 사실에 대해 감탄함을 나타낼 때 쓰는 표현.

đấy, lắm, quá

(cách nói kính trọng phổ biến) Cấu trúc dùng khi thể hiện sự cảm thán đối với sự việc mà người nói mới biết được do trực tiếp trải nghiệm.

선생님 : 잘 <u>그리+었+어요</u>.
     그렸어요

• 잘 (phó từ) : 익숙하고 솜씨 있게.

một cách giỏi, một cách tốt

Một cách thành thạo và có tài.

• 그리다 (động từ) : 연필이나 붓 등을 이용하여 사물을 선이나 색으로 나타내다.

vẽ

Dùng bút chì hay bút để thể hiện sự vật bằng đường nét hay màu sắc.

• -었- : 어떤 사건이 과거에 완료되었거나 그 사건의 결과가 현재까지 지속되는 상황을 나타내는 어미.

đã

Vĩ tố thể hiện tình huống mà sự kiện nào đó đã hoàn thành trong quá khứ hoặc kết quả của sự kiện đó được tiếp tục đến hiện tại.

• -어요 : (두루높임으로) 어떤 사실을 서술하거나 질문, 명령, 권유함을 나타내는 종결 어미.

không?, hãy, hãy cùng

(cách nói kính trọng phổ biến) Vĩ tố kết thúc câu thể hiện sự tường thuật sự việc nào đó hay nghi vấn, mệnh lệnh, đề nghị.

이렇+게 선생님+께서+는 학생+들+의 그림+을 보+면서 칭찬+을 하+[여 주]+시+었+다.
                    해 주셨다

• 이렇다 (Tính từ) : 상태, 모양, 성질 등이 이와 같다.

như thế này

Trạng thái, hình dạng, tính chất... giống với điều này.

• -게 : 앞의 말이 뒤에서 가리키는 일의 목적이나 결과, 방식, 정도 등이 됨을 나타내는 연결 어미.

để, nhằm

Vĩ tố liên kết thể hiện vế trước trở thành mục đích hay kết quả, phương thức, mức độ của sự việc chỉ ra ở sau.

· **선생님 (danh từ)** : (높이는 말로) 학생을 가르치는 사람.
thầy giáo, cô giáo
(cách nói kính trọng) Người dạy học sinh.

· **께서** : (높임말로) 가. 이. 어떤 동작의 주체가 높여야 할 대상임을 나타내는 조사.
Không có từ tương ứng
(cách nói kính trọng) Kính ngữ của 이/가. Trợ từ thể hiện chủ thể của hành động nào đó là đối tượng phải kính trọng.

· **는** : 문장 속에서 어떤 대상이 화제임을 나타내는 조사.
Không có từ tương ứng
Trợ từ (tiểu từ) thể hiện việc đối tượng nào đó là chủ đề câu chuyện trong câu.

· **학생 (danh từ)** : 학교에 다니면서 공부하는 사람.
học sinh
Người đến trường học tập.

· **들** : '복수'의 뜻을 더하는 접미사.
những, các
Hậu tố thêm nghĩa 'số nhiều'.

· **의** : 앞의 말이 뒤의 말에 대하여 소유, 소속, 소재, 관계, 기원, 주체의 관계를 가짐을 나타내는 조사.
của
Trợ từ thể hiện từ ngữ phía trước có quan hệ về sở hữu, nơi trực thuộc, chất liệu, quan hệ, nguồn gốc, chủ thể đối với từ ngữ phía sau.

· **그림 (danh từ)** : 선이나 색채로 사물의 모양이나 이미지 등을 평면 위에 나타낸 것.
tranh vẽ
Thứ thể hiện hình dạng hay hình ảnh của sự vật bằng đường nét hay màu sắc trên mặt phẳng.

· **을** : 동작이 직접적으로 영향을 미치는 대상을 나타내는 조사.
Không có từ tương ứng
Trợ từ (tiểu từ) thể hiện đối tượng mà động tác trực tiếp ảnh hưởng đến.

· **보다 (động từ)** : 책이나 신문, 지도 등의 글자나 그림, 기호 등을 읽고 내용을 이해하다.
xem, đọc
Đọc chữ, hình vẽ, kí hiệu... của sách, báo, bản đồ···. và hiểu nội dung.

· **-면서** : 두 가지 이상의 동작이나 상태가 함께 일어남을 나타내는 연결 어미.
vừa...vừa
Vĩ tố liên kết thể hiện hai động tác hay trạng thái trở lên cùng xảy ra.

- 칭찬 (danh từ) : 좋은 점이나 잘한 일 등을 매우 훌륭하게 여기는 마음을 말로 나타냄. 또는 그런 말.

  sự khen ngợi, sự tán dương, lời khen ngợi

  Sự thể hiện ra thành lời tâm ý rất tốt đẹp về điểm tốt hay việc đã làm tốt. Hoặc những lời như vậy.

- 을 : 동작이 직접적으로 영향을 미치는 대상을 나타내는 조사.

  Không có từ tương ứng

  Trợ từ (tiểu từ) thể hiện đối tượng mà động tác trực tiếp ảnh hưởng đến.

- 하다 (động từ) : 어떤 행동이나 동작, 활동 등을 행하다.

  làm, tiến hành

  Thực hiện hành động hay động tác, hoạt động nào đó.

- -여 주다 : 남을 위해 앞의 말이 나타내는 행동을 함을 나타내는 표현.

  giúp, hộ, giùm

  Cấu trúc thể hiện việc thực hiện hành động mà từ ngữ phía trước thể hiện vì người khác.

- -시- : 어떤 동작이나 상태의 주체를 높이는 뜻을 나타내는 어미.

  Không có từ tương ứng

  Vĩ tố thể hiện nghĩa kính trọng chủ thể của động tác hay trạng thái nào đó.

- -었- : 사건이 과거에 일어났음을 나타내는 어미.

  đã

  Vĩ tố thể hiện sự kiện đã xảy ra trong quá khứ.

- -다 : 어떤 사건이나 사실, 상태를 서술함을 나타내는 종결 어미.

  Không có từ tương ứng

  Vĩ tố kết thúc câu thể hiện sự trần thuật sự kiện, sự việc hay trạng thái nào đó.

그런데 한 학생+의 스케치북+은 백지상태 그대로+이+었+다.

그대로였다

- 그런데 (phó từ) : 이야기를 앞의 내용과 관련시키면서 다른 방향으로 바꿀 때 쓰는 말.

  nhưng mà, thế nhưng

  Từ dùng khi kết nối câu chuyện với nội dung phía trước đồng thời chuyển sang hướng khác.

- 한 (định từ) : 여럿 중 하나인 어떤.

  nào đó

  Một cái nào đó trong số nhiều cái.

- **학생 (danh từ)** : 학교에 다니면서 공부하는 사람.
  học sinh
  Người đến trường học tập.

- **의** : 앞의 말이 뒤의 말에 대하여 소유, 소속, 소재, 관계, 기원, 주체의 관계를 가짐을 나타내는 조사.
  của
  Trợ từ thể hiện từ ngữ phía trước có quan hệ về sở hữu, nơi trực thuộc, chất liệu, quan hệ, nguồn gốc, chủ thể đối với từ ngữ phía sau.

- **스케치북 (danh từ)** : 그림을 그릴 수 있는 하얀 도화지를 여러 장 묶어 놓은 책.
  quyển vở đồ họa, quyển vở vẽ phác họa
  Cái tập hợp một số trang giấy đồ họa trắng để có thể vẽ.

- **은** : 문장 속에서 어떤 대상이 화제임을 나타내는 조사.
  Không có từ tương ứng
  Trợ từ (tiểu từ) thể hiện việc đối tượng nào đó là chủ đề câu chuyện trong câu.

- **백지상태 (danh từ)** : 종이에 아무것도 쓰지 않은 상태.
  tình trạng giấy trắng, tình trạng giấy trống
  Trạng thái không viết bất cứ cái gì trên giấy.

- **그대로 (danh từ)** : 그것과 똑같은 것.
  y vậy, y như
  Giống hệt với cái đó.

- **이다** : 주어가 지시하는 대상의 속성이나 부류를 지정하는 뜻을 나타내는 서술격 조사.
  nào là
  Trợ từ vị cách thể hiện sự liệt kê các sự vật đồng thời liên kết theo quan hệ đẳng lập.

- **-었-** : 사건이 과거에 일어났음을 나타내는 어미.
  đã
  Vĩ tố thể hiện sự kiện đã xảy ra trong quá khứ.

- **-다** : 어떤 사건이나 사실, 상태를 서술함을 나타내는 종결 어미.
  Không có từ tương ứng
  Vĩ tố kết thúc câu thể hiện sự trần thuật sự kiện, sự việc hay trạng thái nào đó.

선생님 : 너+는 어떤 그림+을 그리+[ㄴ 것(거)]+(이)+니?
　　　　　너　　　　　　　　　그린 거니

• 너 (đại từ) : 듣는 사람이 친구나 아랫사람일 때, 그 사람을 가리키는 말.
  bạn, cậu, mày
  Từ chỉ người nghe khi người đó là bạn bè hay người dưới.

• 는 : 문장 속에서 어떤 대상이 화제임을 나타내는 조사.
  Không có từ tương ứng
  Trợ từ (tiểu từ) thể hiện việc đối tượng nào đó là chủ đề câu chuyện trong câu.

• 어떤 (định từ) : 사람이나 사물의 특징, 내용, 성격, 성질, 모양 등이 무엇인지 물을 때 쓰는 말.
  như thế nào
  Từ dùng khi hỏi về đặc trưng, nội dung, tính cách, tính chất, hình dáng... của con người hay sự vật là gì.

• 그림 (danh từ) : 선이나 색채로 사물의 모양이나 이미지 등을 평면 위에 나타낸 것.
  tranh vẽ
  Thứ thể hiện hình dạng hay hình ảnh của sự vật bằng đường nét hay màu sắc trên mặt phẳng.

• 을 : 서술어의 명사형 목적어임을 나타내는 조사.
  Không có từ tương ứng
  Trợ từ (tiểu từ) thể hiện tân ngữ dạng danh từ của vị ngữ.

• 그리다 (động từ) : 연필이나 붓 등을 이용하여 사물을 선이나 색으로 나타내다.
  vẽ
  Dùng bút chì hay bút để thể hiện sự vật bằng đường nét hay màu sắc.

• -ㄴ 것 : 명사가 아닌 것을 문장에서 명사처럼 쓰이게 하거나 '이다' 앞에 쓰일 수 있게 할 때 쓰는 표현.
  cái, thứ, điều, việc
  Cấu trúc dùng cho yếu tố không phải là danh từ có thể được dùng như danh từ trong câu, hoặc làm cho yếu tố đó có thể đứng trước "이다".

• 이다 : 주어가 지시하는 대상의 속성이나 부류를 지정하는 뜻을 나타내는 서술격 조사.
  nào là
  Trợ từ vị cách thể hiện sự liệt kê các sự vật đồng thời liên kết theo quan hệ đẳng lập.

• -니 : (아주낮춤으로) 물음을 나타내는 종결 어미.
  …hả?
  (cách nói rất hạ thấp) Vĩ tố kết thúc câu thể hiện câu hỏi.

학생 : 풀+을 뜯+[고 있]+는 소+를 그리+었+어요.
그렸어요

- **풀 (danh từ)** : 줄기가 연하고, 대개 한 해를 지내면 죽는 식물.
  cỏ
  Thực vật có thân mềm, thường chỉ sống một năm là chết.

- **을** : 동작이 직접적으로 영향을 미치는 대상을 나타내는 조사.
  Không có từ tương ứng
  Trợ từ (tiểu từ) thể hiện đối tượng mà động tác trực tiếp ảnh hưởng đến.

- **뜯다 (động từ)** : 풀이나 질긴 음식을 입에 물고 떼어서 먹다.
  gặm
  Ngoạm vào miệng và rứt ra ăn cỏ hay thức ăn dai.

- **-고 있다** : 앞의 말이 나타내는 행동이 계속 진행됨을 나타내는 표현.
  đang
  Cấu trúc thể hiện hành động mà từ ngữ phía trước diễn đạt được tiếp tục tiến hành.

- **-는** : 앞의 말이 관형어의 기능을 하게 만들고 사건이나 동작이 현재 일어남을 나타내는 어미.
  mà
  Vĩ tố làm cho từ ngữ phía trước có chức năng định ngữ và thể hiện sự kiện hay động tác xảy ra ở hiện tại.

- **소 (danh từ)** : 몸집이 크고 갈색이나 흰색과 검은색의 털이 있으며, 젖을 짜 먹거나 고기를 먹기 위해 기르는 짐승.
  con bò
  Động vật nuôi để lấy sữa hoặc thịt ăn, cơ thể to lớn, lông có màu đen và trắng hoặc nâu vàng.

- **를** : 동작이 직접적으로 영향을 미치는 대상을 나타내는 조사.
  Không có từ tương ứng
  Trợ từ (tiểu từ) thể hiện đối tượng mà động tác trực tiếp ảnh hưởng đến.

- **그리다 (động từ)** : 연필이나 붓 등을 이용하여 사물을 선이나 색으로 나타내다.
  vẽ
  Dùng bút chì hay bút để thể hiện sự vật bằng đường nét hay màu sắc.

- **-었-** : 어떤 사건이 과거에 완료되었거나 그 사건의 결과가 현재까지 지속되는 상황을 나타내는 어미.
  đã
  Vĩ tố thể hiện tình huống mà sự kiện nào đó đã hoàn thành trong quá khứ hoặc kết quả của sự kiện đó được tiếp tục đến hiện tại.

- **-어요** : (두루높임으로) 어떤 사실을 서술하거나 질문, 명령, 권유함을 나타내는 종결 어미.
  không?, hãy, hãy cùng
  (cách nói kính trọng phổ biến) Vĩ tố kết thúc câu thể hiện sự tường thuật sự việc nào đó hay nghi vấn, mệnh lệnh, đề nghị.

선생님 : 그런데 풀+은 어디 있+니?

- **그런데 (phó từ)** : 이야기를 앞의 내용과 관련시키면서 다른 방향으로 바꿀 때 쓰는 말.
  nhưng mà, thế nhưng
  Từ dùng khi kết nối câu chuyện với nội dung phía trước đồng thời chuyển sang hướng khác.

- **풀 (danh từ)** : 줄기가 연하고, 대개 한 해를 지내면 죽는 식물.
  cỏ
  Thực vật có thân mềm, thường chỉ sống một năm là chết.

- **은** : 문장 속에서 어떤 대상이 화제임을 나타내는 조사.
  Không có từ tương ứng
  Trợ từ (tiểu từ) thể hiện việc đối tượng nào đó là chủ đề câu chuyện trong câu.

- **어디 (đại từ)** : 모르는 곳을 가리키는 말.
  đâu đó
  Từ chỉ nơi không biết.

- **있다 (Tính từ)** : 무엇이 어떤 곳에 자리나 공간을 차지하고 존재하는 상태이다.
  có
  Trạng thái cái gì đó đang tồn tại và chiếm không gian hay vị trí ở nơi nào đó.

- **-니** : (아주낮춤으로) 물음을 나타내는 종결 어미.
  …hả?
  (cách nói rất hạ thấp) Vĩ tố kết thúc câu thể hiện câu hỏi.

학생 : 소+가 이미 다 먹+[어 버리]+었+어요.
먹어 버렸어요

- **소 (danh từ)** : 몸집이 크고 갈색이나 흰색과 검은색의 털이 있으며, 젖을 짜 먹거나 고기를 먹기 위해 기르는 짐승.
  con bò
  Động vật nuôi để lấy sữa hoặc thịt ăn, cơ thể to lớn, lông có màu đen và trắng hoặc nâu vàng.

- **가** : 어떤 상태나 상황에 놓인 대상이나 동작의 주체를 나타내는 조사.
  Không có từ tương ứng
  Trợ từ (tiểu từ) thể hiện chủ thể của động tác hoặc đối tượng được đặt trong trạng thái hay tình huống nào đó.

- **이미 (phó từ)** : 어떤 일이 이루어진 때가 지금 시간보다 앞서.

  trước, rồi

  Thời gian mà việc nào đó được thực hiện trước thời gian hiện tại.

- **다 (phó từ)** : 남거나 빠진 것이 없이 모두.

  hết, tất cả

  Mọi thứ không sót hay để lại gì cả.

- **먹다 (động từ)** : 음식 등을 입을 통하여 배 속에 들여보내다.

  ăn

  Cho thức ăn… vào trong bụng qua đường miệng.

- **-어 버리다** : 앞의 말이 나타내는 행동이 완전히 끝났음을 나타내는 표현.

  ….mất, …hết

  Cấu trúc thể hiện hành động mà từ ngữ phía trước thể hiện đã kết thúc hoàn toàn.

- **-었-** : 어떤 사건이 과거에 완료되었거나 그 사건의 결과가 현재까지 지속되는 상황을 나타내는 어미.

  đã

  Vĩ tố thể hiện tình huống mà sự kiện nào đó đã hoàn thành trong quá khứ hoặc kết quả của sự kiện đó được tiếp tục đến hiện tại.

- **-어요** : (두루높임으로) 어떤 사실을 서술하거나 질문, 명령, 권유함을 나타내는 종결 어미.

  không?, hãy, hãy cùng

  (cách nói kính trọng phổ biến) Vĩ tố kết thúc câu thể hiện sự tường thuật sự việc nào đó hay nghi vấn, mệnh lệnh, đề nghị.

선생님 : 그럼 소+는 왜 안 보이+니?

- **그럼 (phó từ)** : 앞의 내용을 받아들이거나 그 내용을 바탕으로 하여 새로운 주장을 할 때 쓰는 말.

  vậy thì

  Từ dùng khi tiếp nhận nội dung phía trước hoặc lấy nội dung ấy làm nền tảng cho chủ trương mới.

- **소 (danh từ)** : 몸집이 크고 갈색이나 흰색과 검은색의 털이 있으며, 젖을 짜 먹거나 고기를 먹기 위해 기르는 짐승.

  con bò

  Động vật nuôi để lấy sữa hoặc thịt ăn, cơ thể to lớn, lông có màu đen và trắng hoặc nâu vàng.

- **는** : 문장 속에서 어떤 대상이 화제임을 나타내는 조사.

  Không có từ tương ứng

  Trợ từ (tiểu từ) thể hiện việc đối tượng nào đó là chủ đề câu chuyện trong câu.

· 왜 (phó từ) : 무슨 이유로. 또는 어째서.

　tại sao, vì sao

　Với lý do gì. Hoặc làm sao chứ.

· 안 (phó từ) : 부정이나 반대의 뜻을 나타내는 말.

　không

　Từ thể hiện nghĩa phủ định hay phản đối.

· 보이다 (động từ) : 눈으로 대상의 존재나 겉모습을 알게 되다.

　được thấy, được trông thấy

　Biết được sự tồn tại hay hình thái của đối tượng bằng mắt.

· -니 : (아주낮춤으로) 물음을 나타내는 종결 어미.

　…hả?

　(cách nói rất hạ thấp) Vĩ tố kết thúc câu thể hiện câu hỏi.

학생 : 선생님+도 참, 소+가 풀+을 다 먹+었+는데 여기+에 있+겠+어요?

· 선생님 (danh từ) : (높이는 말로) 학생을 가르치는 사람.

　thầy giáo, cô giáo

　(cách nói kính trọng) Người dạy học sinh.

· 도 : 놀라움, 감탄, 실망 등의 감정을 강조함을 나타내는 조사.

　cũng

　Trợ từ thể hiện sự nhấn mạnh những cảm xúc như ngạc nhiên, cảm thán, thất vọng...

· 참 (từ cảm thán, thán từ) : 어이가 없거나 난처할 때 내는 소리.

　ôi! thật là

　Tiếng phát ra khi thấy phi lí hoặc khó xử.

· 소 (danh từ) : 몸집이 크고 갈색이나 흰색과 검은색의 털이 있으며, 젖을 짜 먹거나 고기를 먹기 위해
　　　　　　　 기르는 짐승.

　con bò

　Động vật nuôi để lấy sữa hoặc thịt ăn, cơ thể to lớn, lông có màu đen và trắng hoặc nâu
　vàng.

· 가 : 어떤 상태나 상황에 놓인 대상이나 동작의 주체를 나타내는 조사.

　Không có từ tương ứng

　Trợ từ (tiểu từ) thể hiện chủ thể của động tác hoặc đối tượng được đặt trong trạng thái
　hay tình huống nào đó.

• 풀 (danh từ) : 줄기가 연하고, 대개 한 해를 지내면 죽는 식물.
 cỏ
 Thực vật có thân mềm, thường chỉ sống một năm là chết.

• 을 : 동작이 직접적으로 영향을 미치는 대상을 나타내는 조사.
 Không có từ tương ứng
 Trợ từ (tiểu từ) thể hiện đối tượng mà động tác trực tiếp ảnh hưởng đến.

• 다 (phó từ) : 남거나 빠진 것이 없이 모두.
 hết, tất cả
 Mọi thứ không sót hay để lại gì cả.

• 먹다 (động từ) : 음식 등을 입을 통하여 배 속에 들여보내다.
 ăn
 Cho thức ăn··· vào trong bụng qua đường miệng.

• -었- : 어떤 사건이 과거에 완료되었거나 그 사건의 결과가 현재까지 지속되는 상황을 나타내는 어미.
 đã
 Vĩ tố thể hiện tình huống mà sự kiện nào đó đã hoàn thành trong quá khứ hoặc kết quả của sự kiện đó được tiếp tục đến hiện tại.

• -는데 : 뒤의 말을 하기 위하여 그 대상과 관련이 있는 상황을 미리 말함을 나타내는 연결 어미.
 Không có từ tương ứng
 Vĩ tố liên kết thể hiện việc nói trước tình huống có liên quan đến đối tượng để nói tiếp lời phía sau.

• 여기 (đại từ) : 말하는 사람에게 가까운 곳을 가리키는 말.
 nơi này, ở đây
 Từ chỉ nơi ở gần người nói.

• 에 : 앞말이 어떤 장소나 자리임을 나타내는 조사.
 ở, tại
 Trợ từ (tiểu từ) thể hiện từ ngữ phía trước là địa điểm hay chỗ nào đó.

• 있다 (động từ) : 사람이나 동물이 어느 곳에서 떠나거나 벗어나지 않고 머물다.
 ở lại, ở
 Con người hay động vật không rời khỏi hay tách ra khỏi nơi nào đó mà lưu lại.

• -겠- : 완곡하게 말하는 태도를 나타내는 어미.
 chắc là, được không
 Vĩ tố thể hiện thái độ nói quanh co.

• -어요 : (두루높임으로) 어떤 사실을 서술하거나 질문, 명령, 권유함을 나타내는 종결 어미.

không?, hãy, hãy cùng

(cách nói kính trọng phổ biến) Vĩ tố kết thúc câu thể hiện sự tường thuật sự việc nào đó hay nghi vấn, mệnh lệnh, đề nghị.

< 9 단원(bài) >

제목 : 가장 큰 장애 요소는 무엇일까요?

● 본문 (nguyên văn)

한 중학교에서 선생님이 꿈의 중요성에 대해 이야기하고 있었다.

선생님 : 자, 여러분들에게 질문 하나 할게요.

　　　　여러분들이 꿈을 펼치려고 할 때 가장 큰 장애 요소는 무엇일까요?

　　　　잘 생각해 보세요.

　　　　힌트를 하나 줄게요.

　　　　답은 '자'로 시작하는 네 글자예요.

학생 1 : 정답은 자기 비하라고 생각합니다.

학생 2 : 정답은 자기 부정이라고 생각합니다.

선생님 : 맞아요.

　　　　자기 비하 또는 자기 부정은 꿈을 이루는 데 장애 요소가 돼요.

그때 한 학생이 천연덕스럽게 대답했다.

학생 3 : 정답은 자기 부모라고 생각합니다.

● 발음 (sự phát âm)

한 중학교에서 선생님이 꿈의 중요성에 대해 이야기하고 있었다.
한 중학꾜에서 선생니미 꾸메 중요성에 대해 이야기하고 이썯따.
han junghakgyoeseo seonsaengnimi kkumui(kkume) jungyoseonge daehae iyagihago isseotda.

선생님 : 자, 여러분들에게 질문 하나 할게요.
선생님 : 자, 여러분드레게 질문 하나 할께요.
seonsaengnim : ja, yeoreobundeurege jilmun hana halgeyo.

여러분들이 꿈을 펼치려고 할 때 가장 큰 장애 요소는 무엇일까요?
여러분드리 꾸믈 펼치려고 할 때 가장 큰 장애 요소는 무어실까요?
yeoreobundeuri kkumeul pyeolchiryeogo hal ttae gajang keun jangae
yosoneun mueosilkkayo?

잘 생각해 보세요.
잘 생가캐 보세요.
jal saenggakae boseyo.

힌트를 하나 줄게요.
힌트를 하나 줄께요.
hinteureul hana julgeyo.

답은 '자'로 시작하는 네 글자예요.
다븐 '자'로 시자카는 네 글자예요.
dabeun 'ja'ro sijakaneun ne geuljayeyo.

학생 1 : 정답은 자기 비하라고 생각합니다.
학쌩 1 : 정다븐 자기 비하라고 생가캄니다.
haksaeng 1 : jeongdabeun jagi biharago saenggakamnida.

학생 2 : 정답은 자기 부정이라고 생각합니다.
학생 2 : 정다븐 자기 부정이라고 생가캄니다.
haksaeng 2 : jeongdabeun jagi bujeongirago saenggakamnida.

선생님 : 맞아요.
선생님 : 마자요.
seonsaengnim : majayo.

자기 비하 또는 자기 부정은 꿈을 이루는 데 장애 요소가 돼요.
자기 비하 또는 자기 부정은 꾸믈 이루는 데 장애 요소가 돼요.
jagi biha ttoneun jagi bujeongeun kkumeul iruneun de jangae yosoga dwaeyo.

그때 한 학생이 천연덕스럽게 대답했다.
그때 한 학쌩이 처년덕쓰럽께 대다팯따.
geuttae han haksaengi cheonyeondeokseureopge daedapaetda.

학생 3 : 정답은 자기 부모라고 생각합니다.
학쌩 3 : 정다븐 자기 부모라고 생가캄니다.
haksaeng 3 : jeongdabeun jagi bumorago saenggakamnida.

● 어휘 (từ vựng) / 문법 (ngữ pháp)

한 중학교+에서 선생님+이 꿈+의 중요성+에 대하+여 이야기하+<u>고 있</u>+었+다.

선생님 : 자, 여러분+들+에게 질문 하나 하+ㄹ게요.

여러분+들+이 꿈+을 펼치+<u>려고 하</u>+ㄹ 때 가장 크+ㄴ 장애 요소+는

무엇+이+ㄹ까요?

잘 생각하+<u>여 보</u>+세요.

힌트+를 하나 주+ㄹ게요.

답+은 '자'+로 시작하+는 네 글자+이+에요.

학생 1 : 정답+은 자기 비하+(이)+라고 생각하+ㅂ니다.

학생 2 : 정답+은 자기 부정+이+라고 생각하+ㅂ니다.

선생님 : 맞+아요.

자기 비하 또는 자기 부정+은 꿈+을 이루+는 데 장애 요소+가 되+어요.

그때 한 학생+이 천연덕스럽+게 대답하+였+다.

학생 3 : 정답+은 자기 부모+(이)+라고 생각하+ㅂ니다.

한 중학교+에서 선생님+이 꿈+의 중요성+에 대하+여 이야기하+[고 있]+었+다.
대해

- **한 (định từ)** : 여럿 중 하나인 어떤.
  nào đó
  Một cái nào đó trong số nhiều cái.

- **중학교 (danh từ)** : 초등학교를 졸업하고 중등 교육을 받기 위해 다니는 학교.
  trường trung học cơ sở
  Trường học để đến học nhằm nhận được tiêu chuẩn giáo dục trung học cơ sở sau khi đã tốt nghiệp tiểu học.

- **에서** : 앞말이 행동이 이루어지고 있는 장소임을 나타내는 조사.
  ở, tại
  Trợ từ thể hiện lời phía trước là địa điểm mà hành động nào đó được diễn ra.

- **선생님 (danh từ)** : (높이는 말로) 학생을 가르치는 사람.
  thầy giáo, cô giáo
  (cách nói kính trọng) Người dạy học sinh.

- **이** : 어떤 상태나 상황의 대상이나 동작의 주체를 나타내는 조사.
  Không có từ tương ứng
  Trợ từ (tiểu từ) thể hiện chủ thể của động tác hoặc đối tượng của trạng thái hay tình huống nào đó.

- **꿈 (danh từ)** : 앞으로 이루고 싶은 희망이나 목표.
  ước mơ
  Mục tiêu hay hi vọng mong muốn đạt được về sau.

- **의** : 앞의 말이 뒤의 말에 대하여 속성이나 수량을 한정하거나 같은 자격임을 나타내는 조사.
  Không có từ tương ứng
  Trợ từ thể hiện từ ngữ phía trước hạn định thuộc tính hay số lượng hoặc cùng tư cách đối với từ ngữ phía sau.

- **중요성 (danh từ)** : 귀중하고 꼭 필요한 요소나 성질.
  tính quan trọng
  Tính chất hay yếu tố rất quý và chắc chắn cần thiết.

- **에** : 앞말이 말하고자 하는 특정한 대상임을 나타내는 조사.
  về, đối với
  Trợ từ (tiểu từ) thể hiện từ ngữ phía trước là đối tượng đặc chỉ định nói tới.

• **대하다 (동사)** : 대상이나 상대로 삼다.

về (cái gì đó, ai đó, sự việc nào đó)

Lấy làm đối tượng hay trạng thái.

• **-여** : 앞의 말이 뒤의 말보다 먼저 일어났거나 뒤의 말에 대한 방법이나 수단이 됨을 나타내는 연결 어미.

rồi

Vĩ tố liên kết thể hiện vế trước xảy ra trước vế sau hoặc trở thành phương pháp hay phương tiện đối với vế sau

• **이야기하다 (동사)** : 어떠한 사실이나 상태, 현상, 경험, 생각 등에 관해 누군가에게 말을 하다.

nói chuyện

Nói với ai đó về sự thật, trạng thái, hiện tượng, kinh nghiệm hay suy nghĩ... nào đó.

• **-고 있다** : 앞의 말이 나타내는 행동이 계속 진행됨을 나타내는 표현.

đang

Cấu trúc thể hiện hành động mà từ ngữ phía trước diễn đạt được tiếp tục tiến hành.

• **-었-** : 사건이 과거에 일어났음을 나타내는 어미.

đã

Vĩ tố thể hiện sự kiện đã xảy ra trong quá khứ.

• **-다** : 어떤 사건이나 사실, 상태를 서술함을 나타내는 종결 어미.

Không có từ tương ứng

Vĩ tố kết thúc câu thể hiện sự trần thuật sự kiện, sự việc hay trạng thái nào đó.

선생님 : 자, 여러분+들+에게 질문 하나 <u>하+ㄹ게요</u>.
할게요

• **자 (từ cảm thán)** : 남의 주의를 끌려고 할 때에 하는 말.

nào...

Từ dùng khi muốn thu hút sự chú ý của người khác.

• **여러분 (đại từ)** : 듣는 사람이 여러 명일 때 그 사람들을 높여 이르는 말.

các bạn, các quí vị

Cách gọi trân trọng cho ngôi thứ hai số nhiều.

• **들** : '복수'의 뜻을 더하는 접미사.

những, các

Hậu tố thêm nghĩa 'số nhiều'.

• 에게 : 어떤 행동이 미치는 대상임을 나타내는 조사.
  cho
  Trợ từ thể hiện đối tượng mà hành động nào đó tác động đến.

• 질문 (danh từ) : 모르는 것이나 알고 싶은 것을 물음.
  việc hỏi, việc chất vấn, câu hỏi
  Việc hỏi điều mà mình không biết hay điều muốn biết.

• 하나 (số từ) : 숫자를 셀 때 맨 처음의 수.
  một
  Số đầu tiên khi đếm số.

• 하다 (động từ) : 어떤 행동이나 동작, 활동 등을 행하다.
  làm, tiến hành
  Thực hiện hành động hay động tác, hoạt động nào đó.

• -ㄹ게요 : (두루높임으로) 말하는 사람이 어떤 행동을 할 것을 듣는 사람에게 약속하거나 의지를 나타내
  는 표현.
  sẽ
  (cách nói kính trọng phổ biến) Cấu trúc mà người nói thể hiện ý định hoặc hứa hẹn với
  người nghe sẽ thực hiện hành động nào đó.

선생님 : 여러분+들+이 꿈+을 펼치+[려고 하]+[ㄹ 때] 가장 크+ㄴ 장애 요소+는
                                 펼치려고 할 때   큰

       무엇+이+ㄹ까요?
       무엇일까요

• 여러분 (đại từ) : 듣는 사람이 여러 명일 때 그 사람들을 높여 이르는 말.
  các bạn, các quí vị
  Cách gọi trân trọng cho ngôi thứ hai số nhiều.

• 들 : '복수'의 뜻을 더하는 접미사.
  những, các
  Hậu tố thêm nghĩa 'số nhiều'.

• 이 : 어떤 상태나 상황의 대상이나 동작의 주체를 나타내는 조사.
  Không có từ tương ứng
  Trợ từ (tiểu từ) thể hiện chủ thể của động tác hoặc đối tượng của trạng thái hay tình
  huống nào đó.

• **꿈 (danh từ)** : 앞으로 이루고 싶은 희망이나 목표.
ước mơ
Mục tiêu hay hi vọng mong muốn đạt được về sau.

• **을** : 동작이 직접적으로 영향을 미치는 대상을 나타내는 조사.
Không có từ tương ứng
Trợ từ (tiểu từ) thể hiện đối tượng mà động tác trực tiếp ảnh hưởng đến.

• **펼치다 (động từ)** : 꿈이나 계획 등을 실제로 행하다.
tạo nên
Thực hiện ước mơ hay kế hoạch… trong thực tế.

• **-려고 하다** : 앞의 말이 나타내는 행동을 할 의도나 의향이 있음을 나타내는 표현.
định
Cấu trúc thể hiện việc có ý định hay ý đướng sẽ thực hiện hành động mà từ ngữ phía trước thể hiện.

• **-ㄹ 때** : 어떤 행동이나 상황이 일어나는 동안이나 그 시기 또는 그러한 일이 일어난 경우를 나타내는 표현.
khi, lúc, hồi
Cấu trúc thể hiện khoảng thời gian hay thời kì mà hành động hay tình huống nào đó xảy ra hoặc trường hợp mà việc như vậy xảy ra.

• **가장 (phó từ)** : 여럿 가운데에서 제일로.
nhất
Thứ nhất trong nhiều cái.

• **크다 (Tính từ)** : 길이, 넓이, 높이, 부피 등이 보통 정도를 넘다.
to, lớn
Chiều dài, chiều rộng, độ cao, thể tích… vượt quá mức độ bình thường.

• **-ㄴ** : 앞의 말이 관형어의 기능을 하게 만들고 현재의 상태를 나타내는 어미.
mà
Vĩ tố khiến cho từ ngữ phía trước có chức năng định ngữ và thể hiện sự kiện hay động tác được hoàn thành thì trạng thái đó vẫn đang được duy trì.

• **장애 (danh từ)** : 가로막아서 어떤 일을 하는 데 거슬리거나 방해가 됨. 또는 그런 일이나 물건.
sự cản trở, chướng ngại vật
Sự chắn ngang ở giữa và trở thành điều phản đối hoặc ngăn cản sự thực hiện việc nào đó. Hoặc sự việc hoặc đồ vật như vậy.

• **요소 (danh từ)** : 무엇을 이루는 데 반드시 있어야 할 중요한 성분이나 조건.
yếu tố
Điều kiện hay thành phần quan trọng nhất thiết phải có trong việc hình thành cái gì đó.

- 는 : 문장 속에서 어떤 대상이 화제임을 나타내는 조사.
  Không có từ tương ứng
  Trợ từ (tiểu từ) thể hiện việc đối tượng nào đó là chủ đề câu chuyện trong câu.

- **무엇 (đại từ)** : 모르는 사실이나 사물을 가리키는 말.
  cái gì, gì
  Từ chỉ sự việc hay sự vật không biết.

- 이다 : 주어가 지시하는 대상의 속성이나 부류를 지정하는 뜻을 나타내는 서술격 조사.
  nào là
  Trợ từ vị cách thể hiện sự liệt kê các sự vật đồng thời liên kết theo quan hệ đẳng lập.

- -ㄹ까요 : (두루높임으로) 아직 일어나지 않았거나 모르는 일에 대해서 말하는 사람이 추측하며 질문할 때 쓰는 표현.
  liệu… không?
  (cách nói kính trọng phổ biến) Cấu trúc dùng khi người nói suy đoán và hỏi về việc chưa xảy ra hoặc không biết.

선생님 : 잘 <u>생각하+[여 보]</u>+세요.
   생각해 보세요

   힌트+를 하나 <u>주+ㄹ게요</u>.
   줄게요

- **잘 (phó từ)** : 생각이 매우 깊고 조심스럽게.
  một cách đúng đắn, một cách cẩn trọng
  Một cách có suy nghĩ sâu sắc và cẩn thận.

- **생각하다 (động từ)** : 사람이 머리를 써서 판단하거나 인식하다.
  nghĩ, suy nghĩ
  Con người dùng đầu óc để phán đoán hoặc nhận thức.

- -여 보다 : 앞의 말이 나타내는 행동을 시험 삼아 함을 나타내는 표현.
  thử
  Cấu trúc thể hiện việc lấy hành động mà từ ngữ phía trước thể hiện làm thí điểm.

- -세요 : (두루높임으로) 설명, 의문, 명령, 요청의 뜻을 나타내는 종결 어미.
  ... không?, hãy
  (cách nói kính trọng phổ biến) Vĩ tố kết thúc câu thể hiện nghĩa giải thích, nghi vấn, mệnh lệnh, yêu cầu.

• **힌트 (danh từ)** : 문제를 풀거나 일을 해결하는 데 도움이 되는 것.
  điều gợi ý
  Cái trở thành sự hỗ trợ trong việc giải quyết công việc hay tháo gỡ vấn đề.

• **를** : 동작이 직접적으로 영향을 미치는 대상을 나타내는 조사.
  Không có từ tương ứng
  Trợ từ (tiểu từ) thể hiện đối tượng mà động tác gây ảnh hưởng trực tiếp.

• **하나 (số từ)** : 숫자를 셀 때 맨 처음의 수.
  một
  Số đầu tiên khi đếm số.

• **주다 (động từ)** : 남에게 경고, 암시 등을 하여 어떤 내용을 알 수 있게 하다.
  đưa ra, cho
  Cảnh báo, ám chỉ... người khác làm cho có thể biết được nội dung nào đó.

• **-ㄹ게요** : (두루높임으로) 말하는 사람이 어떤 행동을 할 것을 듣는 사람에게 약속하거나 의지를 나타내
        는 표현.
  sẽ
  (cách nói kính trọng phổ biến) Cấu trúc mà người nói thể hiện ý định hoặc hứa hẹn với
  người nghe sẽ thực hiện hành động nào đó.

선생님 : 답+은 '**자**'+로 시작하+는 네 글자+이+에요.
                    글자예요

• **답 (danh từ)** : 질문이나 문제가 요구하는 것을 밝혀 말함. 또는 그런 말.
  sự giải đáp, lời giải, đáp án
  Việc làm rõ điều mà câu hỏi hay vấn đề yêu cầu. Hoặc lời nói như thế.

• **은** : 문장 속에서 어떤 대상이 화제임을 나타내는 조사.
  Không có từ tương ứng
  Trợ từ (tiểu từ) thể hiện việc đối tượng nào đó là chủ đề câu chuyện trong câu.

• **로** : 움직임의 방향을 나타내는 조사.
  sang
  Trợ từ thể hiện phương hướng của chuyển động.

• **시작하다 (động từ)** : 어떤 일이나 행동의 처음 단계를 이루거나 이루게 하다.
  bắt đầu
  Thực hiện hay cho thực hiện giai đoạn đầu của một việc hay hành động nào đó.

- -는 : 앞의 말이 관형어의 기능을 하게 만들고 사건이나 동작이 현재 일어남을 나타내는 어미.
  mà
  Vĩ tố làm cho từ ngữ phía trước có chức năng định ngữ và thể hiện sự kiện hay động tác xảy ra ở hiện tại.

- 네 (định từ) : 넷의.
  bốn
  Bốn

- 글자 (danh từ) : 말을 적는 기호.
  chữ viết, chữ
  Ký hiệu ghi lại lời nói.

- 이다 : 주어가 지시하는 대상의 속성이나 부류를 지정하는 뜻을 나타내는 서술격 조사.
  nào là
  Trợ từ vị cách thể hiện sự liệt kê các sự vật đồng thời liên kết theo quan hệ đẳng lập.

- -에요 : (두루높임으로) 어떤 사실을 서술하거나 질문함을 나타내는 종결 어미.
  phải không?, là
  (cách nói kính trọng phổ biến) Vĩ tố kết thúc câu diễn đạt sự nghi vấn hay trần thuật sự việc nào đó.

선생님 : 이 장애물+은 여러분+도 많이 가지+[고 있]+[을 것(거)]+이+에요.
가지고 있을 거예요

- 이 (định từ) : 바로 앞에서 이야기한 대상을 가리킬 때 쓰는 말.
  này
  Từ dùng khi chỉ đối tượng vừa nói ở ngay phía trước.

- 장애물 (danh từ) : 가로막아서 어떤 일을 하는 데 거슬리거나 방해가 되는 사물.
  chướng ngại vật
  Sự vật chắn ngang ở giữa và trở thành điều phản đối hoặc ngăn cản sự thực hiện việc nào đó.

- 은 : 문장 속에서 어떤 대상이 화제임을 나타내는 조사.
  Không có từ tương ứng
  Trợ từ (tiểu từ) thể hiện việc đối tượng nào đó là chủ đề câu chuyện trong câu.

- 여러분 (đại từ) : 듣는 사람이 여러 명일 때 그 사람들을 높여 이르는 말.
  các bạn, các quí vị
  Cách gọi trân trọng cho ngôi thứ hai số nhiều.

• 도 : 이미 있는 어떤 것에 다른 것을 더하거나 포함함을 나타내는 조사.

cũng

Trợ từ thể hiện sự thêm vào hoặc bao gồm cái khác vào cái nào đó đã có sẵn.

• 많이 (phó từ) : 수나 양, 정도 등이 일정한 기준보다 넘게.

nhiều

Số, lượng hay mức độ vượt tiêu chuẩn nhất định.

• 가지다 (động từ) : 생각, 태도, 사상 등을 마음에 품다.

mang

Giữ trong lòng suy nghĩ, thái độ, tư tưởng...

• -고 있다 : 앞의 말이 나타내는 행동의 결과가 계속됨을 나타내는 표현.

đang

Cấu trúc thể hiện kết quả của hành động mà từ ngữ phía trước diễn đạt được tiếp tục

• -을 것 : 명사가 아닌 것을 문장에서 명사처럼 쓰이게 하거나 '이다' 앞에 쓰일 수 있게 할 때 쓰는 표현.

sẽ

Cấu trúc dùng khi làm cho yếu tố không phải là danh từ được dùng như danh từ trong câu, hoặc làm cho có thể được dùng trước ""이다"

• 이다 : 주어가 지시하는 대상의 속성이나 부류를 지정하는 뜻을 나타내는 서술격 조사.

nào là

Trợ từ vị cách thể hiện sự liệt kê các sự vật đồng thời liên kết theo quan hệ đẳng lập.

• -에요 : (두루높임으로) 어떤 사실을 서술하거나 질문함을 나타내는 종결 어미.

phải không?, là

(cách nói kính trọng phổ biến) Vĩ tố kết thúc câu diễn đạt sự nghi vấn hay trần thuật sự việc nào đó.

학생 1 : 정답+은 <u>자기 비하+(이)+라고</u> 생각하+ㅂ니다.
자기 비하라고   생각합니다

• 정답 (danh từ) : 어떤 문제나 질문에 대한 옳은 답.

đáp án đúng, câu trả lời chuẩn xác

Đáp án đúng với câu hỏi hay vấn đề nào đó.

• 은 : 문장 속에서 어떤 대상이 화제임을 나타내는 조사.

Không có từ tương ứng

Trợ từ (tiểu từ) thể hiện việc đối tượng nào đó là chủ đề câu chuyện trong câu.

- **자기** (danh từ) : 그 사람 자신.
  mình, tự mình, bản thân mình
  Bản thân người đó.

- **비하** (danh từ) : 자기 자신을 낮춤.
  sự nhún nhường
  Việc hạ thấp bản thân mình.

- **이다** : 주어가 지시하는 대상의 속성이나 부류를 지정하는 뜻을 나타내는 서술격 조사.
  nào là
  Trợ từ vị cách thể hiện sự liệt kê các sự vật đồng thời liên kết theo quan hệ đẳng lập.

- **-라고** : 다른 사람에게서 들은 내용을 간접적으로 전달하거나 주어의 생각, 의견 등을 나타내는 표현.
  rằng, là
  Cấu trúc truyền đạt gián tiếp nội dung nghe được từ người khác hoặc thể hiện suy nghĩ, ý kiến··· của chủ ngữ.

- **생각하다** (động từ) : 사람이 머리를 써서 판단하거나 인식하다.
  nghĩ, suy nghĩ
  Con người dùng đầu óc để phán đoán hoặc nhận thức.

- **-ㅂ니다** : (아주높임으로) 현재의 동작이나 상태, 사실을 정중하게 설명함을 나타내는 종결 어미.
  Không có từ tương ứng
  (cách nói rất kính trọng) Vĩ tố kết thúc câu thể hiện sự thuyết minh động tác, trạng thái hay sự việc ở hiện tại một cách trịnh trọng.

학생 2 : 정답+은 자기 부정+이+라고 <u>생각하</u>+ㅂ니다.
생각합니다

- **정답** (danh từ) : 어떤 문제나 질문에 대한 옳은 답.
  đáp án đúng, câu trả lời chuẩn xác
  Đáp án đúng với câu hỏi hay vấn đề nào đó.

- **은** : 문장 속에서 어떤 대상이 화제임을 나타내는 조사.
  Không có từ tương ứng
  Trợ từ (tiểu từ) thể hiện việc đối tượng nào đó là chủ đề câu chuyện trong câu.

- **자기** (danh từ) : 그 사람 자신.
  mình, tự mình, bản thân mình
  Bản thân người đó.

- **부정 (danh từ)** : 그렇지 않다고 판단하여 결정하거나 옳지 않다고 반대함.

  sự phủ định

  Việc phán đoán và quả quyết rằng không phải là như vậy hoặc phản đối là không đúng.

- **이다** : 주어가 지시하는 대상의 속성이나 부류를 지정하는 뜻을 나타내는 서술격 조사.

  nào là

  Trợ từ vị cách thể hiện sự liệt kê các sự vật đồng thời liên kết theo quan hệ đẳng lập.

- **-라고** : 다른 사람에게서 들은 내용을 간접적으로 전달하거나 주어의 생각, 의견 등을 나타내는 표현.

  rằng, là

  Cấu trúc truyền đạt gián tiếp nội dung nghe được từ người khác hoặc thể hiện suy nghĩ, ý kiến… của chủ ngữ.

- **생각하다 (động từ)** : 사람이 머리를 써서 판단하거나 인식하다.

  nghĩ, suy nghĩ

  Con người dùng đầu óc để phán đoán hoặc nhận thức.

- **-ㅂ니다** : (아주높임으로) 현재의 동작이나 상태, 사실을 정중하게 설명함을 나타내는 종결 어미.

  Không có từ tương ứng

  (cách nói rất kính trọng) Vĩ tố kết thúc câu thể hiện sự thuyết minh động tác, trạng thái hay sự việc ở hiện tại một cách trịnh trọng.

선생님 : 맞+아요.

- **맞다 (động từ)** : 문제에 대한 답이 틀리지 않다.

  đúng

  Giải đáp về đề bài không sai.

- **-아요** : (두루높임으로) 어떤 사실을 서술하거나 질문, 명령, 권유함을 나타내는 종결 어미.

  không?, hãy, hãy cùng

  (cách nói kính trọng phổ biến) Vĩ tố kết thúc câu thể hiện sự tường thuật sự việc nào đó hoặc nghi vấn, mệnh lệnh, khuyến nghị.

선생님 : 자기 비하 또는 자기 부정+은 꿈+을 이루+는 데 장애 요소+가 되+어요.

　　　　　　　　　　　　　　　　　　　　　　　　　　　　　　　　　　　　되요

- **자기 (danh từ)** : 그 사람 자신.

  mình, tự mình, bản thân mình

  Bản thân người đó.

- **비하** (danh từ) : 자기 자신을 낮춤.
  sự nhún nhường
  Việc hạ thấp bản thân mình.

- **또는** (phó từ) : 그렇지 않으면.
  hoặc, hay, hay là
  Nếu không như thế thì.

- **자기** (danh từ) : 그 사람 자신.
  mình, tự mình, bản thân mình
  Bản thân người đó.

- **부정** (danh từ) : 그렇지 않다고 판단하여 결정하거나 옳지 않다고 반대함.
  sự phủ định
  Việc phán đoán và quả quyết rằng không phải là như vậy hoặc phản đối là không đúng.

- **은** : 문장 속에서 어떤 대상이 화제임을 나타내는 조사.
  Không có từ tương ứng
  Trợ từ (tiểu từ) thể hiện việc đối tượng nào đó là chủ đề câu chuyện trong câu.

- **꿈** (danh từ) : 앞으로 이루고 싶은 희망이나 목표.
  ước mơ
  Mục tiêu hay hi vọng mong muốn đạt được về sau.

- **을** : 동작이 직접적으로 영향을 미치는 대상을 나타내는 조사.
  Không có từ tương ứng
  Trợ từ (tiểu từ) thể hiện đối tượng mà động tác trực tiếp ảnh hưởng đến.

- **이루다** (động từ) : 뜻대로 되어 바라는 결과를 얻다.
  đạt được
  Nhận được kết quả mong đợi theo đúng ý.

- **-는** : 앞의 말이 관형어의 기능을 하게 만들고 사건이나 동작이 현재 일어남을 나타내는 어미.
  mà
  Vĩ tố làm cho từ ngữ phía trước có chức năng định ngữ và thể hiện sự kiện hay động tác xảy ra ở hiện tại.

- **데** (danh từ) : 일이나 것.
  việc, điều
  Việc hay điều.

- **장애** (danh từ) : 가로막아서 어떤 일을 하는 데 거슬리거나 방해가 됨. 또는 그런 일이나 물건.
  sự cản trở, chướng ngại vật
  Sự chắn ngang ở giữa và trở thành điều phản đối hoặc ngăn cản sự thực hiện việc nào đó. Hoặc sự việc hoặc đồ vật như vậy.

• 요소 (danh từ) : 무엇을 이루는 데 반드시 있어야 할 중요한 성분이나 조건.

  yếu tố

  Điều kiện hay thành phần quan trọng nhất thiết phải có trong việc hình thành cái gì đó.

• 가 : 바뀌게 되는 대상이나 부정하는 대상임을 나타내는 조사.

  Không có từ tương ứng

  Trợ từ (tiểu từ) thể hiện đối tượng được biến đổi hoặc đối tượng phủ định.

• 되다 (động từ) : 어떤 특별한 뜻을 가지는 상태에 놓이다.

  trở thành, trở nên

  Được đặt trong trạng thái có ý nghĩa đặc biệt nào đó.

• -어요 : (두루높임으로) 어떤 사실을 서술하거나 질문, 명령, 권유함을 나타내는 종결 어미.

  không?, hãy, hãy cùng

  (cách nói kính trọng phổ biến) Vĩ tố kết thúc câu thể hiện sự tường thuật sự việc nào đó hay nghi vấn, mệnh lệnh, đề nghị.

그때 한 학생+이 천연덕스럽+게 대답하+였+다.

대답했다

• **그때 (danh từ)** : 앞에서 이야기한 어떤 때.

  lúc đó, khi đó

  Thời điểm đã được nói đến trước đó.

• **한 (định từ)** : 여럿 중 하나인 어떤.

  nào đó

  Một cái nào đó trong số nhiều cái.

• **학생 (danh từ)** : 학교에 다니면서 공부하는 사람.

  học sinh

  Người đến trường học tập.

• 이 : 어떤 상태나 상황의 대상이나 동작의 주체를 나타내는 조사.

  Không có từ tương ứng

  Trợ từ (tiểu từ) thể hiện chủ thể của động tác hoặc đối tượng của trạng thái hay tình huống nào đó.

• **천연덕스럽다 (Tính từ)** : 생긴 그대로 조금도 거짓이나 꾸밈이 없고 자연스러운 데가 있다.

  tự nhiên

  Tự nhiên như vốn có và không chút nào gian dối hay ngụy tạo.

• -게 : 앞의 말이 뒤에서 가리키는 일의 목적이나 결과, 방식, 정도 등이 됨을 나타내는 연결 어미.
  để, nhằm
  Vĩ tố liên kết thể hiện vế trước trở thành mục đích hay kết quả, phương thức, mức độ của sự việc chỉ ra ở sau.

• **대답하다 (động từ)** : 묻거나 요구하는 것에 해당하는 것을 말하다.
  trả lời
  Đáp lại yêu cầu hay câu hỏi tương ứng.

• -였- : 사건이 과거에 일어났음을 나타내는 어미.
  đã
  Vĩ tố thể hiện sự kiện đã xảy ra trong quá khứ.

• -다 : 어떤 사건이나 사실, 상태를 서술함을 나타내는 종결 어미.
  Không có từ tương ứng
  Vĩ tố kết thúc câu thể hiện sự trần thuật sự kiện, sự việc hay trạng thái nào đó.

학생 3 : 정답+은 <u>자기 부모</u>+(이)+라고 <u>생각하</u>+ㅂ니다.
자기 부모라고   생각합니다

• **정답 (danh từ)** : 어떤 문제나 질문에 대한 옳은 답.
  đáp án đúng, câu trả lời chuẩn xác
  Đáp án đúng với câu hỏi hay vấn đề nào đó.

• 은 : 문장 속에서 어떤 대상이 화제임을 나타내는 조사.
  Không có từ tương ứng
  Trợ từ (tiểu từ) thể hiện việc đối tượng nào đó là chủ đề câu chuyện trong câu.

• **자기 (danh từ)** : 그 사람 자신.
  mình, tự mình, bản thân mình
  Bản thân người đó.

• **부모 (danh từ)** : 아버지와 어머니.
  phụ mẫu, cha mẹ, ba má
  Cha và mẹ.

• 이다 : 주어가 지시하는 대상의 속성이나 부류를 지정하는 뜻을 나타내는 서술격 조사.
  nào là
  Trợ từ vị cách thể hiện sự liệt kê các sự vật đồng thời liên kết theo quan hệ đẳng lập.

• -라고 : 다른 사람에게서 들은 내용을 간접적으로 전달하거나 주어의 생각, 의견 등을 나타내는 표현.

rằng, là

Cấu trúc truyền đạt gián tiếp nội dung nghe được từ người khác hoặc thể hiện suy nghĩ, ý kiến··· của chủ ngữ.

• 생각하다 (động từ) : 사람이 머리를 써서 판단하거나 인식하다.

nghĩ, suy nghĩ

Con người dùng đầu óc để phán đoán hoặc nhận thức.

• -ㅂ니다 : (아주높임으로) 현재의 동작이나 상태, 사실을 정중하게 설명함을 나타내는 종결 어미.

Không có từ tương ứng

(cách nói rất kính trọng) Vĩ tố kết thúc câu thể hiện sự thuyết minh động tác, trạng thái hay sự việc ở hiện tại một cách trịnh trọng.

< 10 단원(bài) >

제목 : 뭐, 없어진 물건이라도 있으세요?

● 본문 (nguyên văn)

북적거리는 쇼핑몰에서 한 여성이 핸드백을 잃어버렸다.

핸드백을 주운 정직한 소년은 그 여성에게 가방을 돌려줬다.

건네받은 핸드백 안을 이리저리 살펴보던 여자가 말했다.

여자 : 핸드백에 중요한 것이 많아서 못 찾을까 봐 걱정했는데 너무 고맙구나.

　　　그런데 음, 이상한 일이구나.

소년 : 뭐, 없어진 물건이라도 있으세요?

여자 : 그건 아니고, 지갑 안에 분명히 오만 원짜리 지폐 한 장이 들어 있었는데

　　　지금은 만 원짜리 다섯 장이 들어 있네.

　　　거참, 신기하네.

소년 : 아, 그거요.

　　　저번에 제가 어떤 여자분 지갑을 찾아 줬는데 그분이 잔돈이 없다고

　　　사례금을 안 주셨거든요.

● 발음 (sự phát âm)

북적거리는 쇼핑몰에서 한 여성이 핸드백을 잃어버렸다.
북쩍꺼리는 쇼핑모레서 한 여성이 핸드배글 이러버렫따.
bukjeokgeorineun syopingmoreseo han yeoseongi haendeubaegeul ireobeoryeotda.

핸드백을 주운 정직한 소년은 그 여성에게 가방을 돌려줬다.
핸드배글 주운 정지칸 소녀는 그 여성에게 가방을 돌려줟따.
haendeubaegeul juun jeongjikan sonyeoneun geu yeoseongege gabangeul dollyeojwotda.

건네받은 핸드백 안을 이리저리 살펴보던 여자가 말했다.
건네바든 핸드백 아늘 이리저리 살펴보던 여자가 말핻따.
geonnebadeun haendeubaek aneul irijeori salpyeobodeon yeojaga malhaetda.

여자 : 핸드백에 중요한 것이 많아서 못 찾을까 봐 걱정했는데 너무 고맙구나.
여자 : 핸드배게 중요한 거시 마나서 몯 차즐까 봐 걱쩡핸는데 너무 고맙꾸나.
yeoja : haendeubaege jungyohan geosi manaseo mot chajeulkka bwa geokjeonghaenneunde neomu gomapguna.

그런데 음, 이상한 일이구나.
그런데 음, 이상한 이리구나.
geureonde eum, isanghan iriguna.

소년 : 뭐, 없어진 물건이라도 있으세요?
소년 : 뭐, 업써진 물거니라도 이쓰세요?
sonyeon : mwo, eopseojin mulgeonirado isseuseyo?

여자 : 그건 아니고, 지갑 안에 분명히 오만 원짜리 지폐 한 장이 들어 있었는데
여자 : 그건 아니고, 지갑 아네 분명히 오만 원짜리 지폐 한 장이 드러 이썬는데
yeoja : geugeon anigo, jigap ane bunmyeonghi oman wonjjari jipye(jipe) han jangi deureo isseonneunde

지금은 만 원짜리 다섯 장이 들어 있네.
지그믄 만 원짜리 다섣 장이 드러 인네.
jigeumeun man wonjjari daseot jangi deureo inne.

거참, 신기하네.

거참, 신기하네.

geocham, singihane.

소년 : 아, 그거요.

소년 : 아, 그거요.

sonyeon : a, geugeoyo.

저번에 제가 어떤 여자분 지갑을 찾아 줬는데 그분이 잔돈이 없다고

저버네 제가 어떤 여자분 지가블 차자 줜는데 그부니 잔도니 업따고

jeobeone jega eotteon yeojabun jigabeul chaja jwonneunde geubuni jandoni eopdago

사례금을 안 주셨거든요.

사례그믈 안 주션꺼드뇨.

saryegeumeul an jusyeotgeodeunyo.

● 어휘 (từ vựng) / 문법 (ngữ pháp)

북적거리+는 쇼핑몰+에서 한 여성+이 핸드백+을 잃어버리+었+다.

핸드백+을 줍(주우)+ㄴ 정직하+ㄴ 소년+은 그 여성+에게 가방+을 돌려주+었+다.

건네받+은 핸드백 안+을 이리저리 살펴보+던 여자+가 말하+였+다.

여자 : 핸드백+에 중요하+<u>ㄴ 것</u>+이 많+아서 못 찾+<u>을까 보</u>+아 걱정하+였+는데 너무

고맙+구나.

그런데 음, 이상하+ㄴ 일+이+구나.

소년 : 뭐, 없어지+ㄴ 물건+이라도 있+으세요?

여자 : 그것(그거)+은 아니+고, 지갑 안+에 분명히 오만 원+짜리 지폐 한 장+이

들+<u>어 있</u>+었+는데 지금+은 만 원+짜리 다섯 장+이 들+<u>어 있</u>+네.

거참, 신기하+네.

소년 : 아, 그거+요.

저번+에 제+가 어떤 여자+분 지갑+을 찾+<u>아 주</u>+었+는데 그분+이 잔돈+이

없+다고 사례금+을 안 주+시+었+거든요.

> 북적거리+는 쇼핑몰+에서 한 여성+이 핸드백+을 <u>잃어버리+었+다</u>.
> **잃어버렸다**

- **북적거리다 (động từ)** : 많은 사람이 한곳에 모여 매우 어수선하고 시끄럽게 자꾸 떠들다.
  rối rắm, đông nghẹt
  Nhiều người tập hợp lại một nơi nên rất lộn xộn và cứ gây ồn ào.

- **-는** : 앞의 말이 관형어의 기능을 하게 만들고 사건이나 동작이 현재 일어남을 나타내는 어미.
  mà
  Vĩ tố làm cho từ ngữ phía trước có chức năng định ngữ và thể hiện sự kiện hay động tác xảy ra ở hiện tại.

- **쇼핑몰 (danh từ)** : 여러 가지 물건을 파는 상점들이 모여 있는 곳.
  trung tâm mua sắm, shopping mall
  Nơi tập hợp các cửa hàng bán nhiều loại hàng hóa.

- **에서** : 앞말이 행동이 이루어지고 있는 장소임을 나타내는 조사.
  ở, tại
  Trợ từ thể hiện lời phía trước là địa điểm mà hành động nào đó được diễn ra.

- **한 (định từ)** : 여럿 중 하나인 어떤.
  nào đó
  Một cái nào đó trong số nhiều cái.

- **여성 (danh từ)** : 어른이 되어 아이를 낳을 수 있는 여자.
  phụ nữ, giới nữ
  Người nữ có thể sinh con khi trưởng thành.

- **이** : 어떤 상태나 상황의 대상이나 동작의 주체를 나타내는 조사.
  Không có từ tương ứng
  Trợ từ (tiểu từ) thể hiện chủ thể của động tác hoặc đối tượng của trạng thái hay tình huống nào đó.

- **핸드백 (danh từ)** : 여자들이 손에 들거나 한쪽 어깨에 메는 작은 가방.
  túi xách
  Túi nhỏ mà phụ nữ đeo ở một bên vai hoặc xách tay.

- **을** : 동작이 직접적으로 영향을 미치는 대상을 나타내는 조사.
  Không có từ tương ứng
  Trợ từ (tiểu từ) thể hiện đối tượng mà động tác trực tiếp ảnh hưởng đến.

- **잃어버리다 (động từ)** : 가졌던 물건을 흘리거나 놓쳐서 더 이상 갖지 않게 되다.
  mất, đánh mất, đánh rơi
  Bị rơi hoặc để quên đồ vật mà mình đã mang nên giờ không còn nữa.

- -었- : 사건이 과거에 일어났음을 나타내는 어미.

  đã

  Vĩ tố thể hiện sự kiện đã xảy ra trong quá khứ.

- -다 : 어떤 사건이나 사실, 상태를 서술함을 나타내는 종결 어미.

  Không có từ tương ứng

  Vĩ tố kết thúc câu thể hiện sự trần thuật sự kiện, sự việc hay trạng thái nào đó.

핸드백+을 <u>줍(주우)+ㄴ</u> <u>정직하+ㄴ</u> 소년+은 그 여성+에게 가방+을 <u>돌려주+었+다</u>.
주운   정직한   돌려줬다

- **핸드백 (danh từ)** : 여자들이 손에 들거나 한쪽 어깨에 메는 작은 가방.

  túi xách

  Túi nhỏ mà phụ nữ đeo ở một bên vai hoặc xách tay.

- 을 : 동작이 직접적으로 영향을 미치는 대상을 나타내는 조사.

  Không có từ tương ứng

  Trợ từ (tiểu từ) thể hiện đối tượng mà động tác trực tiếp ảnh hưởng đến.

- **줍다 (động từ)** : 남이 잃어버린 물건을 집다.

  nhặt

  Lượm đồ vật mà người khác đánh mất.

- -ㄴ : 앞의 말이 관형어의 기능을 하게 만들고 사건이나 동작이 완료되어 그 상태가 유지되고 있음을 나타내는 어미.

  Không có từ tương ứng

  Vĩ tố làm cho từ ngữ phía trước có chức năng định ngữ và thể hiện sự kiện hay động tác đã hoàn thành và trạng thái đó đang được duy trì.

- **정직하다 (Tính từ)** : 마음에 거짓이나 꾸밈이 없고 바르고 곧다.

  chính trực

  Không có sự giả dối hay bịa đặt trong lòng mà ngay thẳng và đúng đắn.

- -ㄴ : 앞의 말이 관형어의 기능을 하게 만들고 현재의 상태를 나타내는 어미.

  mà

  Vĩ tố khiến cho từ ngữ phía trước có chức năng định ngữ và thể hiện sự kiện hay động tác được hoàn thành thì trạng thái đó vẫn đang được duy trì.

- **소년 (danh từ)** : 아직 어른이 되지 않은 어린 남자아이.

  thiếu niên, cậu thiếu niên

  Đứa bé trai nhỏ tuổi chưa trở thành người lớn.

• 은 : 문장 속에서 어떤 대상이 화제임을 나타내는 조사.
Không có từ tương ứng
Trợ từ (tiểu từ) thể hiện việc đối tượng nào đó là chủ đề câu chuyện trong câu.

• 그 (định từ) : 앞에서 이미 이야기한 대상을 가리킬 때 쓰는 말.
đó, ấy, đấy
Từ dùng khi chỉ đối tượng đã nói đên ở phía trước.

• 여성 (danh từ) : 어른이 되어 아이를 낳을 수 있는 여자.
phụ nữ, giới nữ
Người nữ có thể sinh con khi trưởng thành.

• 에게 : 어떤 행동이 미치는 대상임을 나타내는 조사.
cho
Trợ từ thể hiện đối tượng mà hành động nào đó tác động đến.

• 가방 (danh từ) : 물건을 넣어 손에 들거나 어깨에 멜 수 있게 만든 것.
túi xách, giỏ xách, ba lô
Vật làm ra để cho đồ vật vào và cầm trên tay hoặc mang trên vai.

• 을 : 동작이 직접적으로 영향을 미치는 대상을 나타내는 조사.
Không có từ tương ứng
Trợ từ (tiểu từ) thể hiện đối tượng mà động tác trực tiếp ảnh hưởng đến.

• 돌려주다 (động từ) : 빌리거나 뺏거나 받은 것을 주인에게 도로 주거나 갚다.
trả lại
Đưa hoặc trả lại cho chủ nhân cái đã mượn, đã đoạt lấy hoặc đã nhận.

• -었- : 사건이 과거에 일어났음을 나타내는 어미.
đã
Vĩ tố thể hiện sự kiện đã xảy ra trong quá khứ.

• -다 : 어떤 사건이나 사실, 상태를 서술함을 나타내는 종결 어미.
Không có từ tương ứng
Vĩ tố kết thúc câu thể hiện sự trần thuật sự kiện, sự việc hay trạng thái nào đó.

건네받+은 핸드백 안+을 이리저리 살펴보+던 여자+가 말하+였+다. **말했다**

• 건네받다 (động từ) : 다른 사람으로부터 어떤 것을 옮기어 받다.
tiếp nhận
Được chuyển và nhận cái nào đó từ người khác.

• -은 : 앞의 말이 관형어의 기능을 하게 만들고 사건이나 동작이 완료되어 그 상태가 유지되고 있음을 나타내는 어미.

đã

Vĩ tố làm cho từ ngữ phía trước có chức năng định ngữ và thể hiện sự kiện hay động tác đã hoàn thành và trạng thái đó đang được duy trì.

• 핸드백 (danh từ) : 여자들이 손에 들거나 한쪽 어깨에 메는 작은 가방.

túi xách

Túi nhỏ mà phụ nữ đeo ở một bên vai hoặc xách tay.

• 안 (danh từ) : 어떤 물체나 공간의 둘레에서 가운데로 향한 쪽. 또는 그러한 부분.

trong, phía trong

Phía hướng vào giữa từ xung quanh của vật thể hay không gian nào đó. Hoặc bộ phận như vậy.

• 을 : 동작이 직접적으로 영향을 미치는 대상을 나타내는 조사.

Không có từ tương ứng

Trợ từ (tiểu từ) thể hiện đối tượng mà động tác trực tiếp ảnh hưởng đến.

• 이리저리 (phó từ) : 방향을 정하지 않고 이쪽저쪽으로.

bên này bên nọ

Không định hướng mà cứ phía này phía nọ.

• 살펴보다 (động từ) : 무엇을 찾거나 알아보다.

xem xét

Tìm hay tìm hiểu cái gì đó.

• -던 : 앞의 말이 관형어의 기능을 하게 만들고 사건이나 동작이 과거에 완료되지 않고 중단되었음을 나타내는 어미.

dở, giữa chừng

Vĩ tố làm cho từ ngữ đứng trước có chức năng của định ngữ và thể hiện sự kiện hay động tác không hoàn thành trong quá khứ và bị gián đoạn.

• 여자 (danh từ) : 여성으로 태어난 사람.

con gái, phụ nữ

Người được sinh ra là giới nữ.

• 가 : 어떤 상태나 상황에 놓인 대상이나 동작의 주체를 나타내는 조사.

Không có từ tương ứng

Trợ từ (tiểu từ) thể hiện chủ thể của động tác hoặc đối tượng được đặt trong trạng thái hay tình huống nào đó.

• 말하다 (động từ) : 어떤 사실이나 자신의 생각 또는 느낌을 말로 나타내다.

nói

Thể hiện bằng lời sự việc nào đó hay suy nghĩ cũng như cảm nhận của bản thân.

- -였- : 사건이 과거에 일어났음을 나타내는 어미.

  đã

  Vĩ tố thể hiện sự kiện đã xảy ra trong quá khứ.

- -다 : 어떤 사건이나 사실, 상태를 서술함을 나타내는 종결 어미.

  Không có từ tương ứng

  Vĩ tố kết thúc câu thể hiện sự trần thuật sự kiện, sự việc hay trạng thái nào đó.

여자 : 핸드백+에 <u>중요하+[ㄴ 것]+이</u> 많+아서 못 <u>찾+[을까 보]+아</u> 걱정하+였+는데
        중요한 것이   찾을까 봐   걱정했는데

        너무 고맙+구나.

- **핸드백 (danh từ)** : 여자들이 손에 들거나 한쪽 어깨에 메는 작은 가방.

  túi xách

  Túi nhỏ mà phụ nữ đeo ở một bên vai hoặc xách tay.

- **에** : 앞말이 어떤 장소나 자리임을 나타내는 조사.

  ở, tại

  Trợ từ (tiểu từ) thể hiện từ ngữ phía trước là địa điểm hay chỗ nào đó.

- **중요하다 (Tính từ)** : 귀중하고 꼭 필요하다.

  cần thiết, quan trọng, trọng yếu, cần yếu

  Quý trọng và chắc chắn cần.

- **-ㄴ 것** : 명사가 아닌 것을 문장에서 명사처럼 쓰이게 하거나 '이다' 앞에 쓰일 수 있게 할 때 쓰는 표현.

  cái, thứ, điều, việc

  Cấu trúc dùng cho yếu tố không phải là danh từ có thể được dùng như danh từ trong câu, hoặc làm cho yếu tố đó có thể đứng trước "이다".

- **이** : 어떤 상태나 상황의 대상이나 동작의 주체를 나타내는 조사.

  Không có từ tương ứng

  Trợ từ (tiểu từ) thể hiện chủ thể của động tác hoặc đối tượng của trạng thái hay tình huống nào đó.

- **많다 (Tính từ)** : 수나 양, 정도 등이 일정한 기준을 넘다.

  nhiều

  Số, lượng hay mức độ vượt quá tiêu chuẩn nhất định.

- -아서 : 이유나 근거를 나타내는 연결 어미.
nên
Vĩ tố liên kết thể hiện lý do hay căn cứ.

- 못 (phó từ) : 동사가 나타내는 동작을 할 수 없게.
không… được
Không thể thực hiện được động tác mà động từ thể hiện.

- 찾다 (động từ) : 무엇을 얻거나 누구를 만나려고 여기저기를 살피다. 또는 그것을 얻거나 그 사람을 만나다.
tìm, tìm kiếm
Quan sát chỗ này chỗ kia để gặp ai đó. Hoặc đạt được cái đó hay gặp người đó.

- -을까 보다 : 앞에 오는 말이 나타내는 상황이 될 것을 걱정하거나 두려워함을 나타내는 표현.
e rằng, lo rằng
Cấu trúc thể hiện sự lo lắng hoặc quan ngại sẽ trở thành tình huống mà vế trước thể hiện.

- -아 : 앞에 오는 말이 뒤에 오는 말에 대한 원인이나 이유임을 나타내는 연결 어미.
nên
Vĩ tố liên kết thể hiện vế trước là nguyên nhân hay lí do đối với vế sau.

- 걱정하다 (động từ) : 좋지 않은 일이 있을까 봐 두려워하고 불안해하다.
lo lắng, lo ngại, lo sợ, lo
Lo sợ và bất an sợ có việc gì không tốt.

- -였- : 어떤 사건이 과거에 완료되었거나 그 사건의 결과가 현재까지 지속되는 상황을 나타내는 어미.
đã
Vĩ tố thể hiện tình huống mà sự kiện nào đó đã hoàn thành trong quá khứ hoặc kết quả của sự kiện đó được tiếp tục đến hiện tại.

- -는데 : 뒤의 말을 하기 위하여 그 대상과 관련이 있는 상황을 미리 말함을 나타내는 연결 어미.
Không có từ tương ứng
Vĩ tố liên kết thể hiện việc nói trước tình huống có liên quan đến đối tượng để nói tiếp lời phía sau.

- 너무 (phó từ) : 일정한 정도나 한계를 훨씬 넘어선 상태로.
quá
Ở trạng thái vượt giới hạn hay mức độ nhất định rất nhiều.

- 고맙다 (Tính từ) : 남이 자신을 위해 무엇을 해주어서 마음이 흐뭇하고 보답하고 싶다.
cảm ơn, biết ơn
Hài lòng và muốn báo đáp vì người khác đã làm giúp mình điều gì đó.

• -구나 : (아주낮춤으로) 새롭게 알게 된 사실에 어떤 느낌을 실이 말함을 나타내는 종결 어미.
nhỉ, đấy, quá, thì ra
(cách nói rất hạ thấp) Vĩ tố kết thúc câu thể hiện cảm xúc nào đó về sự việc mới biết được.

여자 : 그런데 음, <u>이상하+ㄴ</u> 일+이+구나.
        이상한

• 그런데 (phó từ) : 이야기를 앞의 내용과 관련시키면서 다른 방향으로 바꿀 때 쓰는 말.
nhưng mà, thế nhưng
Từ dùng khi kết nối câu chuyện với nội dung phía trước đồng thời chuyển sang hướng khác.

• 음 (từ cảm thán, thán từ) : 믿지 못할 때 내는 소리.
hử
Tiếng phát ra khi không tin được.

• 이상하다 (Tính từ) : 원래 알고 있던 것과 달리 별나거나 색다르다.
dị thường
Khác biệt hay mới lạ khác với cái vốn đã biết.

• -ㄴ : 앞의 말이 관형어의 기능을 하게 만들고 현재의 상태를 나타내는 어미.
mà
Vĩ tố khiến cho từ ngữ phía trước có chức năng định ngữ và thể hiện sự kiện hay động tác được hoàn thành thì trạng thái đó vẫn đang được duy trì.

• 일 (danh từ) : 어떤 내용을 가진 상황이나 사실.
việc, chuyện
Tình huống hay sự việc có nội dung nào đó.

• 이다 : 주어가 지시하는 대상의 속성이나 부류를 지정하는 뜻을 나타내는 서술격 조사.
nào là
Trợ từ vị cách thể hiện sự liệt kê các sự vật đồng thời liên kết theo quan hệ đẳng lập.

• -구나 : (아주낮춤으로) 새롭게 알게 된 사실에 어떤 느낌을 실어 말함을 나타내는 종결 어미.
nhỉ, đấy, quá, thì ra
(cách nói rất hạ thấp) Vĩ tố kết thúc câu thể hiện cảm xúc nào đó về sự việc mới biết được.

소년 : 뭐, <u>없어지+ㄴ</u> 물건+이라도 있+으세요?
　　　　　　없어진

• **뭐** (từ cảm thán, thán từ) : 놀랐을 때 내는 소리.
cái gì, sao, hả
Tiếng phát ra lúc ngạc nhiên.

• **없어지다** (động từ) : 사람, 사물, 현상 등이 어떤 곳에 자리나 공간을 차지하고 존재하지 않게 되다.
không còn
Con người, sự vật, hiện tượng... trở nên không còn chiếm vị trí hay không gian và không tồn tại ở nơi nào đó nữa.

• **-ㄴ** : 앞의 말이 관형어의 기능을 하게 만들고 사건이나 동작이 완료되어 그 상태가 유지되고 있음을 나타내는 어미.
Không có từ tương ứng
Vĩ tố làm cho từ ngữ phía trước có chức năng định ngữ và thể hiện sự kiện hay động tác đã hoàn thành và trạng thái đó đang được duy trì.

• **물건** (danh từ) : 일정한 모양을 갖춘 어떤 물질.
đồ vật, đồ
Vật chất nào đó có hình dạng nhất định.

• **이라도** : 불확실한 사실에 대한 말하는 이의 의심이나 의문을 나타내는 조사.
biết đâu, nhỡ đâu
Trợ từ thể hiện sự nghi ngờ hoặc nghi vấn của người nói đối với sự việc không chắc chắn.

• **있다** (Tính từ) : 무엇이 어떤 곳에 자리나 공간을 차지하고 존재하는 상태이다.
có
Trạng thái cái gì đó đang tồn tại và chiếm không gian hay vị trí ở nơi nào đó.

• **-으세요** : (두루높임으로) 설명, 의문, 명령, 요청의 뜻을 나타내는 종결 어미.
không?, hãy, xin hãy
(cách nói kính trọng phổ biến) Vĩ tố kết thúc câu thể hiện nghĩa giải thích, nghi vấn, mệnh lệnh, yêu cầu.

여자 : <u>그것(그거)+은</u> 아니+고, 지갑 안+에 분명히 오만 원+짜리 지폐 한 장+이
　　　　그건

　　　들+[어 있]+었+는데 지금+은 만 원+짜리 다섯 장+이 들+[어 있]+네.

- **그것 (đại từ)** : 앞에서 이미 이야기한 대상을 가리키는 말.
  cái đó, việc đó, điều đó
  Từ chỉ đối tượng đã nói đến ở phía trước.

- **은** : 문장 속에서 어떤 대상이 화제임을 나타내는 조사.
  Không có từ tương ứng
  Trợ từ (tiểu từ) thể hiện việc đối tượng nào đó là chủ đề câu chuyện trong câu.

- **아니다 (Tính từ)** : 어떤 사실이나 내용을 부정하는 뜻을 나타내는 말.
  không
  Từ thể hiện nghĩa phủ định sự việc hay nội dung nào đó.

- **-고** : 두 가지 이상의 대등한 사실을 나열할 때 쓰는 연결 어미.
  và
  Vĩ tố liên kết dùng khi liệt kê hai sự việc đồng đẳng trở lên.

- **지갑 (danh từ)** : 돈, 카드, 명함 등을 넣어 가지고 다닐 수 있게 가죽이나 헝겊 등으로 만든 물건.
  cái ví, cái bóp
  Vật làm bằng da hay vải để có thể cho tiền, thẻ hay danh thiếp vào mang đi.

- **안 (danh từ)** : 어떤 물체나 공간의 둘레에서 가운데로 향한 쪽. 또는 그러한 부분.
  trong, phía trong
  Phía hướng vào giữa từ xung quanh của vật thể hay không gian nào đó. Hoặc bộ phận như vậy.

- **에** : 앞말이 어떤 장소나 자리임을 나타내는 조사.
  ở, tại
  Trợ từ (tiểu từ) thể hiện từ ngữ phía trước là địa điểm hay chỗ nào đó.

- **분명히 (phó từ)** : 어떤 사실이 틀림이 없이 확실하게.
  một cách rõ ràng, một cách chắc chắn
  Sự việc nào đó chắc chắn xác thực.

- **오만** : 50,000

- **원 (danh từ)** : 한국의 화폐 단위.
  Won
  Đơn vị tiền tệ của Hàn Quốc.

- **짜리** : '그만한 수나 양을 가진 것' 또는 '그만한 가치를 가진 것'의 뜻을 더하는 접미사.
  mệnh giá, loại
  Hậu tố thêm nghĩa "cái có số hay lượng cỡ đó" hoặc "cái có giá trị cỡ đó".

- **지폐 (danh từ)** : 종이로 만든 돈.
  tiền giấy
  Tiền được làm bằng giấy.

- **한 (định từ)** : 하나의.
  một
  Thuộc một.

- **장 (danh từ)** : 종이나 유리와 같이 얇고 넓적한 물건을 세는 단위.
  trang
  Đơn vị đếm đồ vật mỏng và dẹp như giấy hay gương.

- **이** : 어떤 상태나 상황의 대상이나 동작의 주체를 나타내는 조사.
  Không có từ tương ứng
  Trợ từ (tiểu từ) thể hiện chủ thể của động tác hoặc đối tượng của trạng thái hay tình huống nào đó.

- **들다 (động từ)** : 안에 담기거나 그 일부를 이루다.
  chứa
  Chứa đựng ở bên trong hoặc tạo thành một phần đó.

- **-어 있다** : 앞의 말이 나타내는 상태가 계속됨을 나타내는 표현.
  đang
  Cấu trúc diễn đạt việc tiếp diễn của trạng thái xuất hiện ở vế trước.

- **-었-** : 어떤 사건이 과거에 완료되었거나 그 사건의 결과가 현재까지 지속되는 상황을 나타내는 어미.
  đã
  Vĩ tố thể hiện tình huống mà sự kiện nào đó đã hoàn thành trong quá khứ hoặc kết quả của sự kiện đó được tiếp tục đến hiện tại.

- **-는데** : 뒤의 말을 하기 위하여 그 대상과 관련이 있는 상황을 미리 말함을 나타내는 연결 어미.
  Không có từ tương ứng
  Vĩ tố liên kết thể hiện việc nói trước tình huống có liên quan đến đối tượng để nói tiếp lời phía sau.

- **지금 (danh từ)** : 말을 하고 있는 바로 이때.
  bây giờ
  Chính lúc đang nói.

- **은** : 문장 속에서 어떤 대상이 화제임을 나타내는 조사.
  Không có từ tương ứng
  Trợ từ (tiểu từ) thể hiện việc đối tượng nào đó là chủ đề câu chuyện trong câu.

- **만** : 10,000

- **원 (danh từ)** : 한국의 화폐 단위.
  Won
  Đơn vị tiền tệ của Hàn Quốc.

- **짜리** : '그만한 수나 양을 가진 것' 또는 '그만한 가치를 가진 것'의 뜻을 더하는 접미사.
  mệnh giá, loại
  Hậu tố thêm nghĩa "cái có số hay lượng cỡ đó" hoặc "cái có giá trị cỡ đó".

- **다섯 (định từ)** : 넷에 하나를 더한 수의.
  năm
  Số cộng thêm một vào bốn.

- **장 (danh từ)** : 종이나 유리와 같이 얇고 넓적한 물건을 세는 단위.
  trang
  Đơn vị đếm đồ vật mỏng và dẹp như giấy hay gương.

- **이** : 어떤 상태나 상황의 대상이나 동작의 주체를 나타내는 조사.
  Không có từ tương ứng
  Trợ từ (tiểu từ) thể hiện chủ thể của động tác hoặc đối tượng của trạng thái hay tình huống nào đó.

- **들다 (động từ)** : 안에 담기거나 그 일부를 이루다.
  chứa
  Chứa đựng ở bên trong hoặc tạo thành một phần đó.

- **-어 있다** : 앞의 말이 나타내는 상태가 계속됨을 나타내는 표현.
  đang
  Cấu trúc diễn đạt việc tiếp diễn của trạng thái xuất hiện ở vế trước.

- **-네** : (아주낮춤으로) 지금 깨달은 일에 대하여 말함을 나타내는 종결 어미.
  hóa ra, thì ra
  (cách nói rất hạ thấp) Vĩ tố kết thúc câu thể hiện sự nói về việc mà bây giờ mới nhận ra.

여자 : 거참, 신기하+네.

- **거참 (từ cảm thán, thán từ)** : 안타까움이나 아쉬움, 놀라움의 뜻을 나타낼 때 하는 말.
  chao ôi, thật là
  ừ nói khi thể hiện ý tiếc rẻ, tiếc nuối, ngạc nhiên.

- **신기하다 (Tính từ)** : 믿을 수 없을 정도로 색다르고 이상하다.
  thần kì, kì diệu, kì lạ, lạ lùng, lạ thường
  Khác lạ và kì lạ đến mức không thể tin được.

• -네 : (아주낮춤으로) 지금 깨달은 일에 대하여 말함을 나타내는 종결 어미.

hóa ra, thì ra

(cách nói rất hạ thấp) Vĩ tố kết thúc câu thể hiện sự nói về việc mà bây giờ mới nhận ra.

┌───┐
│ 소년 : 아, 그거+요.   │
└───┘

• 아 (**từ cảm thán, thán từ**) : 남에게 말을 걸거나 주의를 끌 때, 말에 앞서 내는 소리.

à, ờ

Âm thanh phát ra trước khi nói, lúc mở lời hoặc gây chú ý tới người khác.

• 그거 (**đại từ**) : 앞에서 이미 이야기한 대상을 가리키는 말.

cái đó, việc đó, điều đó

Từ chỉ đối tượng đã nói đến ở phía trước.

• 요 : 높임의 대상인 상대방에게 존대의 뜻을 나타내는 조사.

ạ

Trợ từ thể hiện ý nghĩa kính trọng đối với đối phương là đối tượng cần kính trọng.

┌───┐
│ 소년 : 저번+에 제+가 어떤 여자+분 지갑+을 찾+[아 주]+었+는데 그분+이 잔돈+이 │
│   찾아 줬는데   │
│   │
│   없+다고 사례금+을 안 주+시+었+거든요.   │
│   주셨거든요   │
└───┘

• 저번 (**danh từ**) : 말하고 있는 때 이전의 지나간 차례나 때.

lần kia, lần nọ

Thứ tự hoặc thời gian đã qua trước lúc đang nói.

• 에 : 앞말이 시간이나 때임을 나타내는 조사.

vào lúc

Trợ từ (tiểu từ) thể hiện từ ngữ phía trước là thời gian hoặc thời điểm.

• 제 (**đại từ**) : 말하는 사람이 자신을 낮추어 가리키는 말인 '저'에 조사 '가'가 붙을 때의 형태.

tôi, em, con, cháu

Hình thái khi gắn trợ từ 가 vào 저 là từ chỉ người nói hạ thấp mình.

• 가 : 어떤 상태나 상황에 놓인 대상이나 동작의 주체를 나타내는 조사.

Không có từ tương ứng

Trợ từ (tiểu từ) thể hiện chủ thể của động tác hoặc đối tượng được đặt trong trạng thái hay tình huống nào đó.

• 어떤 (định từ) : 굳이 말할 필요가 없는 대상을 뚜렷하게 밝히지 않고 나타낼 때 쓰는 말.

nào đó

Từ dùng khi thể hiện rằng không làm sáng tỏ đối tượng không nhất định cần phải nói tới.

• 여자 (danh từ) : 여성으로 태어난 사람.

con gái, phụ nữ

Người được sinh ra là giới nữ.

• 분 : '높임'의 뜻을 더하는 접미사.

vị, ngài

Hậu tố thêm nghĩa 'đề cao'.

• 지갑 (danh từ) : 돈, 카드, 명함 등을 넣어 가지고 다닐 수 있게 가죽이나 헝겊 등으로 만든 물건.

cái ví, cái bóp

Vật làm bằng da hay vải để có thể cho tiền, thẻ hay danh thiếp vào mang đi.

• 을 : 동작이 직접적으로 영향을 미치는 대상을 나타내는 조사.

Không có từ tương ứng

Trợ từ (tiểu từ) thể hiện đối tượng mà động tác trực tiếp ảnh hưởng đến.

• 찾다 (động từ) : 무엇을 얻거나 누구를 만나려고 여기저기를 살피다. 또는 그것을 얻거나 그 사람을 만나다.

tìm, tìm kiếm

Quan sát chỗ này chỗ kia để gặp ai đó. Hoặc đạt được cái đó hay gặp người đó.

• -아 주다 : 남을 위해 앞의 말이 나타내는 행동을 함을 나타내는 표현.

giúp, hộ, giùm

Cấu trúc thể hiện việc thực hiện hành động mà từ ngữ phía trước thể hiện vì người khác.

• -었- : 사건이 과거에 일어났음을 나타내는 어미.

đã

Vĩ tố thể hiện sự kiện đã xảy ra trong quá khứ.

• -는데 : 뒤의 말을 하기 위하여 그 대상과 관련이 있는 상황을 미리 말함을 나타내는 연결 어미.

Không có từ tương ứng

Vĩ tố liên kết thể hiện việc nói trước tình huống có liên quan đến đối tượng để nói tiếp lời phía sau.

- 그분 (đại từ) : (아주 높이는 말로) 그 사람.

  vị đó, vị kia

  (cách nói rất kính trọng) Người đó, người kia.

- 이 : 어떤 상태나 상황의 대상이나 동작의 주체를 나타내는 조사.

  Không có từ tương ứng

  Trợ từ (tiểu từ) thể hiện chủ thể của động tác hoặc đối tượng của trạng thái hay tình huống nào đó.

- 잔돈 (danh từ) : 단위가 작은 돈.

  tiền lẻ

  Tiền mệnh giá nhỏ.

- 이 : 어떤 상태나 상황의 대상이나 동작의 주체를 나타내는 조사.

  Không có từ tương ứng

  Trợ từ (tiểu từ) thể hiện chủ thể của động tác hoặc đối tượng của trạng thái hay tình huống nào đó.

- 없다 (Tính từ) : 사람, 사물, 현상 등이 어떤 곳에 자리나 공간을 차지하고 존재하지 않는 상태이다.

  không có

  Là trạng thái mà con người, sự vật, hiện tượng... không chiếm vị trí hay không gian và không tồn tại ở nơi nào đó.

- -다고 : 어떤 행위의 목적, 의도를 나타내거나 어떤 상황의 이유, 원인을 나타내는 연결 어미.

  để nên

  Vĩ tố liên kết thể hiện mục đích, ý đồ của hành vi nào đó hoặc nguyên nhân, lí do của tình huống nào đó.

- 사례금 (danh từ) : 고마운 뜻을 나타내려고 주는 돈.

  tiền tạ lễ, tiền cảm ơn

  Tiền đưa để thể hiện ý biết ơn.

- 을 : 동작이 직접적으로 영향을 미치는 대상을 나타내는 조사.

  Không có từ tương ứng

  Trợ từ (tiểu từ) thể hiện đối tượng mà động tác trực tiếp ảnh hưởng đến.

- 안 (phó từ) : 부정이나 반대의 뜻을 나타내는 말.

  không

  Từ thể hiện nghĩa phủ định hay phản đối.

- 주다 (động từ) : 물건 등을 남에게 건네어 가지거나 쓰게 하다.

  cho

  Chuyển cho người khác những cái như đồ vật khiến họ mang đi hoặc sử dụng.

- -시- : 어떤 동작이나 상태의 주체를 높이는 뜻을 나타내는 어미.
  Không có từ tương ứng
  Vĩ tố thể hiện nghĩa kính trọng chủ thể của động tác hay trạng thái nào đó.

- -었- : 사건이 과거에 일어났음을 나타내는 어미.
  đã
  Vĩ tố thể hiện sự kiện đã xảy ra trong quá khứ.

- -거든요 : (두루높임으로) 앞의 내용에 대해 말하는 사람이 생각한 이유나 원인, 근거를 나타내는 표현.
  vì, bởi
  (cách nói kính trọng phổ biến) Cấu trúc thể hiện lí do, nguyên nhân hay căn cứ mà người nói suy nghĩ đối với nội dung ở trước.

< 11 단원(bài) >

제목 : 새에 대한 논문을 쓰고 계시나 보죠?

● 본문 (nguyên văn)

강의 준비를 하기 위해 교수님 한 분이 컴퓨터를 켜고 있었다.

그런데 컴퓨터가 바이러스에 걸렸는지 작동되지 않아 수리 기사를 부르게 되었다.

수리공이 컴퓨터를 고치다가 저장된 파일을 보니 독수리, 참새, 앵무새, 까치, 비둘기, 제비 등 모두 새

이름으로 되어 있었다.

수리 기사는 궁금증을 참다못해 교수님에게 물었다.

수리 기사 : 교수님, 파일 이름을 모두 새 이름으로 지으셨네요.

　　　　　요즘 새에 대한 논문을 쓰고 계시나 보죠?

교수님이 울상을 지으면서 말했다.

교수님 : 아니에요.

　　　　실은 그것 때문에 짜증이 나서 미치겠어요.

　　　　파일 저장할 때마다 '새 이름으로 저장'이라고 나오는데 이제 생각나는

　　　　새 이름도 없는데.

● 발음 (sự phát âm)

강의 준비를 하기 위해 교수님 한 분이 컴퓨터를 켜고 있었다.
강의 준비를 하기 위해 교수님 한 부니 컴퓨터를 켜고 이썯따.
gangui junbireul hagi wihae gyosunim han buni keompyuteoreul kyeogo isseotda.

그런데 컴퓨터가 바이러스에 걸렸는지 작동되지 않아 수리 기사를 부르게 되었다.
그런데 컴퓨터가 바이러스에 걸련는지 작똥되지 아나 수리 기사를 부르게 되얻따.
geureonde keompyuteoga baireoseue geollyeonneunji jakdongdoeji ana suri gisareul bureuge doeeotda.

수리공이 컴퓨터를 고치다가 저장된 파일을 보니 독수리, 참새, 앵무새, 까치, 비둘기, 제비 등 모두 새
수리공이 컴퓨터를 고치다가 저장된 파이를 보니 독쑤리, 참새, 앵무새, 까치, 비둘기, 제비 등 모두 새
surigongi keompyuteoreul gochidaga jeojangdoen paireul boni doksuri, chamsae, aengmusae, kkachi, bidulgi, jebi deung modu sae

이름으로 되어 있었다.
이르므로 되어 이썯따.
ireumeuro doeeo isseotda.

수리 기사는 궁금증을 참다못해 교수님에게 물었다.
수리 기사는 궁금쯩을 참따모태 교수니메게 무럳따.
suri gisaneun gunggeumjeungeul chamdamotae gyosunimege mureotda.

수리 기사 : 교수님, 파일 이름을 모두 새 이름으로 지으셨네요.
수리 기사 : 교수님, 파일 이르믈 모두 새 이르므로 지으셨네요.
suri gisa : gyosunim, pail ireumeul modu sae ireumeuro jieusyeonneyo.

요즘 새에 대한 논문을 쓰고 계시나 보죠?
요즘 새에 대한 논무늘 쓰고 게시나 보죠?
yojeum saee daehan nonmuneul sseugo gyesina(gesina) bojyo?

교수님이 울상을 지으면서 말했다.
교수니미 울쌍을 지으면서 말핻따.
gyosunimi ulsangeul jieumyeonseo malhaetda.

교수님 : 아니에요.
교수님 : 아니에요.
gyosunim : anieyo.

실은 그것 때문에 짜증이 나서 미치겠어요.

시른 그건 때무네 짜증이 나서 미치게써요.

sireun geugeot ttaemune jjajeungi naseo michigesseoyo.

파일 저장할 때마다 '새 이름으로 저장'이라고 나오는데 이제 생각나는

파일 저장할 때마다 '새 이르므로 저장'이라고 나오는데 이제 생강나는

pail jeojanghal ttaemada 'sae ireumeuro jeojang'irago naoneunde ije saenggangnaneun

새 이름도 없는데.

새 이름도 엄는데.

sae ireumdo eomneunde.

● 어휘 (từ vựng) / 문법 (ngữ pháp)

강의 준비+를 하+<u>기 위해서</u> 교수+님 한 분+이 컴퓨터+를 켜+<u>고 있</u>+었+다.

그런데 컴퓨터+가 바이러스+에 걸리+었+는지 작동되+<u>지 않</u>+아 수리 기사+를 부르+<u>게 되</u>+었+다.

수리공+이 컴퓨터+를 고치+다가 저장되+ㄴ 파일+을 보+니 독수리, 참새, 앵무새, 까치, 비둘기, 제비 등

모두 새 이름+으로 되+<u>어 있</u>+었+다.

수리 기사+는 궁금증+을 참다못하+여 교수+님+에게 묻(물)+었+다.

수리 기사 : 교수+님, 파일 이름+을 모두 새 이름+으로 짓(지)+으시+었+네요.

        요즘 새+<u>에 대한</u> 논문+을 쓰+<u>고 계시</u>+<u>나 보</u>+지요?

교수+님+이 울상+을 짓(지)+으면서 말하+였+다.

교수님 : 아니+에요.

        실은 그것 때문+에 짜증+이 나+(아)서 미치+겠+어요.

        파일 저장하+<u>르 때</u>+마다 '새 이름+으로 저장'+이라고 나오+는데

        이제 생각나+는 새 이름+도 없+는데.

강의 준비+를 하+[기 위해서] 교수+님 한 분+이 컴퓨터+를 켜+[고 있]+었+다.

- **강의 (danh từ)** : 대학이나 학원, 기관 등에서 지식이나 기술 등을 체계적으로 가르침.
  việc giảng dạy
  Việc truyền dạy tri thức hoặc kỹ thuật một cách có hệ thống ở những nơi như trường đại học, học viện hay cơ quan.

- **준비 (danh từ)** : 미리 마련하여 갖춤.
  sự chuẩn bị
  Việc trù bị, thu xếp trước.

- **를** : 동작이 직접적으로 영향을 미치는 대상을 나타내는 조사.
  Không có từ tương ứng
  Trợ từ (tiểu từ) thể hiện đối tượng mà động tác gây ảnh hưởng trực tiếp.

- **하다 (động từ)** : 어떤 행동이나 동작, 활동 등을 행하다.
  làm, tiến hành
  Thực hiện hành động hay động tác, hoạt động nào đó.

- **-기 위해서** : 어떤 일을 하는 목적인 의도를 나타내는 표현.
  để, nhằm
  Cấu trúc thể hiện ý đồ hay mục đích thực hiện việc nào đó.

- **교수 (danh từ)** : 대학에서 학문을 연구하고 가르치는 일을 하는 사람. 또는 그 직위.
  giáo sư
  Người làm công tác nghiên cứu khoa học và giảng dạy ở trường đại học. Hoặc chức vụ như thế.

- **님** : '높임'의 뜻을 더하는 접미사.
  ngài
  Hậu tố thêm nghĩa 'kính trọng'.

- **한 (định từ)** : 하나의.
  một
  Thuộc một.

- **분 (danh từ)** : 사람을 높여서 세는 단위.
  vị, người
  Đơn vị đếm số người khi thể hiện sự kính trọng.

- **이** : 어떤 상태나 상황의 대상이나 동작의 주체를 나타내는 조사.
  Không có từ tương ứng
  Trợ từ (tiểu từ) thể hiện chủ thể của động tác hoặc đối tượng của trạng thái hay tình huống nào đó.

- **컴퓨터 (danh từ)** : 전자 회로를 이용하여 문서, 사진, 영상 등의 대량의 데이터를 빠르고 정확하게 처리하는 기계.

  máy vi tính

  Loại máy móc sử dụng mạch điện tử để xử lý nhanh và chính xác một lượng dữ liệu lớn của những thứ như văn bản, hình ảnh, phim ảnh.

- **를** : 동작이 직접적으로 영향을 미치는 대상을 나타내는 조사.

  Không có từ tương ứng

  Trợ từ (tiểu từ) thể hiện đối tượng mà động tác gây ảnh hưởng trực tiếp.

- **켜다 (động từ)** : 전기 제품 등을 작동하게 만들다.

  bật

  Làm cho các thiết bị điện tử hoạt động.

- **-고 있다** : 앞의 말이 나타내는 행동이 계속 진행됨을 나타내는 표현.

  đang

  Cấu trúc thể hiện hành động mà từ ngữ phía trước diễn đạt được tiếp tục tiến hành.

- **-었-** : 사건이 과거에 일어났음을 나타내는 어미.

  đã

  Vĩ tố thể hiện sự kiện đã xảy ra trong quá khứ.

- **-다** : 어떤 사건이나 사실, 상태를 서술함을 나타내는 종결 어미.

  Không có từ tương ứng

  Vĩ tố kết thúc câu thể hiện sự trần thuật sự kiện, sự việc hay trạng thái nào đó.

그런데 컴퓨터+가 바이러스+에 <u>걸리+었+는지</u> 작동되+[지 않]+아 수리 기사+를
걸렸는지

부르+[게 되]+었+다.

- **그런데 (phó từ)** : 이야기를 앞의 내용과 관련시키면서 다른 방향으로 바꿀 때 쓰는 말.

  nhưng mà, thế nhưng

  Từ dùng khi kết nối câu chuyện với nội dung phía trước đồng thời chuyển sang hướng khác.

- **컴퓨터 (danh từ)** : 전자 회로를 이용하여 문서, 사진, 영상 등의 대량의 데이터를 빠르고 정확하게 처리하는 기계.

  máy vi tính

  Loại máy móc sử dụng mạch điện tử để xử lý nhanh và chính xác một lượng dữ liệu lớn của những thứ như văn bản, hình ảnh, phim ảnh.

• 가 : 어떤 상태나 상황에 놓인 대상이나 동작의 주체를 나타내는 조사.

  Không có từ tương ứng

  Trợ từ (tiểu từ) thể hiện chủ thể của động tác hoặc đối tượng được đặt trong trạng thái hay tình huống nào đó.

• 바이러스 (danh từ) : 컴퓨터를 비정상적으로 작용하게 만드는 프로그램.

  vi rút

  Chương trình tác động bất thường đến máy vi tính.

• 에 : 앞말이 무엇의 조건, 환경, 상태 등임을 나타내는 조사.

  trong, đối với

  Trợ từ (tiểu từ) thể hiện từ ngữ phía trước là điều kiện, môi trường, trạng thái... của cái gì đó.

• 걸리다 (động từ) : 어떤 상태에 빠지게 되다.

  bị vướng

  Bị rơi vào trạng thái nào đó.

• -었- : 사건이 과거에 일어났음을 나타내는 어미.

  đã

  Vĩ tố thể hiện sự kiện đã xảy ra trong quá khứ.

• -는지 : 뒤에 오는 말의 내용에 대한 막연한 이유나 판단을 나타내는 연결 어미.

  có hay không

  Vĩ tố liên kết thể hiện lí do hay phán đoán mặc nhiên về nội dung của lời nói ở sau.

• 작동되다 (động từ) : 기계 등이 움직여 일하다.

  được hoạt động, được vận hành

  Máy móc… vận hành làm việc.

• -지 않다 : 앞의 말이 나타내는 행위나 상태를 부정하는 뜻을 나타내는 표현.

  không, chẳng

  Cấu trúc thể hiện nghĩa phủ định trạng thái hay hành vi mà từ ngữ phía trước diễn đạt.

• -아 : 앞에 오는 말이 뒤에 오는 말에 대한 원인이나 이유임을 나타내는 연결 어미.

  nên

  Vĩ tố liên kết thể hiện vế trước là nguyên nhân hay lí do đối với vế sau.

• 수리 (danh từ) : 고장 난 것을 손보아 고침.

  sự sửa chữa

  Việc xem xét và chữa đồ vật bị hư.

• 기사 (danh từ) : 국가나 단체가 인정한 기술 자격증을 가진 기술자.

  kỹ sư, kỹ thuật viên

  Kỹ thuật viên có chứng chỉ kỹ thuật được quốc gia hoặc tổ chức công nhận.

- 를 : 동작이 직접적으로 영향을 미치는 대상을 나타내는 조사.
  Không có từ tương ứng
  Trợ từ (tiểu từ) thể hiện đối tượng mà động tác gây ảnh hưởng trực tiếp.

- **부르다 (động từ)** : 부탁하여 오게 하다.
  kêu, gọi, mời
  Nhờ vả làm cho đến.

- -게 되다 : 앞의 말이 나타내는 상태나 상황이 됨을 나타내는 표현.
  trở nên, được
  Cấu trúc thể hiện sự trở thành trạng thái hay tình huống mà từ ngữ phía trước thể hiện.

- -었- : 사건이 과거에 일어났음을 나타내는 어미.
  đã
  Vĩ tố thể hiện sự kiện đã xảy ra trong quá khứ.

- -다 : 어떤 사건이나 사실, 상태를 서술함을 나타내는 종결 어미.
  Không có từ tương ứng
  Vĩ tố kết thúc câu thể hiện sự trần thuật sự kiện, sự việc hay trạng thái nào đó.

수리공+이 컴퓨터+를 고치+다가 저장되+ㄴ 파일+을 보+니 독수리, 참새, 앵무새, 까치, 비둘기, 제비
저장된

등 모두 새 이름+으로 되+[어 있]+었+다.

- **수리공 (danh từ)** : 고장 난 것을 고치는 일을 하는 사람.
  thợ sửa
  Người làm việc sửa chữa đồ vật bị hư.

- 이 : 어떤 상태나 상황의 대상이나 동작의 주체를 나타내는 조사.
  Không có từ tương ứng
  Trợ từ (tiểu từ) thể hiện chủ thể của động tác hoặc đối tượng của trạng thái hay tình huống nào đó.

- **컴퓨터 (danh từ)** : 전자 회로를 이용하여 문서, 사진, 영상 등의 대량의 데이터를 빠르고 정확하게 처리하는 기계.
  máy vi tính
  Loại máy móc sử dụng mạch điện tử để xử lý nhanh và chính xác một lượng dữ liệu lớn của những thứ như văn bản, hình ảnh, phim ảnh.

- 를 : 동작이 직접적으로 영향을 미치는 대상을 나타내는 조사.
  Không có từ tương ứng
  Trợ từ (tiểu từ) thể hiện đối tượng mà động tác gây ảnh hưởng trực tiếp.

- **고치다 (động từ)** : 고장이 나거나 못 쓰게 된 것을 손질하여 쓸 수 있게 하다.
  sửa
  Sửa chữa cái bị hỏng hoặc không dùng được làm cho có thể dùng được.

- **-다가** : 어떤 행동이 진행되는 중에 다른 행동이 나타남을 나타내는 연결 어미.
  Không có từ tương ứng
  Vĩ tố liên kết thể hiện hành động khác xuất hiện trong lúc hành động nào đó diễn ra.

- **저장되다 (động từ)** : 물건이나 재화 등이 모아져서 보관되다.
  được lưu trữ, được tích trữ
  Đồ đạc hay tài sản… được thu gom bảo quản.

- **-ㄴ** : 앞의 말이 관형어의 기능을 하게 만들고 사건이나 동작이 완료되어 그 상태가 유지되고 있음을 나타내는 어미.
  Không có từ tương ứng
  Vĩ tố làm cho từ ngữ phía trước có chức năng định ngữ và thể hiện sự kiện hay động tác đã hoàn thành và trạng thái đó đang được duy trì.

- **파일 (danh từ)** : 컴퓨터의 기억 장치에 일정한 단위로 저장된 정보의 묶음.
  file (máy vi tính)
  Một tập hợp thông tin được ghi lại theo đơn vị nhất định vào bộ nhớ của máy vi tính.

- **을** : 동작이 직접적으로 영향을 미치는 대상을 나타내는 조사.
  Không có từ tương ứng
  Trợ từ (tiểu từ) thể hiện đối tượng mà động tác trực tiếp ảnh hưởng đến.

- **보다 (động từ)** : 대상의 내용이나 상태를 알기 위하여 살피다.
  ngắm, xem, quan sát
  Xem xét để biết nội dung hay trạng thái của đối tượng.

- **-니** : 앞에서 이야기한 내용과 관련된 다른 사실을 이어서 설명할 때 쓰는 연결 어미.
  nên
  Vĩ tố liên kết dùng khi giải thích tiếp nối sự việc khác có liên quan với nội dung đã nói ở trước."

- **독수리 (danh từ)** : 갈고리처럼 굽은 날카로운 부리와 발톱을 가지고 있으며 빛깔이 검은 큰 새.
  chim đại bàng
  Chim lớn màu sắc đen có móng vuốt và mỏ sắc nhọn và cong như cái móc.

- **참새 (danh từ)** : 주로 사람이 사는 곳 근처에 살며, 몸은 갈색이고 배는 회백색인 작은 새.
  chim se sẻ
  Chim nhỏ có thân màu nâu và bụng màu xám, chủ yếu sống gần nơi con người sinh sống.

• 앵무새 (danh từ) : 사람의 말을 잘 흉내 내며 여러 빛깔을 가진 새.
con vẹt
Con chim có lông nhiều màu sắc và có thể bắt chước tiếng nói của người.

• 까치 (danh từ) : 머리에서 등까지는 검고 윤이 나며 어깨와 배는 흰, 사람의 집 근처에 사는 새.
chim chích chòe
Loài chim sống ở gần nhà của con người, phần từ đầu đến lưng màu đen và bóng, phần vai và bụng màu trắng.

• 비둘기 (danh từ) : 공원이나 길가 등에서 흔히 볼 수 있는, 다리가 짧고 날개가 큰 회색 혹은 하얀색의 새.
chim bồ câu
Loài chim chân ngắn và cánh màu xám đậm hay màu trắng, có thể thường thấy ở trên đường phố hay công viên.

• 제비 (danh từ) : 등은 검고 배는 희며 매우 빠르게 날고, 봄에 한국에 날아왔다가 가을에 남쪽으로 날아가는 작은 여름 철새.
chim én
Loài chim di cư, thân nhỏ, lưng đen, bụng trắng, bay rất nhanh, thường bay đến Hàn Quốc vào mùa xuân và bay về phương nam vào mùa thu.

• 등 (danh từ) : 앞에서 말한 것 외에도 같은 종류의 것이 더 있음을 나타내는 말.
vân vân (v.v...)
Từ thể hiện ngoài cái đã nói ở trước còn có thêm loại khác.

• 모두 (phó từ) : 빠짐없이 다.
mọi
Tất cả mà không bỏ sót .

• 새 (danh từ) : 몸에 깃털과 날개가 있고 날 수 있으며 다리가 둘인 동물.
chim
Động vật có hai chân, trên mình có lông với cánh và có thể bay được.

• 이름 (danh từ) : 다른 것과 구별하기 위해 동물, 사물, 현상 등에 붙여서 부르는 말.
tên, tên gọi
Từ gán cho động vật, sự vật, hiện tượng... để gọi nhằm phân biệt với cái khác.

• 으로 : 어떤 일의 방법이나 방식을 나타내는 조사.
bằng
Trợ từ thể hiện phương pháp hay phương thức của việc nào đó.

• 되다 (động từ) : 어떤 형태나 구조로 이루어지다.
có, thành
Được tạo thành bởi một cấu trúc hay hình thái nào đó.

• -어 있다 : 앞의 말이 나타내는 상태가 계속됨을 나타내는 표현.
  đang
  Cấu trúc diễn đạt việc tiếp diễn của trạng thái xuất hiện ở vế trước.

• -었- : 사건이 과거에 일어났음을 나타내는 어미.
  đã
  Vĩ tố thể hiện sự kiện đã xảy ra trong quá khứ.

• -다 : 어떤 사건이나 사실, 상태를 서술함을 나타내는 종결 어미.
  Không có từ tương ứng
  Vĩ tố kết thúc câu thể hiện sự trần thuật sự kiện, sự việc hay trạng thái nào đó.

수리 기사+는 궁금증+을 <u>참다못하</u>+여 교수+님+에게 <u>묻(물)+었+다</u>.
참다못해   **물었다**

• **수리 (danh từ)** : 고장 난 것을 손보아 고침.
  sự sửa chữa
  Việc xem xét và chữa đồ vật bị hư.

• **기사 (danh từ)** : 국가나 단체가 인정한 기술 자격증을 가진 기술자.
  kỹ sư, kỹ thuật viên
  Kỹ thuật viên có chứng chỉ kỹ thuật được quốc gia hoặc tổ chức công nhận.

• 는 : 문장 속에서 어떤 대상이 화제임을 나타내는 조사.
  Không có từ tương ứng
  Trợ từ (tiểu từ) thể hiện việc đối tượng nào đó là chủ đề câu chuyện trong câu.

• **궁금증 (danh từ)** : 몹시 궁금한 마음.
  chứng tò mò, lòng tò mò
  Cảm giác rất tò mò.

• 을 : 동작이 직접적으로 영향을 미치는 대상을 나타내는 조사.
  Không có từ tương ứng
  Trợ từ (tiểu từ) thể hiện đối tượng mà động tác trực tiếp ảnh hưởng đến.

• **참다못하다 (động từ)** : 참을 수 있는 만큼 참다가 더 이상 참지 못하다.
  không thể chịu được hơn nữa, không thể nhịn được
  Chịu đựng đến mức có thể chịu đựng được và rồi không thể chịu đựng được hơn nữa.

- **-여** : 앞의 말이 뒤의 말보다 먼저 일어났거나 뒤의 말에 대한 방법이나 수단이 됨을 나타내는 연결 어미.

  rồi

  Vĩ tố liên kết thể hiện vế trước xảy ra trước vế sau hoặc trở thành phương pháp hay phương tiện đối với vế sau

- **교수 (danh từ)** : 대학에서 학문을 연구하고 가르치는 일을 하는 사람. 또는 그 직위.

  giáo sư

  Người làm công tác nghiên cứu khoa học và giảng dạy ở trường đại học. Hoặc chức vụ như thế.

- **님** : '높임'의 뜻을 더하는 접미사.

  ngài

  Hậu tố thêm nghĩa 'kính trọng'.

- **에게** : 어떤 행동이 미치는 대상임을 나타내는 조사.

  cho

  Trợ từ thể hiện đối tượng mà hành động nào đó tác động đến.

- **묻다 (động từ)** : 대답이나 설명을 요구하며 말하다.

  hỏi

  Nói để yêu cầu câu trả lời hoặc sự giải thích.

- **-었-** : 사건이 과거에 일어났음을 나타내는 어미.

  đã

  Vĩ tố thể hiện sự kiện đã xảy ra trong quá khứ.

- **-다** : 어떤 사건이나 사실, 상태를 서술함을 나타내는 종결 어미.

  Không có từ tương ứng

  Vĩ tố kết thúc câu thể hiện sự trần thuật sự kiện, sự việc hay trạng thái nào đó.

> **수리 기사** : 교수+님, 파일 이름+을 모두 새 이름+으로 <u>짓(지)</u>+<u>으시</u>+<u>었</u>+네요.
>
>   **지으셨네요**

- **교수 (danh từ)** : 대학에서 학문을 연구하고 가르치는 일을 하는 사람. 또는 그 직위.

  giáo sư

  Người làm công tác nghiên cứu khoa học và giảng dạy ở trường đại học. Hoặc chức vụ như thế.

- **님** : '높임'의 뜻을 더하는 접미사.

  ngài

  Hậu tố thêm nghĩa 'kính trọng'.

• **파일 (danh từ)** : 컴퓨터의 기억 장치에 일정한 단위로 저장된 정보의 묶음.
  file (máy vi tính)
  Một tập hợp thông tin được ghi lại theo đơn vị nhất định vào bộ nhớ của máy vi tính.

• **이름 (danh từ)** : 다른 것과 구별하기 위해 동물, 사물, 현상 등에 붙여서 부르는 밀.
  tên, tên gọi
  Từ gán cho động vật, sự vật, hiện tượng... để gọi nhằm phân biệt với cái khác.

• **을** : 동작이 직접적으로 영향을 미치는 대상을 나타내는 조사.
  Không có từ tương ứng
  Trợ từ (tiểu từ) thể hiện đối tượng mà động tác trực tiếp ảnh hưởng đến.

• **모두 (phó từ)** : 빠짐없이 다.
  mọi
  Tất cả mà không bỏ sót .

• **새 (danh từ)** : 몸에 깃털과 날개가 있고 날 수 있으며 다리가 둘인 동물.
  chim
  Động vật có hai chân, trên mình có lông với cánh và có thể bay được.

• **이름 (danh từ)** : 다른 것과 구별하기 위해 동물, 사물, 현상 등에 붙여서 부르는 말.
  tên, tên gọi
  Từ gán cho động vật, sự vật, hiện tượng... để gọi nhằm phân biệt với cái khác.

• **으로** : 어떤 일의 방법이나 방식을 나타내는 조사.
  bằng
  Trợ từ thể hiện phương pháp hay phương thức của việc nào đó.

• **짓다 (động từ)** : 이름 등을 정하다.
  đặt
  Định ra tên...

• **-으시-** : 어떤 동작이나 상태의 주체를 높이는 뜻을 나타내는 어미.
  Không có từ tương ứng
  Vĩ tố thể hiện nghĩa kính trọng chủ thể của động tác hay trạng thái nào đó.

• **-었-** : 어떤 사건이 과거에 완료되었거나 그 사건의 결과가 현재까지 지속되는 상황을 나타내는 어미.
  đã
  Vĩ tố thể hiện tình huống mà sự kiện nào đó đã hoàn thành trong quá khứ hoặc kết quả của sự kiện đó được tiếp tục đến hiện tại.

• -네요 : (두루높임으로) 말하는 사람이 직접 경험하여 새롭게 알게 된 사실에 대해 감탄함을 나타낼 때 쓰는 표현.

đấy, lắm, quá

(cách nói kính trọng phổ biến) Cấu trúc dùng khi thể hiện sự cảm thán đối với sự việc mà người nói mới biết được do trực tiếp trải nghiệm.

> **수리 기사 :** 요즘 새+[에 대한] 논문+을 <u>쓰</u>+[고 계시]+[나 보]+지요?
> **쓰고 계시나 보죠**

• **요즘 (danh từ)** : 아주 가까운 과거부터 지금까지의 사이.

gần đây, dạo gần đây, dạo này

Khoảng thời gian tính từ không lâu trước đây cho đến thời điểm hiện tại.

• **새 (danh từ)** : 몸에 깃털과 날개가 있고 날 수 있으며 다리가 둘인 동물.

chim

Động vật có hai chân, trên mình có lông với cánh và có thể bay được.

• **에 대한** : 뒤에 오는 명사를 수식하며 앞에 오는 명사를 뒤에 오는 명사의 대상으로 함을 나타내는 표현.

đối với, về

Cấu trúc thể hiện việc lấy danh từ đứng trước làm đối tượng của danh từ đứng sau và bổ nghĩa cho danh từ đứng sau.

• **논문 (danh từ)** : 어떠한 주제에 대한 학술적인 연구 결과를 일정한 형식에 맞추어 체계적으로 쓴 글.

luận văn

Một bài viết có hệ thống theo một hình thức nhất định để trình bày kết quả nghiên cứu mang tính học thuật về một chủ đề nào đó.

• **을** : 동작이 직접적으로 영향을 미치는 대상을 나타내는 조사.

Không có từ tương ứng

Trợ từ (tiểu từ) thể hiện đối tượng mà động tác trực tiếp ảnh hưởng đến.

• **쓰다 (động từ)** : 머릿속의 생각이나 느낌 등을 종이 등에 글로 적어 나타내다.

viết, chép

Ghi rồi thể hiện suy nghĩ hay cảm giác... trong đầu bằng chữ lên giấy...

• **-고 계시다** : (높임말로) 앞의 말이 나타내는 행동이 계속 진행됨을 나타내는 표현.

đang

(cách nói kính trọng) Cấu trúc thể hiện hành động mà từ ngữ phía trước diễn đạt được tiến hành liên tục.

• -나 보다 : 앞의 말이 나타내는 사실을 추측함을 나타내는 표현.

hình như, dường như, có lẽ

Cấu trúc thể hiện sự suy đoán sự việc mà từ ngữ phía trước thể hiện.

• -지요 : (두루높임으로) 말하는 사람이 듣는 사람에게 친근함을 나타내며 물을 때 쓰는 종결 어미.

nhỉ?

(cách nói kính trọng phổ biến) Vĩ tố kết thúc câu dùng khi người nói hỏi và thể hiện sự thân mật với người nghe.

교수+님+이 울상+을 <u>짓(지)+으면서 말하</u>+였+다.

　　　　　　　　지으면서　　말했다

• **교수 (danh từ)** : 대학에서 학문을 연구하고 가르치는 일을 하는 사람. 또는 그 직위.

giáo sư

Người làm công tác nghiên cứu khoa học và giảng dạy ở trường đại học. Hoặc chức vụ như thế.

• **님** : '높임'의 뜻을 더하는 접미사.

ngài

Hậu tố thêm nghĩa 'kính trọng'.

• **이** : 어떤 상태나 상황의 대상이나 동작의 주체를 나타내는 조사.

Không có từ tương ứng

Trợ từ (tiểu từ) thể hiện chủ thể của động tác hoặc đối tượng của trạng thái hay tình huống nào đó.

• **울상 (danh từ)** : 울려고 하는 얼굴 표정.

mặt bí xị , mếu máo

Sắc mặt sắp khóc.

• **을** : 동작이 직접적으로 영향을 미치는 대상을 나타내는 조사.

Không có từ tương ứng

Trợ từ (tiểu từ) thể hiện đối tượng mà động tác trực tiếp ảnh hưởng đến.

• **짓다 (động từ)** : 어떤 표정이나 태도 등을 얼굴이나 몸에 나타내다.

nở, thở

Thể hiện thái độ hay vẻ mặt nào đó trên nét mặt hoặc cơ thể.

• **-으면서** : 두 가지 이상의 동작이나 상태가 함께 일어남을 나타내는 연결 어미.

vừa... vừa…, đồng thời

Vĩ tố liên kết thể hiện hai động tác hay trạng thái trở lên cùng xảy ra.

- **말하다 (động từ)** : 어떤 사실이나 자신의 생각 또는 느낌을 말로 나타내다.
  nói
  Thể hiện bằng lời sự việc nào đó hay suy nghĩ cũng như cảm nhận của bản thân.

- **-였-** : 사건이 과거에 일어났음을 나타내는 어미.
  đã
  Vĩ tố thể hiện sự kiện đã xảy ra trong quá khứ.

- **-다** : 어떤 사건이나 사실, 상태를 서술함을 나타내는 종결 어미.
  Không có từ tương ứng
  Vĩ tố kết thúc câu thể hiện sự trần thuật sự kiện, sự việc hay trạng thái nào đó.

교수님 : 아니+에요.

실은 그것 때문+에 짜증+이 나+(아)서 미치+겠+어요.
　　　　　　　　　　　　나서

- **아니다 (Tính từ)** : 어떤 사실이나 내용을 부정하는 뜻을 나타내는 말.
  không
  Từ thể hiện nghĩa phủ định sự việc hay nội dung nào đó.

- **-에요** : (두루높임으로) 어떤 사실을 서술하거나 질문함을 나타내는 종결 어미.
  phải không?, là
  (cách nói kính trọng phổ biến) Vĩ tố kết thúc câu diễn đạt sự nghi vấn hay trần thuật sự việc nào đó.

- **실은 (phó từ)** : 사실을 말하자면. 실제로는.
  hực ra, thực chất
  Thực tế mà nói thì. Thực ra.

- **그것 (đại từ)** : 앞에서 이미 이야기한 대상을 가리키는 말.
  cái đó, việc đó
  Từ dùng để chỉ đối tượng đã nói đến ở phía trước.

- **때문 (danh từ)** : 어떤 일의 원인이나 이유.
  tại vì, vì
  Lí do hay nguyên nhân của sự việc nào đó.

- **에** : 앞말이 어떤 일의 원인임을 나타내는 조사.
  do, vì
  Trợ từ (tiểu từ) thể hiện từ ngữ phía trước là nguyên nhân của việc nào đó.

• **짜증 (danh từ)** : 마음에 들지 않아서 화를 내거나 싫은 느낌을 겉으로 드러내는 일. 또는 그런 성미.
sự nổi giận, sự nổi khùng, sự bực tức, sự bực bội
Việc để lộ ra bên ngoài cảm giác ghét hay nổi cáu vì không vừa lòng. Hoặc tính chất như vậy.

• **이** : 어떤 상태나 상황의 대상이나 동작의 주체를 나타내는 조사.
Không có từ tương ứng
Trợ từ (tiểu từ) thể hiện chủ thể của động tác hoặc đối tượng của trạng thái hay tình huống nào đó.

• **나다 (động từ)** : 어떤 감정이나 느낌이 생기다.
phát
Cảm xúc hay tình cảm nào đó nảy sinh.

• **-아서** : 이유나 근거를 나타내는 연결 어미.
nên
Vĩ tố liên kết thể hiện lý do hay căn cứ.

• **미치다 (động từ)** : 어떤 상태가 너무 심해서 정신이 없어질 정도로 괴로워하다.
phát điên
Trạng thái nào đó quá nghiêm trọng nên bực bội đến mức không còn tỉnh táo.

• **-겠-** : 완곡하게 말하는 태도를 나타내는 어미.
chắc là, được không
Vĩ tố thể hiện thái độ nói quanh co.

• **-어요** : (두루높임으로) 어떤 사실을 서술하거나 질문, 명령, 권유함을 나타내는 종결 어미.
không?, hãy, hãy cùng
(cách nói kính trọng phổ biến) Vĩ tố kết thúc câu thể hiện sự tường thuật sự việc nào đó hay nghi vấn, mệnh lệnh, đề nghị.

> 교수님 : 파일 <u>저장하+[ㄹ 때]</u>+마다 '새 이름+으로 저장'+이라고 나오+는데
>   **저장할 때**
>
>   이제 생각나+는 새 이름+도 없+는데.

• **파일 (danh từ)** : 컴퓨터의 기억 장치에 일정한 단위로 저장된 정보의 묶음.
file (máy vi tính)
Một tập hợp thông tin được ghi lại theo đơn vị nhất định vào bộ nhớ của máy vi tính.

- **저장하다 (động từ)** : 물건이나 재화 등을 모아서 보관하다.
  lưu trữ, tích trữ
  Thu gom bảo quản đồ đạc hay tài sản...

- **-ㄹ 때** : 어떤 행동이나 상황이 일어나는 동안이나 그 시기 또는 그러한 일이 일어난 경우를 나타내는 표현.
  khi, lúc, hồi
  Cấu trúc thể hiện khoảng thời gian hay thời kì mà hành động hay tình huống nào đó xảy ra hoặc trường hợp mà việc như vậy xảy ra.

- **마다** : 하나하나 빠짐없이 모두의 뜻을 나타내는 조사.
  mỗi, mọi
  Trợ từ thể hiện nghĩa toàn bộ, không thiếu sót gì cả.

- **새 (định từ)** : 생기거나 만든 지 얼마 되지 않은.
  mới
  Phát sinh hay làm ra chưa được bao lâu.

- **이름 (danh từ)** : 다른 것과 구별하기 위해 동물, 사물, 현상 등에 붙여서 부르는 말.
  tên, tên gọi
  Từ gán cho động vật, sự vật, hiện tượng... để gọi nhằm phân biệt với cái khác.

- **으로** : 어떤 일의 방법이나 방식을 나타내는 조사.
  bằng
  Trợ từ thể hiện phương pháp hay phương thức của việc nào đó.

- **저장 (danh từ)** : 물건이나 재화 등을 모아서 보관함.
  sự lưu trữ, sự tích trữ
  Sự thu gom bảo quản đồ đạc hay tài sản...

- **이라고** : 앞의 말이 원래 말해진 그대로 인용됨을 나타내는 조사.
  rằng, là
  Trợ từ (tiểu từ) thể hiện lời trước đó được dẫn lại y như được nói ban đầu.

- **나오다 (động từ)** : 책, 신문, 방송 등에 글이나 그림 등이 실리거나 어떤 내용이 나타나다.
  xuất hiện
  Tranh vẽ hay bài viết được đăng hoặc nội dung nào đó xuất hiện trên sách, báo, phát thanh truyền hình.

- **-는데** : 뒤의 말을 하기 위하여 그 대상과 관련이 있는 상황을 미리 말함을 나타내는 연결 어미.
  Không có từ tương ứng
  Vĩ tố liên kết thể hiện việc nói trước tình huống có liên quan đến đối tượng để nói tiếp lời phía sau.

· **이제 (phó từ)** : 말하고 있는 바로 이때에.
  bây giờ
  Ngay lúc đang nói.

· **생각나다 (động từ)** : 새로운 생각이 머릿속에 떠오르다.
  nghĩ ra
  Suy nghĩ mới hiện lên trong đầu.

· **-는** : 앞의 말이 관형어의 기능을 하게 만들고 사건이나 동작이 현재 일어남을 나타내는 어미.
  mà
  Vĩ tố làm cho từ ngữ phía trước có chức năng định ngữ và thể hiện sự kiện hay động tác xảy ra ở hiện tại.

· **새 (danh từ)** : 몸에 깃털과 날개가 있고 날 수 있으며 다리가 둘인 동물.
  chim
  Động vật có hai chân, trên mình có lông với cánh và có thể bay được.

· **이름 (danh từ)** : 다른 것과 구별하기 위해 동물, 사물, 현상 등에 붙여서 부르는 말.
  tên, tên gọi
  Từ gán cho động vật, sự vật, hiện tượng... để gọi nhằm phân biệt với cái khác.

· **도** : 이미 있는 어떤 것에 다른 것을 더하거나 포함함을 나타내는 조사.
  cũng
  Trợ từ thể hiện sự thêm vào hoặc bao gồm cái khác vào cái nào đó đã có sẵn.

· **없다 (Tính từ)** : 어떤 물건을 가지고 있지 않거나 자격이나 능력 등을 갖추지 않은 상태이다.
  không có
  Là trạng thái không có đồ vật nào đó hay không có năng lực hay tư cách...

· **-는데** : (두루낮춤으로) 듣는 사람의 반응을 기대하며 어떤 일에 대해 감탄함을 나타내는 종결 어미.
  Không có từ tương ứng
  (cách nói hạ thấp phổ biến) Vĩ tố kết thúc câu thể hiện sự cảm thán về việc nào đó và chờ đợi phản ứng của người nghe.

< 12 단원(bài) >

제목 : 이 늦은 시간에 여기서 뭐 하고 계세요?

● 본문 (nguyên văn)

늦은 밤 담력 훈련에 참가한 두 여자가 마지막 코스인 공동묘지를 지나가고 있었다.

그녀들은 무서웠지만 애써 태연한 모습으로 걸어가고 있었는데 갑자기 '톡탁톡탁' 하는 소리가 들려오기 시작했다.

깜짝 놀란 두 여자는 공포에 질려 가까스로 천천히 발걸음을 내딛고 있었다.

그때 눈앞에 망치를 들고 정으로 묘비를 쪼고 있는 노인의 모습이 희미하게 보였다.

순간 두 여자는 안도의 한숨을 내쉬며 말했다.

여자 1 : 할아버지, 귀신인 줄 알고 깜짝 놀랐잖아요.

　　　　그런데 이 늦은 시간에 여기서 뭐 하고 계세요?

여자 2 : 내일 밝을 때 하시는 게 좋을 것 같아요.

　　　　지금은 어두워서 위험하세요.

할아버지 : 음, 오늘 안에 **빨리** 끝내야 돼.

여자 1 : 그런데 묘비에 무슨 문제라도 있나요?

할아버지 : 글쎄, 어떤 멍청한 녀석들이 묘비에 내 이름을 잘못 써 놨잖아.

● 발음 (sự phát âm)

늦은 밤 담력 훈련에 참가한 두 여자가 마지막 코스인 공동묘지를 지나가고 있었다.
느즌 밤 담녁 훌려네 참가한 두 여자가 마지막 코스인 공동묘지를 지나가고 이썯따.
neujeun bam damnyeok hullyeone chamgahan du yeojaga majimak koseuin gongdongmyojireul jinagago isseotda.

그녀들은 무서웠지만 애써 태연한 모습으로 걸어가고 있었는데 갑자기 '톡탁톡탁' 하는 소리가 들려오기
그녀드른 무서월찌만 애써 태연한 모스브로 거러가고 이썬는데 갑짜기 '톡탁톡탁' 하는 소리가 들려오기
geunyeodeureun museowotjiman aesseo taeyeonhan moseubeuro georeogago isseonneunde gapjagi 'toktaktoktak' haneun soriga deullyeoogi

시작했다.
시자캗따.
sijakaetda.

깜짝 놀란 두 여자는 공포에 질려 가까스로 천천히 발걸음을 내딛고 있었다.
깜짝 놀란 두 여자는 공포에 질려 가까스로 천천히 발꺼르믈 내딛꼬 이썯따.
kkamjjak nollan du yeojaneun gongpoe jillyeo gakkaseuro cheoncheonhi balgeoreumeul naeditgo isseotda.

그때 눈앞에 망치를 들고 정으로 묘비를 쪼고 있는 노인의 모습이 희미하게 보였다.
그때 누나페 망치를 들고 정으로 묘비를 쪼고 인는 노이네 모스비 히미하게 보엳따.
geuttae nunape mangchireul deulgo jeongeuro myobireul jjogo inneun noinui(noine) moseubi huimihage(himihage) boyeotda.

순간 두 여자는 안도의 한숨을 내쉬며 말했다.
순간 두 여자는 안도에 한수믈 내쉬며 말핻따.
sungan du yeojaneun andoui(andoe) hansumeul naeswimyeo malhaetda.

여자 1 : 할아버지, 귀신인 줄 알고 깜짝 놀랐잖아요.
여자 1 : 하라버지, 귀시닌 줄 알고 깜짝 놀랃짜나요.
yeoja 1 : harabeoji, gwisinin jul algo kkamjjak nollatjanayo.

그런데 이 늦은 시간에 여기서 뭐 하고 계세요?
그런데 이 느즌 시가네 여기서 뭐 하고 게세요?
geureonde i neujeun sigane yeogiseo mwo hago gyeseyo(geseyo)?

여자 2 : 내일 밝을 때 하시는 게 좋을 것 같아요.

여자 2 : 내일 발글 때 하시는 게 조을 껏 가타요.

yeoja 2 : naeil balgeul ttae hasineun ge joeul geot gatayo.

지금은 어두워서 위험하세요.

지그믄 어두워서 위험하세요.

jigeumeun eoduwoseo wiheomhaseyo.

할아버지 : 음, 오늘 안에 빨리 끝내야 돼.

하라버지 : 음, 오늘 아네 빨리 끈내에 돼.

harabeoji : eum, oneul ane ppalli kkeunnaeya dwae.

여자 1 : 그런데 묘비에 무슨 문제라도 있나요?

여자 1 : 그런데 묘비에 무슨 문제라도 인나요?

yeoja 1 : geureonde myobie museun munjerado innayo?

할아버지 : 글쎄, 어떤 멍청한 녀석들이 묘비에 내 이름을 잘못 써 났잖아.

하라버지 : 글쎄, 어떤 멍청한 녀석드리 묘비에 내 이르믈 잘몯 써 날짜나.

harabeoji : geulsse, eotteon meongcheonghan nyeoseokdeuri myobie nae ireumeul jalmot sseo nwatjana.

● 어휘 (từ vựng) / 문법 (ngữ pháp)

늦+은 밤 담력 훈련+에 참가하+ㄴ 두 여자+가 마지막 코스+이+ㄴ 공동묘지+를 지나가+<u>고 있</u>+었+다.

그녀+들+은 무섭(무서우)+었+지만 애쓰(애쓰)+어 태연하+ㄴ 모습+으로 걸어가+<u>고 있</u>+었+는데 갑자기

'톡탁톡탁' 하+는 소리+가 들려오+기 시작하+였+다.

깜짝 놀라+ㄴ 두 여자+는 공포+에 질리+어 가까스로 천천히 발걸음+을 내딛+<u>고 있</u>+었+다.

그때 눈앞+에 망치+를 들+고 정+으로 묘비+를 쪼+<u>고 있</u>+는 노인+의 모습+이 희미하+게 보이+었+다.

순간 두 여자+는 안도+의 한숨+을 내쉬+며 말하+였+다.

여자 1 : 할아버지, 귀신+이+<u>ㄴ 줄 알</u>+고 깜짝 놀라+았+잖아요.

　　　　그런데 이 늦+은 시간+에 여기+서 뭐 하+<u>고 계시</u>+어요?

여자 2 : 내일 밝+<u>을 때</u> 하+시+<u>는 것(거)</u>+이 좋+<u>을 것 같</u>+아요.

　　　　지금+은 어둡(어두우)+어서 위험하+세요.

할아버지 : 음, 오늘 안+에 빨리 끝내+<u>(어)야 되</u>+어.

여자 1 : 그런데 묘비+에 무슨 문제+라도 있+나요?

할아버지 : 글쎄, 어떤 멍청하+ㄴ 녀석+들+이 묘비+에 나+의 이름+을 잘못

　　　　쓰(쓰)+<u>어</u> 놓+았+잖아.

늦+은 밤 담력 훈련+에 <u>참가하</u>+ㄴ 두 여자+가 마지막 <u>코스</u>+<u>이</u>+ㄴ 공동묘지+를 지나가+[고 있]+었+다.
　　　　　　　　　　참가한　　　　　　　　　　**코스인**

• **늦다 (Tính từ)** : 적당한 때를 지나 있다. 또는 시기가 한창인 때를 지나 있다.
　trễ, muộn
　Quá thời gian thích hợp. Hoặc quá thời gian đỉnh điểm.

• **-은** : 앞의 말이 관형어의 기능을 하게 만들고 현재의 상태를 나타내는 어미.
　đã
　Vĩ tố làm cho từ ngữ phía trước có chức năng định ngữ và thể hiện trạng thái hiện tại.

• **밤 (danh từ)** : 해가 진 후부터 다음 날 해가 뜨기 전까지의 어두운 동안.
　đêm
　Khoảng thời gian tối từ lúc mặt trời lặn đến lúc mặt trời mọc ngày hôm sau.

• **담력 (danh từ)** : 겁이 없고 용감한 기운.
　sự gan dạ, dũng khí
　Nguồn sinh khí dũng cảm và không khiếp sợ điều gì.

• **훈련 (danh từ)** : 가르쳐서 익히게 함.
　sự huấn luyện
　Sự dạy bảo và làm cho trở nên quen thuộc.

• **에** : 앞말이 목적지이거나 어떤 행위의 진행 방향임을 나타내는 조사.
　đến, tới
　Trợ từ (tiểu từ) thể hiện từ ngữ phía trước là đích đến hoặc là hướng diễn tiến của hành động nào đó.

• **참가하다 (động từ)** : 모임이나 단체, 경기, 행사 등의 자리에 가서 함께하다.
　tham gia
　Đến và cùng làm ở những nơi tổ chức sự kiện, cuộc thi đấu hay đoàn thể, hội nhóm nào đó.

• **-ㄴ** : 앞의 말이 관형어의 기능을 하게 만들고 사건이나 동작이 과거에 일어났음을 나타내는 어미.
　mà đã
　Vĩ tố làm cho từ ngữ phía trước có chức năng định ngữ và thể hiện sự kiện hay động tác đã xảy ra trong quá khứ.

• **두 (định từ)** : 둘의.
　hai
　Hai.

- **여자 (danh từ)** : 여성으로 태어난 사람.
  con gái, phụ nữ
  Người được sinh ra là giới nữ.

- **가** : 어떤 상태나 상황에 놓인 대상이나 동작의 주체를 나타내는 조사.
  Không có từ tương ứng
  Trợ từ (tiểu từ) thể hiện chủ thể của động tác hoặc đối tượng được đặt trong trạng thái hay tình huống nào đó.

- **마지막 (danh từ)** : 시간이나 순서의 맨 끝.
  cuối cùng
  Sau cuối của thứ tự hay thời gian.

- **코스 (danh từ)** : 어떤 목적에 따라 정해진 길.
  lộ trình, hành trình
  Đường đã được định sẵn theo một mục đích nào đó.

- **이다** : 주어가 지시하는 대상의 속성이나 부류를 지정하는 뜻을 나타내는 서술격 조사.
  nào là
  Trợ từ vị cách thể hiện sự liệt kê các sự vật đồng thời liên kết theo quan hệ đẳng lập.

- **-ㄴ** : 앞의 말이 관형어의 기능을 하게 만들고 현재의 상태를 나타내는 어미.
  mà
  Vĩ tố khiến cho từ ngữ phía trước có chức năng định ngữ và thể hiện sự kiện hay động tác được hoàn thành thì trạng thái đó vẫn đang được duy trì.

- **공동묘지 (danh từ)** : 한 지역에 여러 사람의 무덤이 있어 공동으로 관리하는 무덤.
  bãi thama, nghĩa địa công cộng, nghĩa trang, nghĩa địa
  Khu vực có phần mộ của nhiều người được quản lý chung

- **를** : 동작의 도착지나 동작이 이루어지는 장소를 나타내는 조사.
  Không có từ tương ứng
  Trợ từ (tiểu từ) thể hiện điểm đến của động tác hay địa điểm nơi động tác được thực hiện.

- **지나가다 (động từ)** : 어떤 곳을 통과하여 가다.
  đi qua
  Đi xuyên qua chỗ nào đó.

- **-고 있다** : 앞의 말이 나타내는 행동이 계속 진행됨을 나타내는 표현.
  đang
  Cấu trúc thể hiện hành động mà từ ngữ phía trước diễn đạt được tiếp tục tiến hành.

- -었- : 사건이 과거에 일어났음을 나타내는 어미.
  đã
  Vĩ tố thể hiện sự kiện đã xảy ra trong quá khứ.

- -다 : 어떤 사건이나 사실, 상태를 서술함을 나타내는 종결 어미.
  Không có từ tương ứng
  Vĩ tố kết thúc câu thể hiện sự trần thuật sự kiện, sự việc hay trạng thái nào đó.

그녀+들+은 무섭(무서우)+었+지만 애쓰(애쓰)+어 태연하+ㄴ 모습+으로 걸어가+[고 있]+었+는데
　　　　　무서웠지만　　　　　**애써**　　　**태연한**

갑자기 '톡탁톡탁' 하+는 소리+가 들려오+기 시작하+였+다.
　　　　　　　　　　　　　　　　　　　시작했다

- **그녀 (đại từ)** : 앞에서 이미 이야기한 여자를 가리키는 말.
  cô ấy, bà ấy
  Từ chỉ người nữ đã nói tới ở trước.

- 들 : '복수'의 뜻을 더하는 접미사.
  những, các
  Hậu tố thêm nghĩa 'số nhiều'.

- 은 : 문장 속에서 어떤 대상이 화제임을 나타내는 조사.
  Không có từ tương ứng
  Trợ từ (tiểu từ) thể hiện việc đối tượng nào đó là chủ đề câu chuyện trong câu.

- **무섭다 (Tính từ)** : 어떤 대상이 꺼려지거나 무슨 일이 일어날까 두렵다.
  sợ
  Đối tượng nào đó bị né tránh hoặc sợ việc gì đó xảy ra.

- -었- : 사건이 과거에 일어났음을 나타내는 어미.
  đã
  Vĩ tố thể hiện sự kiện đã xảy ra trong quá khứ.

- -지만 : 앞에 오는 말을 인정하면서 그와 반대되거나 다른 사실을 덧붙일 때 쓰는 연결 어미.
  nhưng
  Vĩ tố liên kết dùng khi công nhận vế trước đồng thời thêm vào sự việc đối lập hoặc khác với điều đó.

- **애쓰다 (động từ)** : 무엇을 이루기 위해 힘을 들이다.
  cố gắng, gắng sức
  Tốn sức để đạt được cái gì đó.

- -어 : 앞의 말이 뒤의 말보다 먼저 일어났거나 뒤의 말에 대한 방법이나 수단이 됨을 나타내는 연결 어미.

  rồi

  Vĩ tố liên kết thể hiện vế trước xảy ra trước vế sau hoặc trở thành phương pháp hay phương tiện đối với vế sau.

- **태연하다 (Tính từ)** : 당연히 머뭇거리거나 두려워할 상황에서 태도나 얼굴빛이 아무렇지도 않다.

  thản nhiên, bình tĩnh

  Thái độ hay sắc mặt như không có gì xảy ra trong tình huống đáng lẽ ra sợ hãi hoặc phân vân.

- -ㄴ : 앞의 말이 관형어의 기능을 하게 만들고 현재의 상태를 나타내는 어미.

  mà

  Vĩ tố khiến cho từ ngữ phía trước có chức năng định ngữ và thể hiện sự kiện hay động tác được hoàn thành thì trạng thái đó vẫn đang được duy trì.

- **모습 (danh từ)** : 겉으로 드러난 상태나 모양.

  bộ dạng, dáng vẻ

  Trạng thái hay hình dạng thể hiện ra ngoài.

- 으로 : 어떤 일의 방법이나 방식을 나타내는 조사.

  bằng

  Trợ từ thể hiện phương pháp hay phương thức của việc nào đó.

- **걸어가다 (động từ)** : 목적지를 향하여 다리를 움직여 나아가다.

  bước đi

  Đi bằng hai chân để di chuyển đến nơi cần đến. Đi bộ đến.

- -고 있다 : 앞의 말이 나타내는 행동이 계속 진행됨을 나타내는 표현.

  đang

  Cấu trúc thể hiện hành động mà từ ngữ phía trước diễn đạt được tiếp tục tiến hành.

- -었- : 사건이 과거에 일어났음을 나타내는 어미.

  đã

  Vĩ tố thể hiện sự kiện đã xảy ra trong quá khứ.

- -는데 : 뒤의 말을 하기 위하여 그 대상과 관련이 있는 상황을 미리 말함을 나타내는 연결 어미.

  Không có từ tương ứng

  Vĩ tố liên kết thể hiện việc nói trước tình huống có liên quan đến đối tượng để nói tiếp lời phía sau.

- **갑자기 (phó từ)** : 미처 생각할 틈도 없이 빨리.

  đột ngột, bất thình lình, bỗng nhiên

  Nhanh bất ngờ, không có thời gian để kịp suy nghĩ.

• **톡탁톡탁 (phó từ)** : 단단한 물건을 계속해서 가볍게 두드리는 소리.

　cộc cộc, cành cạch

　Tiếng gõ nhẹ vào đồ vật cứng.

• **하다 (động từ)** : 그런 소리가 나다. 또는 그런 소리를 내다.

　Không có từ tương ứng

　Âm thanh như vậy phát ra. Hoặc phát ra âm thanh như vậy.

• **-는** : 앞의 말이 관형어의 기능을 하게 만들고 사건이나 동작이 현재 일어남을 나타내는 어미.

　mà

　Vĩ tố làm cho từ ngữ phía trước có chức năng định ngữ và thể hiện sự kiện hay động tác xảy ra ở hiện tại.

• **소리 (danh từ)** : 물체가 진동하여 생긴 음파가 귀에 들리는 것.

　tiếng, âm thanh

　Việc sóng âm do vật thể rung gây ra lọt vào tai.

• **가** : 어떤 상태나 상황에 놓인 대상이나 동작의 주체를 나타내는 조사.

　Không có từ tương ứng

　Trợ từ (tiểu từ) thể hiện chủ thể của động tác hoặc đối tượng được đặt trong trạng thái hay tình huống nào đó.

• **들려오다 (động từ)** : 어떤 소리나 소식 등이 들리다.

　vẳng tới, dội tới, vang tới

　Tin tức hoặc âm thanh nào đó v.v... được nghe thấy.

• **-기** : 앞의 말이 명사의 기능을 하게 하는 어미.

　sự, việc

　Vĩ tố làm cho từ ngữ ở trước có chức năng của danh từ.

• **시작하다 (động từ)** : 어떤 일이나 행동의 처음 단계를 이루거나 이루게 하다.

　bắt đầu

　Thực hiện hay cho thực hiện giai đoạn đầu của một việc hay hành động nào đó.

• **-였-** : 사건이 과거에 일어났음을 나타내는 어미.

　đã

　Vĩ tố thể hiện sự kiện đã xảy ra trong quá khứ.

• **-다** : 어떤 사건이나 사실, 상태를 서술함을 나타내는 종결 어미.

　Không có từ tương ứng

　Vĩ tố kết thúc câu thể hiện sự trần thuật sự kiện, sự việc hay trạng thái nào đó.

깜짝 놀라+ㄴ 두 여자+는 공포+에 질리+어 가까스로 천천히 발걸음+을 내딛+[고 있]+었+다.
　　　놀란　　　　　　　　　**질려**

• **깜짝 (phó từ)** : 갑자기 놀라는 모양.
　giật mình, hết hồn
　Hình ảnh đột nhiên hốt hoảng.

• **놀라다 (động từ)** : 뜻밖의 일을 당하거나 무서워서 순간적으로 긴장하거나 가슴이 뛰다.
　giật mình, ngỡ ngàng, hết hồn
　Căng thẳng hay tim đập mạnh trong chốc lát vì sợ hãi hoặc gặp phải việc bất ngờ.

• **-ㄴ** : 앞의 말이 관형어의 기능을 하게 만들고 사건이나 동작이 과거에 일어났음을 나타내는 어미.
　mà đã
　Vĩ tố làm cho từ ngữ phía trước có chức năng định ngữ và thể hiện sự kiện hay động tác đã xảy ra trong quá khứ.

• **두 (định từ)** : 둘의.
　hai
　Hai.

• **여자 (danh từ)** : 여성으로 태어난 사람.
　con gái, phụ nữ
　Người được sinh ra là giới nữ.

• **는** : 문장 속에서 어떤 대상이 화제임을 나타내는 조사.
　Không có từ tương ứng
　Trợ từ (tiểu từ) thể hiện việc đối tượng nào đó là chủ đề câu chuyện trong câu.

• **공포 (danh từ)** : 두렵고 무서움.
　sự khiếp sợ, sự kinh hoàng, sự hãi hùng
　Sự sợ hãi và sợ sệt.

• **에** : 앞말이 어떤 일의 원인임을 나타내는 조사.
　do, vì
　Trợ từ (tiểu từ) thể hiện từ ngữ phía trước là nguyên nhân của việc nào đó.

• **질리다 (động từ)** : 몹시 놀라거나 무서워서 얼굴빛이 변하다.
　kinh hãi, khiếp sợ
　Vô cùng kinh ngạc hoặc sợ hãi đến mức khuôn mặt biến sắc.

• **-어** : 앞에 오는 말이 뒤에 오는 말에 대한 원인이나 이유임을 나타내는 연결 어미.
　nên
　Vĩ tố liên kết thể hiện vế trước là nguyên nhân hay lí do đối với vế sau.

• **가까스로 (phó từ)** : 매우 어렵게 힘을 들여.
　trong gang tất
　Rất vất vả khó khăn.

• **천천히 (phó từ)** : 움직임이나 태도가 느리게.
  một cách chậm rãi
  Sự di chuyển hay thái độ chậm chạp.

• **발걸음 (danh từ)** : 발을 옮겨 걷는 동작.
  bước chân
  Động tác di chuyển bàn chân để bước đi bước đi.

• **을** : 동작이 직접적으로 영향을 미치는 대상을 나타내는 조사.
  Không có từ tương ứng
  Trợ từ (tiểu từ) thể hiện đối tượng mà động tác trực tiếp ảnh hưởng đến.

• **내딛다 (động từ)** : 서 있다가 앞쪽으로 발을 옮기다.
  bước tới, tiến tới
  Đang đứng thì di chuyển bước chân về phía trước.

• **-고 있다** : 앞의 말이 나타내는 행동이 계속 진행됨을 나타내는 표현.
  đang
  Cấu trúc thể hiện hành động mà từ ngữ phía trước diễn đạt được tiếp tục tiến hành.

• **-었-** : 사건이 과거에 일어났음을 나타내는 어미.
  đã
  Vĩ tố thể hiện sự kiện đã xảy ra trong quá khứ.

• **-다** : 어떤 사건이나 사실, 상태를 서술함을 나타내는 종결 어미.
  Không có từ tương ứng
  Vĩ tố kết thúc câu thể hiện sự trần thuật sự kiện, sự việc hay trạng thái nào đó.

그때 눈앞+에 망치+를 들+고 정+으로 묘비+를 쪼+[고 있]+는 노인+의 모습+이 희미하+게 보이+었+다.
보였다

• **그때 (danh từ)** : 앞에서 이야기한 어떤 때.
  lúc đó, khi đó
  Thời điểm đã được nói đến trước đó.

• **눈앞 (danh từ)** : 눈에 바로 보이는 곳.
  trước mắt
  Nơi mắt nhìn thẳng thấy.

• **에** : 앞말이 어떤 장소나 자리임을 나타내는 조사.
  ở, tại
  Trợ từ (tiểu từ) thể hiện từ ngữ phía trước là địa điểm hay chỗ nào đó.

- 망치 (danh từ) : 쇠뭉치에 손잡이를 달아 단단한 물건을 두드리거나 못을 박는 데 쓰는 연장.
  cái búa
  Dụng cụ gắn tay cầm vào một khối sắt, dùng để đóng đinh hay đập những đồ vật cứng.

- 를 : 동작이 직접적으로 영향을 미치는 대상을 나타내는 조사.
  Không có từ tương ứng
  Trợ từ (tiểu từ) thể hiện đối tượng mà động tác gây ảnh hưởng trực tiếp.

- 들다 (động từ) : 손에 가지다.
  cầm
  Giữ trong tay.

- -고 : 앞의 말이 나타내는 행동이나 그 결과가 뒤에 오는 행동이 일어나는 동안에 그대로 지속됨을 나타내는 연결 어미.
  mà, rồi
  Vĩ tố liên kết thể hiện hành động mà vế trước thể hiện hay kết quả đó được liên tục như thế trong suốt thời gian hành động ở sau xảy ra.

- 정 (danh từ) : 돌에 구멍을 뚫거나 돌을 쪼아서 다듬는 데 쓰는 쇠로 만든 연장.
  cái đục
  Dụng cụ làm bằng sắt, dùng để khoét lỗ hoặc khắc, đẽo trên đá.

- 으로 : 어떤 일의 수단이나 도구를 나타내는 조사.
  bằng
  Trợ từ thể hiện phương tiện hay công cụ của việc nào đó.

- 묘비 (danh từ) : 죽은 사람의 이름, 출생일, 사망일, 행적, 신분 등을 새겨서 무덤 앞에 세우는 비석.
  bia mộ
  Bia đá dựng ở trước mộ khắc tên, ngày sinh, ngày mất, tiểu sử, thân phận v.v của người đã chết.

- 를 : 동작이 직접적으로 영향을 미치는 대상을 나타내는 조사.
  Không có từ tương ứng
  Trợ từ (tiểu từ) thể hiện đối tượng mà động tác gây ảnh hưởng trực tiếp.

- 쪼다 (động từ) : 뾰족한 끝으로 쳐서 찍다.
  chạm, đục, đẽo, mổ
  Chọc và khoét bằng đầu nhọn.

- -고 있다 : 앞의 말이 나타내는 행동이 계속 진행됨을 나타내는 표현.
  đang
  Cấu trúc thể hiện hành động mà từ ngữ phía trước diễn đạt được tiếp tục tiến hành.

• -는 : 앞의 말이 관형어의 기능을 하게 만들고 사건이나 동작이 현재 일어남을 나타내는 어미.

mà

Vĩ tố làm cho từ ngữ phía trước có chức năng định ngữ và thể hiện sự kiện hay động tác xảy ra ở hiện tại.

• **노인 (danh từ)** : 나이가 들어 늙은 사람.

người cao tuổi, người già

Người già cao tuổi.

• **의** : 앞의 말이 뒤의 말에 대하여 소유, 소속, 소재, 관계, 기원, 주체의 관계를 가짐을 나타내는 조사.

của

Trợ từ thể hiện từ ngữ phía trước có quan hệ về sở hữu, nơi trực thuộc, chất liệu, quan hệ, nguồn gốc, chủ thể đối với từ ngữ phía sau.

• **모습 (danh từ)** : 사람이나 사물의 생김새.

hình dáng, hình dạng

Diện mạo của người hay sự vật.

• **이** : 어떤 상태나 상황의 대상이나 동작의 주체를 나타내는 조사.

Không có từ tương ứng

Trợ từ (tiểu từ) thể hiện chủ thể của động tác hoặc đối tượng của trạng thái hay tình huống nào đó.

• **희미하다 (Tính từ)** : 분명하지 못하고 흐릿하다.

mờ nhạt, nhạt nhoà

Không được rõ ràng mà mờ ảo.

• -게 : 앞의 말이 뒤에서 가리키는 일의 목적이나 결과, 방식, 정도 등이 됨을 나타내는 연결 어미.

để, nhằm

Vĩ tố liên kết thể hiện vế trước trở thành mục đích hay kết quả, phương thức, mức độ của sự việc chỉ ra ở sau.

• **보이다 (động từ)** : 눈으로 대상의 존재나 겉모습을 알게 되다.

được thấy, được trông thấy

Biết được sự tồn tại hay hình thái của đối tượng bằng mắt.

• -었- : 사건이 과거에 일어났음을 나타내는 어미.

đã

Vĩ tố thể hiện sự kiện đã xảy ra trong quá khứ.

• -다 : 어떤 사건이나 사실, 상태를 서술함을 나타내는 종결 어미.

Không có từ tương ứng

Vĩ tố kết thúc câu thể hiện sự trần thuật sự kiện, sự việc hay trạng thái nào đó.

순간 두 여자+는 안도+의 한숨+을 내쉬+며 <u>말하+였+다</u>.
말했다

- **순간 (danh từ)** : 어떤 일이 일어나거나 어떤 행동이 이루어지는 바로 그때.
  khoảnh khắc
  Ngay lúc việc nào đó xảy ra hoặc hành động nào đó được thực hiện.

- **두 (định từ)** : 둘의.
  hai
  Hai.

- **여자 (danh từ)** : 여성으로 태어난 사람.
  con gái, phụ nữ
  Người được sinh ra là giới nữ.

- **는** : 문장 속에서 어떤 대상이 화제임을 나타내는 조사.
  Không có từ tương ứng
  Trợ từ (tiểu từ) thể hiện việc đối tượng nào đó là chủ đề câu chuyện trong câu.

- **안도 (danh từ)** : 어떤 일이 잘되어 마음을 놓음.
  sự thanh thản, sự an tâm
  Việc công việc nào đó được tốt đẹp nên yên tâm.

- **의** : 앞의 말이 뒤의 말에 대하여 속성이나 수량을 한정하거나 같은 자격임을 나타내는 조사.
  Không có từ tương ứng
  Trợ từ thể hiện từ ngữ phía trước hạn định thuộc tính hay số lượng hoặc cùng tư cách đối với từ ngữ phía sau.

- **한숨 (danh từ)** : 걱정이 있을 때나 긴장했다가 마음을 놓을 때 길게 몰아서 내쉬는 숨.
  thở dài, thở phào
  Hít hơi dài và thở ra khi lo lắng hoặc yên lòng sau khi căng thẳng.

- **을** : 동작이 직접적으로 영향을 미치는 대상을 나타내는 조사.
  Không có từ tương ứng
  Trợ từ (tiểu từ) thể hiện đối tượng mà động tác trực tiếp ảnh hưởng đến.

- **내쉬다 (động từ)** : 숨을 몸 밖으로 내보내다.
  thở ra
  Thở ra ngoài cơ thể.

- **-며** : 두 가지 이상의 동작이나 상태가 함께 일어남을 나타내는 연결 어미.
  vừa… vừa…
  Vĩ tố liên kết thể hiện việc hai động tác hay trạng thái trở lên cùng xảy ra.

- **말하다 (động từ)** : 어떤 사실이나 자신의 생각 또는 느낌을 말로 나타내다.
  nói
  Thể hiện bằng lời sự việc nào đó hay suy nghĩ cũng như cảm nhận của bản thân.

- **-였-** : 사건이 과거에 일어났음을 나타내는 어미.
  đã
  Vĩ tố thể hiện sự kiện đã xảy ra trong quá khứ.

- **-다** : 어떤 사건이나 사실, 상태를 서술함을 나타내는 종결 어미.
  Không có từ tương ứng
  Vĩ tố kết thúc câu thể hiện sự trần thuật sự kiện, sự việc hay trạng thái nào đó.

여자 1 : 할아버지, <u>귀신+이+[ㄴ 줄]</u> 알+고 깜짝 <u>놀라+았+잖아요</u>.
귀신인 줄   놀랐잖아요

- **할아버지 (danh từ)** : (친근하게 이르는 말로) 늙은 남자를 이르거나 부르는 말.
  ông
  (cách nói thân mật) Từ dùng để chỉ hoặc gọi người đàn ông đã già.

- **귀신 (danh từ)** : 사람이 죽은 뒤에 남는다고 하는 영혼.
  hồn ma
  Linh hồn được cho là còn lại sau khi con người chết đi.

- **이다** : 주어가 지시하는 대상의 속성이나 부류를 지정하는 뜻을 나타내는 서술격 조사.
  nào là
  Trợ từ vị cách thể hiện sự liệt kê các sự vật đồng thời liên kết theo quan hệ đẳng lập.

- **-ㄴ 줄** : 어떤 사실이나 상태에 대해 알고 있거나 모르고 있음을 나타내는 표현.
  (biết, không biết) là, rằng
  Cấu trúc thể hiện việc biết hoặc không biết về sự việc hay trạng thái nào đó.

- **알다 (động từ)** : 교육이나 경험, 생각 등을 통해 사물이나 상황에 대한 정보 또는 지식을 갖추다.
  biết
  Có thông tin hay kiến thức về sự vật hay tình huống thông qua giáo dục, kinh nghiệm hay suy nghĩ...

- **-고** : 앞의 말과 뒤의 말이 차례대로 일어남을 나타내는 연결 어미.
  rồi
  Vĩ tố liên kết thể hiện vế trước và vế sau lần lượt xảy ra.

- **깜짝 (phó từ)** : 갑자기 놀라는 모양.
  giật mình, hết hồn
  Hình ảnh đột nhiên hốt hoảng.

- **놀라다 (động từ)** : 뜻밖의 일을 당하거나 무서워서 순간적으로 긴장하거나 가슴이 뛰다.
  giật mình, ngỡ ngàng, hết hồn
  Căng thẳng hay tim đập mạnh trong chốc lát vì sợ hãi hoặc gặp phải việc bất ngờ.

- **-았-** : 어떤 사건이 과거에 완료되었거나 그 사건의 결과가 현재까지 지속되는 상황을 나타내는 어미.
  đã
  Vĩ tố thể hiện tình huống mà sự kiện nào đó đã hoàn thành trong quá khứ hoặc kết quả của sự kiện đó được tiếp tục đến hiện tại.

- **-잖아요** : (두루높임으로) 어떤 상황에 대해 말하는 사람이 상대방에게 확인하거나 정정해 주듯이 말함을 나타내는 표현.
  đấy ư, còn gì
  (cách nói kính trọng phổ biến) Cấu trúc thể hiện việc người nói nói về tình huống nào đó như thể xác nhận hoặc đính chính với đối phương.

여자 1 : 그런데 이 늦+은 시간+에 여기+서 뭐 <u>하+[고 계시]</u>+어요?
하고 계세요

- **그런데 (phó từ)** : 이야기를 앞의 내용과 관련시키면서 다른 방향으로 바꿀 때 쓰는 말.
  nhưng mà, thế nhưng
  Từ dùng khi kết nối câu chuyện với nội dung phía trước đồng thời chuyển sang hướng khác.

- **이 (định từ)** : 말하는 사람에게 가까이 있거나 말하는 사람이 생각하고 있는 대상을 가리킬 때 쓰는 말.
  này
  Từ dùng khi chỉ đối tượng ở gần người nói hoặc đối tượng người nói đang nghĩ đến.

- **늦다 (Tính từ)** : 적당한 때를 지나 있다. 또는 시기가 한창인 때를 지나 있다.
  trễ, muộn
  Quá thời gian thích hợp. Hoặc quá thời gian đỉnh điểm.

- **-은** : 앞의 말이 관형어의 기능을 하게 만들고 현재의 상태를 나타내는 어미.
  đã
  Vĩ tố làm cho từ ngữ phía trước có chức năng định ngữ và thể hiện trạng thái hiện tại.

- 시간 (danh từ) : 어떤 일을 하도록 정해진 때. 또는 하루 중의 어느 한 때.

  thời gian

  Lúc đã được định sẵn để làm việc nào đó. Hoặc một lúc nào đó trong ngày.

- 에 : 앞말이 시간이나 때임을 나타내는 조사.

  vào lúc

  Trợ từ (tiểu từ) thể hiện từ ngữ phía trước là thời gian hoặc thời điểm.

- 여기 (đại từ) : 말하는 사람에게 가까운 곳을 가리키는 말.

  nơi này, ở đây

  Từ chỉ nơi ở gần người nói.

- 서 : 앞말이 행동이 이루어지고 있는 장소임을 나타내는 조사.

  ở

  Trợ từ (tiểu từ) thể hiện từ ngữ phía trước là địa điểm mà hành động nào đó được thực hiện.

- 뭐 (đại từ) : 모르는 사실이나 사물을 가리키는 말.

  cái gì đó, điều gì đấy

  Từ chỉ sự việc hay sự vật không biết được.

- 하다 (động từ) : 어떤 행동이나 동작, 활동 등을 행하다.

  làm, tiến hành

  Thực hiện hành động hay động tác, hoạt động nào đó.

- -고 계시다 : (높임말로) 앞의 말이 나타내는 행동이 계속 진행됨을 나타내는 표현.

  đang

  (cách nói kính trọng) Cấu trúc thể hiện hành động mà từ ngữ phía trước diễn đạt được tiến hành liên tục.

- -어요 : (두루높임으로) 어떤 사실을 서술하거나 질문, 명령, 권유함을 나타내는 종결 어미.

  không?, hãy, hãy cùng

  (cách nói kính trọng phổ biến) Vĩ tố kết thúc câu thể hiện sự tường thuật sự việc nào đó hay nghi vấn, mệnh lệnh, đề nghị.

여자 2 : 내일 밝+[을 때] 하+시+[는 것(거)]+이 좋+[을 것 같]+아요.
하시는 게

- 내일 (phó từ) : 오늘의 다음 날에.

  ngày mai

  Ngày sau hôm nay.

• **밝다 (Tính từ)** : 빛을 많이 받아 어떤 장소가 환하다.

　　sáng

　　Nhận được nhiều ánh sáng nên địa điểm nào đó sáng sủa.

• **-을 때** : 어떤 행동이나 상황이 일어나는 동안이나 그 시기 또는 그러한 일이 일어난 경우를 나타내는 표현.

　　khi, lúc, hồi

　　Cấu trúc thể hiện khoảng thời gian hay thời kì mà hành động hay tình huống nào đó xảy ra hoặc trường hợp mà việc như vậy xảy ra.

• **하다 (động từ)** : 어떤 행동이나 동작, 활동 등을 행하다.

　　làm, tiến hành

　　Thực hiện hành động hay động tác, hoạt động nào đó.

• **-시-** : 어떤 동작이나 상태의 주체를 높이는 뜻을 나타내는 어미.

　　Không có từ tương ứng

　　Vĩ tố thể hiện nghĩa kính trọng chủ thể của động tác hay trạng thái nào đó.

• **-는 것** : 명사가 아닌 것을 문장에서 명사처럼 쓰이게 하거나 '이다' 앞에 쓰일 수 있게 할 때 쓰는 표현.

　　cái, thứ, điều, việc

　　Cấu trúc dùng khi làm cho yếu tố không phải là danh từ được dùng như danh từ trong câu, hoặc làm cho có thể được dùng trước "이다".

• **이** : 어떤 상태나 상황의 대상이나 동작의 주체를 나타내는 조사.

　　Không có từ tương ứng

　　Trợ từ (tiểu từ) thể hiện chủ thể của động tác hoặc đối tượng của trạng thái hay tình huống nào đó.

• **좋다 (Tính từ)** : 어떤 일을 하기가 쉽거나 편하다.

　　tốt, tiện

　　Làm việc nào đó dễ dàng hay thuận tiện.

• **-을 것 같다** : 추측을 나타내는 표현.

　　có lẽ

　　Cấu trúc thể hiện sự suy đoán.

• **-아요** : (두루높임으로) 어떤 사실을 서술하거나 질문, 명령, 권유함을 나타내는 종결 어미.

　　không?, hãy, hãy cùng

　　(cách nói kính trọng phổ biến) Vĩ tố kết thúc câu thể hiện sự tường thuật sự việc nào đó hoặc nghi vấn, mệnh lệnh, khuyến nghị.

> **여자 2 : 지금+은 <u>어둡(어두우)+어서</u> 위험하+세요.**
> **어두워서**

• **지금 (danh từ)** : 말을 하고 있는 바로 이때.
  bây giờ
  Chính lúc đang nói.

• **은** : 문장 속에서 어떤 대상이 화제임을 나타내는 조사.
  Không có từ tương ứng
  Trợ từ (tiểu từ) thể hiện việc đối tượng nào đó là chủ đề câu chuyện trong câu.

• **어둡다 (Tính từ)** : 빛이 없거나 약해서 밝지 않다.
  tối
  Ánh sáng không có hoặc yếu nên không sáng.

• **-어서** : 이유나 근거를 나타내는 연결 어미.
  nên
  Vĩ tố liên kết thể hiện lý do hay căn cứ.

• **위험하다 (Tính từ)** : 해를 입거나 다칠 가능성이 있어 안전하지 못하다.
  nguy hiểm
  Không an toàn vì có khả năng bị thương hoặc gặp tại hại.

• **-세요** : (두루높임으로) 설명, 의문, 명령, 요청의 뜻을 나타내는 종결 어미.
  ... không?, hãy
  (cách nói kính trọng phổ biến) Vĩ tố kết thúc câu thể hiện nghĩa giải thích, nghi vấn, mệnh lệnh, yêu cầu.

> **할아버지 : 음, 오늘 안+에 빨리 <u>끝내+[(어)야 되]+어</u>.**
> **끝내야 돼**

• **음 (từ cảm thán, thán từ)** : 마음에 들지 않거나 걱정스러울 때 하는 소리.
  uhm
  Tiếng nói khi không vừa lòng hay lo lắng.

• **오늘 (danh từ)** : 지금 지나가고 있는 이날.
  ngày hôm nay, hôm nay
  Ngày đang trải qua bây giờ.

• 안 (danh từ) : 일정한 기준이나 한계를 넘지 않은 정도.
trong, trong vòng, trong khoảng
Mức độ không vượt quá tiêu chuẩn hay giới hạn nhất định.

• 에 : 앞말이 시간이나 때임을 나타내는 조사.
vào lúc
Trợ từ (tiểu từ) thể hiện từ ngữ phía trước là thời gian hoặc thời điểm.

• 빨리 (phó từ) : 걸리는 시간이 짧게.
nhanh
Một cách tốn ít thời gian.

• 끝내다 (động từ) : 일을 마지막까지 이루다.
kết thúc, chấm dứt, ngừng
Đến cuối cùng hoàn thành được công việc.

• -어야 되다 : 반드시 그럴 필요나 의무가 있음을 나타내는 표현.
phải... mới được
Cấu trúc thể hiện nhất thiết có nghĩa vụ hoặc cần phải như vậy.

• -어 : (두루낮춤으로) 어떤 사실을 서술하거나 물음, 명령, 권유를 나타내는 종결 어미.
hả?, đi, ta hãy
(cách nói hạ thấp phổ biến) Vĩ tố kết thúc câu thể hiện sự tường thuật sự việc nào đó, nghi vấn, mệnh lệnh, khuyên nhủ.

┌───┐
│ **여자 1 : 그런데 묘비+에 무슨 문제+라도 있+나요?** │
└───┘

• 그런데 (phó từ) : 이야기를 앞의 내용과 관련시키면서 다른 방향으로 바꿀 때 쓰는 말.
nhưng mà, thế nhưng
Từ dùng khi kết nối câu chuyện với nội dung phía trước đồng thời chuyển sang hướng khác.

• 묘비 (danh từ) : 죽은 사람의 이름, 출생일, 사망일, 행적, 신분 등을 새겨서 무덤 앞에 세우는 비석.
bia mộ
Bia đá dựng ở trước mộ khắc tên, ngày sinh, ngày mất, tiểu sử, thân phận v.v của người đã chết.

• 에 : 앞말이 어떤 장소나 자리임을 나타내는 조사.
ở, tại
Trợ từ (tiểu từ) thể hiện từ ngữ phía trước là địa điểm hay chỗ nào đó.

- 무슨 (định từ) : 확실하지 않거나 잘 모르는 일, 대상, 물건 등을 물을 때 쓰는 말.
  gì
  Từ dùng khi hỏi về việc, đối tượng, đồ vật... mà mình không chắc chắn hoặc không biết rõ.

- 문제 (danh từ) : 난처하거나 해결하기 어려운 일.
  vấn đề
  Việc khó xử lí hay khó giải quyết.

- 라도 : 불확실한 사실에 대한 말하는 이의 의심이나 의문을 나타내는 조사.
  biết đâu, nhỡ đâu
  Trợ từ thể hiện sự nghi ngờ hoặc nghi vấn của người nói đối với sự việc không chắc chắn.

- 있다 (Tính từ) : 어떤 사람에게 무슨 일이 생긴 상태이다.
  gặp phải, ở trong
  Trạng thái phát sinh việc gì đó đối với người nào đó.

- -나요 : (두루높임으로) 앞의 내용에 대해 상대방에게 물어볼 때 쓰는 표현.
  à
  (cách nói kính trọng phổ biến) Cấu trúc dùng khi hỏi đối phương về nội dung ở trước.

할아버지 : 글쎄, 어떤 멍청하+ㄴ 녀석+들+이 묘비+에 나+의 이름+을 잘못
　　　　　　　　　　멍청한　　　　　　　　　　　　　내

쓰(ㅆ)+[어 놓]+았+잖아.
써 놨잖아

- 글쎄 (từ cảm thán, thán từ) : 말하는 이가 자신의 뜻이나 주장을 다시 강조하거나 고집할 때 쓰는 말.
  thấy chưa, đúng không nào, đã bảo mà
  Từ dùng khi người nói nhấn mạnh hay cố chấp về chủ trương hay ý định của bản thân.

- 어떤 (định từ) : 굳이 말할 필요가 없는 대상을 뚜렷하게 밝히지 않고 나타낼 때 쓰는 말.
  nào đó
  Từ dùng khi thể hiện rằng không làm sáng tỏ đối tượng không nhất định cần phải nói tới.

- 멍청하다 (Tính từ) : 일을 제대로 판단하지 못할 정도로 어리석다.
  đỡ đẫn, thẫn thờ
  Ngốc nghếch đến mức không thể phán đoán đúng việc.

• -ㄴ : 앞의 말이 관형어의 기능을 하게 만들고 현재의 상태를 나타내는 어미.

mà

Vĩ tố khiến cho từ ngữ phía trước có chức năng định ngữ và thể hiện sự kiện hay động tác được hoàn thành thì trạng thái đó vẫn đang được duy trì.

• 녀석 (danh từ) : (낮추는 말로) 남자.

thằng, gã

(cách nói hạ thấp) Người đàn ông.

• 들 : '복수'의 뜻을 더하는 접미사.

những, các

Hậu tố thêm nghĩa 'số nhiều'.

• 이 : 어떤 상태나 상황의 대상이나 동작의 주체를 나타내는 조사.

Không có từ tương ứng

Trợ từ (tiểu từ) thể hiện chủ thể của động tác hoặc đối tượng của trạng thái hay tình huống nào đó.

• 묘비 (danh từ) : 죽은 사람의 이름, 출생일, 사망일, 행적, 신분 등을 새겨서 무덤 앞에 세우는 비석.

bia mộ

Bia đá dựng ở trước mộ khắc tên, ngày sinh, ngày mất, tiểu sử, thân phận v.v của người đã chết.

• 에 : 앞말이 어떤 장소나 자리임을 나타내는 조사.

ở, tại

Trợ từ (tiểu từ) thể hiện từ ngữ phía trước là địa điểm hay chỗ nào đó.

• 나 (đại từ) : 말하는 사람이 친구나 아랫사람에게 자기를 가리키는 말.

tôi, mình, anh, chị...

Từ mà người nói dùng để chỉ bản thân mình khi nói với người dưới hoặc bạn bè.

• 의 : 앞의 말이 뒤의 말에 대하여 소유, 소속, 소재, 관계, 기원, 주체의 관계를 가짐을 나타내는 조사.

của

Trợ từ thể hiện từ ngữ phía trước có quan hệ về sở hữu, nơi trực thuộc, chất liệu, quan hệ, nguồn gốc, chủ thể đối với từ ngữ phía sau.

• 이름 (danh từ) : 사람의 성과 그 뒤에 붙는 그 사람만을 부르는 말.

họ tên, danh tính

Từ gọi riêng người gắn với họ và phần sau đó..

• 을 : 동작이 직접적으로 영향을 미치는 대상을 나타내는 조사.

Không có từ tương ứng

Trợ từ (tiểu từ) thể hiện đối tượng mà động tác trực tiếp ảnh hưởng đến.

• **잘못 (phó từ)** : 바르지 않게 또는 틀리게.
sai, nhầm
Một cách sai hoặc không đúng.

• **쓰다 (động từ)** : 연필이나 펜 등의 필기도구로 종이 등에 획을 그어서 일정한 글자를 적다.
viết, chép
Vẽ nét rồi ghi chữ nhất định lên giấy... bằng dụng cụ ghi chép như bút chì hoặc bút...

• **-어 놓다** : 앞의 말이 나타내는 행동을 끝내고 그 결과를 유지함을 나타내는 표현.
sẵn, đâu vào đấy
Cấu trúc thể hiện việc kết thúc hành động mà từ ngữ phía trước thể hiện và duy trì kết quả ấy.

• **-았-** : 어떤 사건이 과거에 완료되었거나 그 사건의 결과가 현재까지 지속되는 상황을 나타내는 어미.
đã
Vĩ tố thể hiện tình huống mà sự kiện nào đó đã hoàn thành trong quá khứ hoặc kết quả của sự kiện đó được tiếp tục đến hiện tại.

• **-잖아** : (두루낮춤으로) 어떤 상황에 대해 말하는 사람이 상대방에게 확인하거나 정정해 주듯이 말함을 나타내는 표현.
đấy ư, còn gì
(cách nói hạ thấp phổ biến) Cấu trúc thể hiện việc người nói nói về tình huống nào đó như thể xác nhận hoặc đính chính với đối phương.

< 13 단원(bài) >

제목 : 엄마는 왜 흰머리가 있어?

● 본문 (nguyên văn)

어느 날 설거지를 하고 있는 엄마에게 어린 딸이 머리를 갸우뚱거리며 질문을 했다.

딸 : 엄마 머리 앞쪽에 하얀색 머리카락이 있어.

엄마 : 이제 엄마도 흰머리가 점점 많이 생기네.

딸 : 나는 흰머리가 없는데 엄마는 왜 흰머리가 있어?

　　흰머리가 왜 생기는지 궁금해.

엄마 : 우리 딸이 엄마 말을 안 들어서 엄마가 속이 상하거나 슬퍼지면 흰머리가

　　　한 개씩 생기더라고.

　　　그러니까 앞으로 엄마가 하는 말 잘 들어야 돼.

딸은 잠시 동안 생각을 하다가 엄마에게 다시 물었다.

딸 : 엄마, 외할머니 머리는 전부 하얀색인데?

● 발음 (sự phát âm)

어느 날 설거지를 하고 있는 엄마에게 어린 딸이 머리를 갸우뚱거리며 질문을 했다.
어느 날 설거지를 하고 인는 엄마에게 어린 따리 머리를 갸우뚱거리며 질무늘 핻따.
eoneu nal seolgeojireul hago inneun eommaege eorin ttari meorireul gyauttunggeorimyeo
jilmuneul haetda.

딸 : 엄마 머리 앞쪽에 하얀색 머리카락이 있어.
딸 : 엄마 머리 압쪼게 하얀색 머리카라기 이써.
ttal : eomma meori apjjoge hayansaek meorikaragi isseo.

엄마 : 이제 엄마도 흰머리가 점점 많이 생기네.
엄마 : 이제 엄마도 힌머리가 점점 마니 생기네.
eomma : ije eommado hinmeoriga jeomjeom mani saenggine.

딸 : 나는 흰머리가 없는데 엄마는 왜 흰머리가 있어?
딸 : 나는 힌머리가 엄는데 엄마는 왜 힌머리가 이써?
ttal : naneun hinmeoriga eomneunde eommaneun wae hinmeoriga isseo?

   흰머리가 왜 생기는지 궁금해.
   힌머리가 왜 생기는지 궁금해.
   hinmeoriga wae saenggineunji gunggeumhae.

엄마 : 우리 딸이 엄마 말을 안 들어서 엄마가 속이 상하거나 슬퍼지면 흰머리가
엄마 : 우리 따리 엄마 마를 안 드러서 엄마가 소기 상하거나 슬퍼지면 힌머리가
eomma : uri ttari eomma mareul an deureoseo eommaga sogi sanghageona
         seulpeojimyeon hinmeoriga

   한 개씩 생기더라고.
   한 개씩 생기더라고.
   han gaessik saenggideorago.

   그러니까 앞으로 엄마가 하는 말 잘 들어야 돼.
   그러니까 아프로 엄마가 하는 말 잘 드러야 돼.
   geureonikka apeuro eommaga haneun mal jal deureoya dwae.

딸은 잠시 동안 생각을 하다가 엄마에게 다시 물었다.
따른 잠시 동안 생가글 하다가 엄마에게 다시 무럳따.
ttareun jamsi dongan saenggageul hadaga eommaege dasi mureotda.

딸 : 엄마, 외할머니 머리는 전부 하얀색인데?
딸 : 엄마, 외할머니 머리는 전부 하얀새긴데?
ttal : eomma, oehalmeoni meorineun jeonbu hayansaeginde?

● 어휘 (từ vựng) / 문법 (ngữ pháp)

어느 날 설거지+를 하+고 있+는 엄마+에게 어리+ㄴ 딸+이 머리+를 갸우뚱거리+며 질문+을 하+였+다.

딸 : 엄마 머리 앞쪽+에 하얀색 머리카락+이 있+어.

엄마 : 이제 엄마+도 흰머리+가 점점 많이 생기+네.

딸 : 나+는 흰머리+가 없+는데 엄마+는 왜 흰머리+가 있+어?

　　　흰머리+가 왜 생기+는지 궁금하+여.

엄마 : 우리 딸+이 엄마 말+을 안 들+어서 엄마+가 속+이 상하+거나 슬프(슬ㅍ)+어지+면

　　　흰머리+가 한 개+씩 생기+더라고.

　　　그러니까 앞+으로 엄마+가 하+는 말 잘 들+어야 되+어.

딸+은 잠시 동안 생각+을 하+다가 엄마+에게 다시 묻(물)+었+다.

딸 : 엄마, 외할머니 머리+는 전부 하얀색+이+ㄴ데?

어느 날 설거지+를 하+[고 있]+는 엄마+에게 <u>어리+ㄴ</u> 딸+이 머리+를 갸우뚱거리+며 질문+을 <u>하+였</u>+다.
어린   했다

- **어느 (định từ)** : 확실하지 않거나 분명하게 말할 필요가 없는 사물, 사람, 때, 곳 등을 가리키는 말.
  nào đó
  Từ chỉ sự vật, người, thời điểm, nơi chốn⋯ không chắc chắn hoặc không cần nói rõ.

- **날 (danh từ)** : 밤 열두 시에서 다음 밤 열두 시까지의 이십사 시간 동안.
  ngày
  Khoảng thời gian hai mươi bốn giờ từ mười hai giờ đêm đến mười hai giờ đêm hôm sau.

- **설거지 (danh từ)** : 음식을 먹고 난 뒤에 그릇을 씻어서 정리하는 일.
  việc rửa chén bát
  Việc rửa chén bát và sắp xếp lại sau khi ăn xong.

- **를** : 동작이 직접적으로 영향을 미치는 대상을 나타내는 조사.
  Không có từ tương ứng
  Trợ từ (tiểu từ) thể hiện đối tượng mà động tác gây ảnh hưởng trực tiếp.

- **하다 (động từ)** : 어떤 행동이나 동작, 활동 등을 행하다.
  làm, tiến hành
  Thực hiện hành động hay động tác, hoạt động nào đó.

- **-고 있다** : 앞의 말이 나타내는 행동이 계속 진행됨을 나타내는 표현.
  đang
  Cấu trúc thể hiện hành động mà từ ngữ phía trước diễn đạt được tiếp tục tiến hành.

- **-는** : 앞의 말이 관형어의 기능을 하게 만들고 사건이나 동작이 현재 일어남을 나타내는 어미.
  mà
  Vĩ tố làm cho từ ngữ phía trước có chức năng định ngữ và thể hiện sự kiện hay động tác xảy ra ở hiện tại.

- **엄마 (danh từ)** : 격식을 갖추지 않아도 되는 상황에서 어머니를 이르거나 부르는 말.
  mẹ, má
  Từ chỉ hoặc gọi mẹ trong tình huống không trang trọng.

- **에게** : 어떤 행동이 미치는 대상임을 나타내는 조사.
  cho
  Trợ từ thể hiện đối tượng mà hành động nào đó tác động đến.

- **어리다 (Tính từ)** : 나이가 적다.
  nhỏ tuổi, ít tuổi, trẻ
  Ít tuổi.

• -ㄴ : 앞의 말이 관형어의 기능을 하게 만들고 현재의 상태를 나타내는 어미.
   mà
   Vĩ tố khiến cho từ ngữ phía trước có chức năng định ngữ và thể hiện sự kiện hay động tác được hoàn thành thì trạng thái đó vẫn đang được duy trì.

• 딸 (danh từ) : 부모가 낳은 아이 중 여자. 여자인 자식.
   con gái, đứa con gái
   Người con là nữ trong số những người con cha mẹ sinh ra. Đứa con là con gái.

• 이 : 어떤 상태나 상황의 대상이나 동작의 주체를 나타내는 조사.
   Không có từ tương ứng
   Trợ từ (tiểu từ) thể hiện chủ thể của động tác hoặc đối tượng của trạng thái hay tình huống nào đó.

• 머리 (danh từ) : 사람이나 동물의 몸에서 얼굴과 머리털이 있는 부분을 모두 포함한 목 위의 부분.
   đầu, thủ
   Phần phía trên cổ bao gồm tất cả các phần có tóc và khuôn mặt của người hay động vật.

• 를 : 동작이 직접적으로 영향을 미치는 대상을 나타내는 조사.
   Không có từ tương ứng
   Trợ từ (tiểu từ) thể hiện đối tượng mà động tác gây ảnh hưởng trực tiếp.

• 갸우뚱거리다 (động từ) : 물체가 자꾸 이쪽저쪽으로 기울어지며 흔들리다. 또는 그렇게 하다.
   nghiêng qua nghiêng lại
   Vật thể thường xuyên bị nghiêng lắc qua bên này bên kia liên tục. Hoặc làm như thế.

• -며 : 두 가지 이상의 동작이나 상태가 함께 일어남을 나타내는 연결 어미.
   vừa… vừa…
   Vĩ tố liên kết thể hiện việc hai động tác hay trạng thái trở lên cùng xảy ra.

• 질문 (danh từ) : 모르는 것이나 알고 싶은 것을 물음.
   việc hỏi, việc chất vấn, câu hỏi
   Việc hỏi điều mà mình không biết hay điều muốn biết.

• 을 : 동작이 직접적으로 영향을 미치는 대상을 나타내는 조사.
   Không có từ tương ứng
   Trợ từ (tiểu từ) thể hiện đối tượng mà động tác trực tiếp ảnh hưởng đến.

• 하다 (động từ) : 어떤 행동이나 동작, 활동 등을 행하다.
   làm, tiến hành
   Thực hiện hành động hay động tác, hoạt động nào đó.

• -였- : 사건이 과거에 일어났음을 나타내는 어미.
   đã
   Vĩ tố thể hiện sự kiện đã xảy ra trong quá khứ.

- -다 : 어떤 사건이나 사실, 상태를 서술함을 나타내는 종결 어미.
  Không có từ tương ứng
  Vĩ tố kết thúc câu thể hiện sự trần thuật sự kiện, sự việc hay trạng thái nào đó.

딸 : 엄마 머리 앞쪽+에 하얀색 머리카락+이 있+어.

- **엄마 (danh từ)** : 격식을 갖추지 않아도 되는 상황에서 어머니를 이르거나 부르는 말.
  mẹ, má
  Từ chỉ hoặc gọi mẹ trong tình huống không trang trọng.

- **머리 (danh từ)** : 사람이나 동물의 몸에서 얼굴과 머리털이 있는 부분을 모두 포함한 목 위의 부분.
  đầu, thủ
  Phần phía trên cổ bao gồm tất cả các phần có tóc và khuôn mặt của người hay động vật.

- **앞쪽 (danh từ)** : 앞을 향한 방향.
  phía trước
  Phương hướng hướng tới trước mặt.

- **에** : 앞말이 어떤 장소나 자리임을 나타내는 조사.
  ở, tại
  Trợ từ (tiểu từ) thể hiện từ ngữ phía trước là địa điểm hay chỗ nào đó.

- **하얀색 (danh từ)** : 눈이나 우유의 빛깔과 같이 밝고 선명한 흰색.
  màu trắng tinh
  Màu trắng sáng rõ như màu của tuyết hay sữa.

- **머리카락 (danh từ)** : 머리털 하나하나.
  sợi tóc
  Từng sợi, từng sợi tóc.

- **이** : 어떤 상태나 상황의 대상이나 동작의 주체를 나타내는 조사.
  Không có từ tương ứng
  Trợ từ (tiểu từ) thể hiện chủ thể của động tác hoặc đối tượng của trạng thái hay tình huống nào đó.

- **있다 (Tính từ)** : 무엇이 어떤 곳에 자리나 공간을 차지하고 존재하는 상태이다.
  có
  Trạng thái cái gì đó đang tồn tại và chiếm không gian hay vị trí ở nơi nào đó.

- **-어** : (두루낮춤으로) 어떤 사실을 서술하거나 물음, 명령, 권유를 나타내는 종결 어미.
  hả?, đi, ta hãy
  (cách nói hạ thấp phổ biến) Vĩ tố kết thúc câu thể hiện sự tường thuật sự việc nào đó, nghi vấn, mệnh lệnh, khuyên nhủ.

> **엄마** : 이제 엄마+도 흰머리+가 점점 많이 생기+네.

- **이제 (phó từ)** : 지금의 시기가 되어.
  hiện giờ
  Đến thời gian bây giờ.

- **엄마 (danh từ)** : 격식을 갖추지 않아도 되는 상황에서 어머니를 이르거나 부르는 말.
  mẹ, má
  Từ chỉ hoặc gọi mẹ trong tình huống không trang trọng.

- **도** : 이미 있는 어떤 것에 다른 것을 더하거나 포함함을 나타내는 조사.
  cũng
  Trợ từ thể hiện sự thêm vào hoặc bao gồm cái khác vào cái nào đó đã có sẵn.

- **흰머리 (danh từ)** : 하얗게 된 머리카락.
  tóc bạc
  Sợi tóc thành màu trắng.

- **가** : 어떤 상태나 상황에 놓인 대상이나 동작의 주체를 나타내는 조사.
  Không có từ tương ứng
  Trợ từ (tiểu từ) thể hiện chủ thể của động tác hoặc đối tượng được đặt trong trạng thái hay tình huống nào đó.

- **점점 (phó từ)** : 시간이 지남에 따라 정도가 조금씩 더.
  dần dần, dần
  Mức độ mà tăng thêm từng chút một theo thời gian trôi qua.

- **많이 (phó từ)** : 수나 양, 정도 등이 일정한 기준보다 넘게.
  nhiều
  Số, lượng hay mức độ vượt tiêu chuẩn nhất định.

- **생기다 (động từ)** : 없던 것이 새로 있게 되다.
  sinh ra, nảy sinh
  Cái chưa có trở nên có mới.

- **-네** : (아주낮춤으로) 지금 깨달은 일에 대하여 말함을 나타내는 종결 어미.
  hóa ra, thì ra
  (cách nói rất hạ thấp) Vĩ tố kết thúc câu thể hiện sự nói về việc mà bây giờ mới nhận ra.

> **딸** : 나+는 흰머리+가 없+는데 엄마+는 왜 흰머리+가 있+어?

• 나 (đại từ) : 말하는 사람이 친구나 아랫사람에게 자기를 가리키는 말.

  tôi, mình, anh, chị...

  Từ mà người nói dùng để chỉ bản thân mình khi nói với người dưới hoặc bạn bè.

• 는 : 어떤 대상이 다른 것과 대조됨을 나타내는 조사.

  Không có từ tương ứng

  Trợ từ (tiểu từ) thể hiện việc đối tượng nào đó được đối chiếu với đối tượng khác.

• 흰머리 (danh từ) : 하얗게 된 머리카락.

  tóc bạc

  Sợi tóc thành màu trắng.

• 가 : 어떤 상태나 상황에 놓인 대상이나 동작의 주체를 나타내는 조사.

  Không có từ tương ứng

  Trợ từ (tiểu từ) thể hiện chủ thể của động tác hoặc đối tượng được đặt trong trạng thái hay tình huống nào đó.

• 없다 (Tính từ) : 사람, 사물, 현상 등이 어떤 곳에 자리나 공간을 차지하고 존재하지 않는 상태이다.

  không có

  Là trạng thái mà con người, sự vật, hiện tượng... không chiếm vị trí hay không gian và không tồn tại ở nơi nào đó.

• -는데 : 뒤의 말을 하기 위하여 그 대상과 관련이 있는 상황을 미리 말함을 나타내는 연결 어미.

  Không có từ tương ứng

  Vĩ tố liên kết thể hiện việc nói trước tình huống có liên quan đến đối tượng để nói tiếp lời phía sau.

• 엄마 (danh từ) : 격식을 갖추지 않아도 되는 상황에서 어머니를 이르거나 부르는 말.

  mẹ, má

  Từ chỉ hoặc gọi mẹ trong tình huống không trang trọng.

• 는 : 어떤 대상이 다른 것과 대조됨을 나타내는 조사.

  Không có từ tương ứng

  Trợ từ (tiểu từ) thể hiện việc đối tượng nào đó được đối chiếu với đối tượng khác.

• 왜 (phó từ) : 무슨 이유로. 또는 어째서.

  tại sao, vì sao

  Với lý do gì. Hoặc làm sao chứ.

• 흰머리 (danh từ) : 하얗게 된 머리카락.

  tóc bạc

  Sợi tóc thành màu trắng.

- 244 -

• 가 : 어떤 상태나 상황에 놓인 대상이나 동작의 주체를 나타내는 조사.
  Không có từ tương ứng
  Trợ từ (tiểu từ) thể hiện chủ thể của động tác hoặc đối tượng được đặt trong trạng thái hay tình huống nào đó.

• 있다 (Tính từ) : 무엇이 어떤 곳에 자리나 공간을 차지하고 존재하는 상태이다.
  có
  Trạng thái cái gì đó đang tồn tại và chiếm không gian hay vị trí ở nơi nào đó.

• -어 : (두루낮춤으로) 어떤 사실을 서술하거나 물음, 명령, 권유를 나타내는 종결 어미.
  hả?, đi, ta hãy
  (cách nói hạ thấp phổ biến) Vĩ tố kết thúc câu thể hiện sự tường thuật sự việc nào đó, nghi vấn, mệnh lệnh, khuyên nhủ.

딸 : 흰머리+가 왜 생기+는지 <u>궁금하+여</u>.
궁금해

• 흰머리 (danh từ) : 하얗게 된 머리카락.
  tóc bạc
  Sợi tóc thành màu trắng.

• 가 : 어떤 상태나 상황에 놓인 대상이나 동작의 주체를 나타내는 조사.
  Không có từ tương ứng
  Trợ từ (tiểu từ) thể hiện chủ thể của động tác hoặc đối tượng được đặt trong trạng thái hay tình huống nào đó.

• 왜 (phó từ) : 무슨 이유로. 또는 어째서.
  tại sao, vì sao
  Với lý do gì. Hoặc làm sao chứ.

• 생기다 (động từ) : 없던 것이 새로 있게 되다.
  sinh ra, nảy sinh
  Cái chưa có trở nên có mới.

• -는지 : 뒤에 오는 말의 내용에 대한 막연한 이유나 판단을 나타내는 연결 어미.
  có hay không
  Vĩ tố liên kết thể hiện lí do hay phán đoán mặc nhiên về nội dung của lời nói ở sau.

• 궁금하다 (Tính từ) : 무엇이 무척 알고 싶다.
  tò mò
  Rất muốn biết điều gì đó.

• -여 : (두루낮춤으로) 어떤 사실을 서술하거나 물음, 명령, 권유를 나타내는 종결 어미.

hả?, đi, ta hãy

(cách nói hạ thấp phổ biến) Vĩ tố kết thúc câu thể hiện sự tường thuật sự việc nào đó, nghi vấn, mệnh lệnh, đề nghị.

엄마 : 우리 딸+이 엄마 말+을 안 듣(들)+어서 엄마+가 속+이 상하+거나
들어서

슬프(슬프)+어지+면 흰머리+가 한 개+씩 생기+더라고.
슬퍼지면

• 우리 (đại từ) : 말하는 사람이 자기보다 높지 않은 사람에게 자기와 관련된 것을 친근하게 나타낼 때 쓰는 말.

(của) chúng tôi

Khi nói với người thấp hơn mình, từ người nói sử dụng để chỉ một sự thuộc về một đối tượng nào đó với thái độ thân mật.

• 딸 (danh từ) : 부모가 낳은 아이 중 여자. 여자인 자식.

con gái, đứa con gái

Người con là nữ trong số những người con cha mẹ sinh ra. Đứa con là con gái.

• 이 : 어떤 상태나 상황의 대상이나 동작의 주체를 나타내는 조사.

Không có từ tương ứng

Trợ từ (tiểu từ) thể hiện chủ thể của động tác hoặc đối tượng của trạng thái hay tình huống nào đó.

• 엄마 (danh từ) : 격식을 갖추지 않아도 되는 상황에서 어머니를 이르거나 부르는 말.

mẹ, má

Từ chỉ hoặc gọi mẹ trong tình huống không trang trọng.

• 말 (danh từ) : 생각이나 느낌을 표현하고 전달하는 사람의 소리.

tiếng nói, giọng nói, lời nói

Tiếng của con người thể hiện và truyền đạt suy nghĩ hay cảm xúc.

• 을 : 동작이 직접적으로 영향을 미치는 대상을 나타내는 조사.

Không có từ tương ứng

Trợ từ (tiểu từ) thể hiện đối tượng mà động tác trực tiếp ảnh hưởng đến.

• 안 (phó từ) : 부정이나 반대의 뜻을 나타내는 말.

không

Từ thể hiện nghĩa phủ định hay phản đối.

- 듣다 (động từ) : 다른 사람이 말하는 대로 따르다.
  nghe lời, vâng lời
  Làm theo đúng lời người khác nói.

- -어서 : 이유나 근거를 나타내는 연결 어미.
  nên
  Vĩ tố liên kết thể hiện lý do hay căn cứ.

- 엄마 (danh từ) : 격식을 갖추지 않아도 되는 상황에서 어머니를 이르거나 부르는 말.
  mẹ, má
  Từ chỉ hoặc gọi mẹ trong tình huống không trang trọng.

- 가 : 어떤 상태나 상황에 놓인 대상이나 동작의 주체를 나타내는 조사.
  Không có từ tương ứng
  Trợ từ (tiểu từ) thể hiện chủ thể của động tác hoặc đối tượng được đặt trong trạng thái hay tình huống nào đó.

- 속 (danh từ) : 품고 있는 마음이나 생각.
  nỗi lòng
  Lòng dạ hay suy nghĩ đang ôm ấp.

- 이 : 어떤 상태나 상황의 대상이나 동작의 주체를 나타내는 조사.
  Không có từ tương ứng
  Trợ từ (tiểu từ) thể hiện chủ thể của động tác hoặc đối tượng của trạng thái hay tình huống nào đó.

- 상하다 (động từ) : 싫은 일을 당하여 기분이 안 좋아지거나 마음이 불편해지다.
  tổn thương
  Gặp phải chuyện đáng ghét nên tâm trạng trở nên không tốt hoặc trong lòng trở nên khó chịu.

- -거나 : 앞에 오는 말과 뒤에 오는 말 중에서 하나가 선택될 수 있음을 나타내는 연결 어미.
  hoặc
  Vĩ tố liên kết thể hiện việc có thể chọn lựa một trong hai điều ở trước hoặc ở sau.

- 슬프다 (Tính từ) : 눈물이 날 만큼 마음이 아프고 괴롭다.
  buồn, buồn bã, buồn rầu
  Đau lòng và day dứt đến ứa nước mắt.

- -어지다 : 앞에 오는 말이 나타내는 대로 행동하게 되거나 그 상태로 됨을 나타내는 표현.
  được, bị
  Cấu trúc thể hiện việc trở thành trạng thái hoặc hành động như từ ngữ phía trước thể hiện.

• -면 : 뒤에 오는 말에 대한 근거나 조건이 됨을 나타내는 연결 어미.
  nếu...thì
  Vĩ tố liên kết thể hiện việc trở thành điều kiện hay căn cứ đối với vế sau.

• **흰머리 (danh từ)** : 하얗게 된 머리카락.
  tóc bạc
  Sợi tóc thành màu trắng.

• 가 : 어떤 상태나 상황에 놓인 대상이나 동작의 주체를 나타내는 조사.
  Không có từ tương ứng
  Trợ từ (tiểu từ) thể hiện chủ thể của động tác hoặc đối tượng được đặt trong trạng thái hay tình huống nào đó.

• **한 (định từ)** : 하나의.
  một
  Thuộc một.

• **개 (danh từ)** : 낱으로 떨어진 물건을 세는 단위.
  cái
  Đơn vị dùng đếm đồ vật riêng biệt theo từng cái.

• 씩 : '그 수량이나 크기로 나뉨'의 뜻을 더하는 접미사.
  mỗi, từng
  Hậu tố thêm nghĩa 'sự chia ra theo số lượng hay kích cỡ đó'.

• **생기다 (động từ)** : 없던 것이 새로 있게 되다.
  sinh ra, nảy sinh
  Cái chưa có trở nên có mới.

• -더라고 : (두루낮춤으로) 과거에 경험하여 새로 알게 된 사실에 대해 지금 상대방에게 옮겨 전할 때 쓰는 표현.
  đấy
  (cách nói hạ thấp phổ biến) Cấu trúc dùng khi bây giờ truyền đạt cho đối phương về sự việc mới biết được do kinh qua trong quá khứ.

엄마 : 그러니까 앞+으로 엄마+가 하+는 말 잘 듣(들)+[어야 되]+어.
들어야 돼

• **그러니까 (phó từ)** : 그런 이유로. 또는 그런 까닭에.
  vì vậy, vì thế, bởi vậy
  Vì lý do như vậy. Hoặc với lý do đó.

• **앞 (danh từ)** : 다가올 시간.
  trước mắt
  Thời gian đang đến gần.

• **으로** : 시간을 나타내는 조사.
  Không có từ tương ứng
  Trợ từ thể hiện thời gian.

• **엄마 (danh từ)** : 격식을 갖추지 않아도 되는 상황에서 어머니를 이르거나 부르는 말.
  mẹ, má
  Từ chỉ hoặc gọi mẹ trong tình huống không trang trọng.

• **가** : 어떤 상태나 상황에 놓인 대상이나 동작의 주체를 나타내는 조사.
  Không có từ tương ứng
  Trợ từ (tiểu từ) thể hiện chủ thể của động tác hoặc đối tượng được đặt trong trạng thái hay tình huống nào đó.

• **하다 (động từ)** : 어떤 행동이나 동작, 활동 등을 행하다.
  làm, tiến hành
  Thực hiện hành động hay động tác, hoạt động nào đó.

• **-는** : 앞의 말이 관형어의 기능을 하게 만들고 사건이나 동작이 현재 일어남을 나타내는 어미.
  mà
  Vĩ tố làm cho từ ngữ phía trước có chức năng định ngữ và thể hiện sự kiện hay động tác xảy ra ở hiện tại.

• **말 (danh từ)** : 생각이나 느낌을 표현하고 전달하는 사람의 소리.
  tiếng nói, giọng nói, lời nói
  Tiếng của con người thể hiện và truyền đạt suy nghĩ hay cảm xúc.

• **잘 (phó từ)** : 관심을 집중해서 주의 깊게.
  một cách kỹ càng
  Tập trung sự quan tâm và chú ý một cách sâu sắc.

• **듣다 (động từ)** : 다른 사람이 말하는 대로 따르다.
  nghe lời, vâng lời
  Làm theo đúng lời người khác nói.

• **-어야 되다** : 반드시 그럴 필요나 의무가 있음을 나타내는 표현.
  phải... mới được
  Cấu trúc thể hiện nhất thiết có nghĩa vụ hoặc cần phải như vậy.

• -어 : (두루낮춤으로) 어떤 사실을 서술하거나 물음, 명령, 권유를 나타내는 종결 어미.

hả?, đi, ta hãy

(cách nói hạ thấp phổ biến) Vĩ tố kết thúc câu thể hiện sự tường thuật sự việc nào đó, nghi vấn, mệnh lệnh, khuyên nhủ.

딸+은 잠시 동안 생각+을 하+다가 엄마+에게 다시 묻(물)+었+다.
물었다

• 딸 (danh từ) : 부모가 낳은 아이 중 여자. 여자인 자식.

con gái, đứa con gái

Người con là nữ trong số những người con cha mẹ sinh ra. Đứa con là con gái.

• 은 : 문장 속에서 어떤 대상이 화제임을 나타내는 조사.

Không có từ tương ứng

Trợ từ (tiểu từ) thể hiện việc đối tượng nào đó là chủ đề câu chuyện trong câu.

• 잠시 (danh từ) : 잠깐 동안.

tạm thời

Trong khoảng thời gian ngắn.

• 동안 (danh từ) : 한때에서 다른 때까지의 시간의 길이.

trong, trong suốt, trong khoảng

Chiều dài của thời gian từ một lúc tới lúc khác.

• 생각 (danh từ) : 사람이 머리를 써서 판단하거나 인식하는 것.

sự suy nghĩ

Việc con người dùng đầu óc để phán đoán hoặc nhận thức.

• 을 : 동작이 직접적으로 영향을 미치는 대상을 나타내는 조사.

Không có từ tương ứng

Trợ từ (tiểu từ) thể hiện đối tượng mà động tác trực tiếp ảnh hưởng đến.

• 하다 (động từ) : 어떤 행동이나 동작, 활동 등을 행하다.

làm, tiến hành

Thực hiện hành động hay động tác, hoạt động nào đó.

• -다가 : 어떤 행동이나 상태 등이 중단되고 다른 행동이나 상태로 바뀜을 나타내는 연결 어미.

đang… thì...

Vĩ tố liên kết thể hiện hành động hay trạng thái nào đó bị đứt đoạn và được chuyển sang hành động hay trạng thái khác.

- 엄마 (danh từ) : 격식을 갖추지 않아도 되는 상황에서 어머니를 이르거나 부르는 말.
  mẹ, má
  Từ chỉ hoặc gọi mẹ trong tình huống không trang trọng.

- 에게 : 어떤 행동이 미치는 대상임을 나타내는 조사.
  cho
  Trợ từ thể hiện đối tượng mà hành động nào đó tác động đến.

- 다시 (phó từ) : 같은 말이나 행동을 반복해서 또.
  lại
  Lập đi lập lại cùng lời nói hay hành động.

- 묻다 (động từ) : 대답이나 설명을 요구하며 말하다.
  hỏi
  Nói để yêu cầu câu trả lời hoặc sự giải thích.

- -었- : 사건이 과거에 일어났음을 나타내는 어미.
  đã
  Vĩ tố thể hiện sự kiện đã xảy ra trong quá khứ.

- -다 : 어떤 사건이나 사실, 상태를 서술함을 나타내는 종결 어미.
  Không có từ tương ứng
  Vĩ tố kết thúc câu thể hiện sự trần thuật sự kiện, sự việc hay trạng thái nào đó.

> 딸 : 엄마, 외할머니 머리+는 전부 <u>하얀색+이+ㄴ데</u>?
> **하얀색인데**

- 엄마 (danh từ) : 격식을 갖추지 않아도 되는 상황에서 어머니를 이르거나 부르는 말.
  mẹ, má
  Từ chỉ hoặc gọi mẹ trong tình huống không trang trọng.

- 외할머니 (danh từ) : 어머니의 친어머니를 이르거나 부르는 말.
  bà ngoại
  Từ dùng để chỉ hay gọi mẹ ruột của mẹ.

- 머리 (danh từ) : 머리에 난 털.
  tóc, đầu tóc
  Lông mọc ở đầu.

- 는 : 문장 속에서 어떤 대상이 화제임을 나타내는 조사.
  Không có từ tương ứng
  Trợ từ (tiểu từ) thể hiện việc đối tượng nào đó là chủ đề câu chuyện trong câu.

· **전부 (phó từ)** : 빠짐없이 다.
  toàn bộ
  Tất cả, không sót phần nào.

· **하얀색 (danh từ)** : 눈이나 우유의 빛깔과 같이 밝고 선명한 흰색.
  màu trắng tinh
  Màu trắng sáng rõ như màu của tuyết hay sữa.

· **이다** : 주어가 지시하는 대상의 속성이나 부류를 지정하는 뜻을 나타내는 서술격 조사.
  nào là
  Trợ từ vị cách thể hiện sự liệt kê các sự vật đồng thời liên kết theo quan hệ đẳng lập.

· **-ㄴ데** : (두루낮춤으로) 듣는 사람의 반응을 기대하며 어떤 일에 대해 감탄함을 나타내는 종결 어미.
  quá, đấy
  (cách nói hạ thấp phổ biến) Vĩ tố kết thúc câu thể hiện sự cảm thán về việc nào đó và chờ đợi phản ứng của người nghe.

< 14 단원(bài) >

제목 : 혹시 그 여자가 이 아이였습니까?

● 본문 (nguyên văn)

한 택시 기사가 젊은 여자 손님을 태우게 되었다.

그 여자는 집으로 가는 내내 창백한 얼굴로 멍하니 창밖을 바라보고 있었다.

이윽고 택시는 여자의 집에 도착했다.

여자 : 기사님, 잠시만 기다려 주세요.

　　　집에 들어가서 택시비 금방 가지고 나올게요.

하지만 한참을 기다려도 여자가 돌아오지 않자 화가 난 택시 기사는 그 집 문을 두드렸고, 잠시 후

안에서 중년의 남자가 나왔다.

택시 기사가 자초지종을 얘기하자 남자는 깜짝 놀라며 안으로 들어갔다가 사진 한 장을 들고 나와

택시 기사한테 물었다.

남자 : 혹시 그 여자가 이 아이였습니까?

택시 기사 : 네, 맞아요.

남자 : 아이고, 오늘이 네 제삿날인 줄 알고 왔구나.

흐느끼는 남자의 모습을 본 택시 기사는 순간 무서웠는지 그냥 도망가 버렸다.

그때 여자가 나오며 하는 말.

여자 : **아빠, 나 잘했지?**

남자 : 오냐, 다음부터는 모범택시를 타도록 해라.

● 발음 (sự phát âm)

한 택시 기사가 젊은 여자 손님을 태우게 되었다.
한 택씨 기사가 절믄 여자 손니믈 태우게 되얻따.
han taeksi gisaga jeolmeun yeoja sonnimeul taeuge doeeotda.

그 여자는 집으로 가는 내내 창백한 얼굴로 멍하니 창밖을 바라보고 있었다.
그 여자는 지브로 가는 내내 창배칸 얼굴로 멍하니 창바끌 바라보고 이썯따.
geu yeojaneun jibeuro ganeun naenae changbaekan eolgullo meonghani changbakkeul
barabogo isseotda.

이윽고 택시는 여자의 집에 도착했다.
이윽꼬 택씨는 여자에 지베 도차캗따.
ieukgo taeksineun yeojaui(yeojae) jibe dochakaetda.

여자 : 기사님, 잠시만 기다려 주세요.
여자 : 기사님, 잠시만 기다려 주세요.
yeoja : gisanim, jamsiman gidaryeo juseyo.

집에 들어가서 택시비 금방 가지고 나올게요.
지베 드러가서 택씨비 금방 가지고 나올께요.
jibe deureogaseo taeksibi geumbang gajigo naolgeyo.

하지만 한참을 기다려도 여자가 돌아오지 않자 화가 난 택시 기사는 그 집 문을 두드렸고, 잠시 후
하지만 한차믈 기다려도 여자가 도라오지 안차 화가 난 택씨 기사는 그 집 무늘 두드렫꼬, 잠시 후
hajiman hanchameul gidaryeodo yeojaga doraoji ancha hwaga nan taeksi gisaneun geu jip
muneul dudeuryeotgo, jamsi hu

안에서 중년의 남자가 나왔다.
아네서 중녀네 남자가 나왇따.
aneseo jungnyeonui(jungnyeone) namjaga nawatda.

택시 기사가 자초지종을 얘기하자 남자는 깜짝 놀라며 안으로 들어갔다가 사진 한 장을 들고 나와
택씨 기사가 자초지종을 얘기하자 남자는 깜짝 놀라며 아느로 드러갇따가 사진 한 장을 들고 나와
taeksi gisaga jachojijongeul yaegihaja namjaneun kkamjjak nollamyeo aneuro deureogatdaga
sajin han jangeul deulgo nawa

택시 기사한테 물었다.
택씨 기사한테 무럳따.
taeksi gisahante mureotda.

남자 : 혹시 그 여자가 이 아이였습니까?
남자 : 혹씨 그 여자가 이 아이옅씀니까?
namja : hoksi geu yeojaga i aiyeotseumnikka?

택시 기사 : 네, 맞아요.
택씨 기사 : 네, 마자요.
taeksi gisa : ne, majayo.

남자 : 아이고, 오늘이 네 제삿날인 줄 알고 왔구나.
남자 : 아이고, 오느리 네 제산나린 줄 알고 왇꾸나.
namja : aigo, oneuri ne jesannarin jul algo watguna.

흐느끼는 남자의 모습을 본 택시 기사는 순간 무서웠는지 그냥 도망가 버렸다.
흐느끼는 남자에 모스블 본 택씨 기사는 순간 무서원는지 그냥 도망가 버렫따.
heuneukkineun namjaui(namjae) moseubeul bon taeksi gisaneun sungan museowonneunji geunyang domangga beoryeotda.

그때 여자가 나오며 하는 말.
그때 여자가 나오며 하는 말.
geuttae yeojaga naomyeo haneun mal.

여자 : 아빠, 나 잘했지?
여자 : 아빠, 나 잘핻찌?
yeoja : appa, na jalhaetji?

남자 : 오냐, 다음부터는 모범택시를 타도록 해라.
남자 : 오냐, 다음부터는 모범택씨를 타도록 해라.
namja : onya, daeumbuteoneun mobeomtaeksireul tadorok haera.

● 어휘 (từ vựng) / 문법 (ngữ pháp)

한 택시 기사+가 젊+은 여자 손님+을 태우+<u>게 되</u>+었+다.

그 여자+는 집+으로 가+는 내내 창백하+ㄴ 얼굴+로 멍하니 창밖+을 바라보+<u>고 있</u>+었+다.

이윽고 택시+는 여자+의 집+에 도착하+였+다.

여자 : 기사+님, 잠시+만 기다리+<u>어 주</u>+세요.

　　　집+에 들어가+(아)서 택시+비 금방 가지+고 나오+ㄹ게요.

하지만 한참+을 기다리+어도 여자+가 돌아오+<u>지 않</u>+자 화+가 나+ㄴ 택시 기사+는 그 집 문+을

두드리+었+고, 잠시 후 안+에서 중년+의 남자+가 나오+았+다.

택시 기사+가 자초지종+을 얘기하+자 남자+는 깜짝 놀라+며 안+으로 들어가+았+다가 사진 한 장+을

들+고 나오+아 택시 기사+한테 묻(물)+었+다.

남자 : 혹시 그 여자+가 이 아이+이+었+습니까?

택시 기사 : 네, 맞+아요.

남자 : 아이고, 오늘+이 너+의 제삿날+이+<u>ㄴ 줄</u> 알+고 오+았+구나.

흐느끼+는 남자+의 모습+을 보+ㄴ 택시 기사+는 순간 무섭(무서우)+었+는지 그냥 도망가+<u>(아) 버리</u>+었+다.

그때 여자+가 나오+며 하+는 말.

여자 : 아빠, 나 잘하+였+지?

남자 : 오냐, 다음+부터+는 모범택시+를 타+<u>도록 하</u>+여라.

한 택시 기사+가 젊+은 여자 손님+을 태우+[게 되]+었+다.

- **한 (định từ)** : 여럿 중 하나인 어떤.
  nào đó
  Một cái nào đó trong số nhiều cái.

- **택시 (danh từ)** : 돈을 받고 손님이 원하는 곳까지 태워 주는 일을 하는 승용차.
  xe tắc-xi
  Xe ô tô con làm việc chở khách đến nơi khách yêu cầu và nhận tiền.

- **기사 (danh từ)** : 직업적으로 자동차나 기계 등을 운전하는 사람.
  người lái xe, người lái máy, người điều khiển máy chuyên nghiệp
  Người làm nghề vận hành máy móc hoặc xe ô tô v.v...

- **가** : 어떤 상태나 상황에 놓인 대상이나 동작의 주체를 나타내는 조사.
  Không có từ tương ứng
  Trợ từ (tiểu từ) thể hiện chủ thể của động tác hoặc đối tượng được đặt trong trạng thái hay tình huống nào đó.

- **젊다 (Tính từ)** : 나이가 한창때에 있다.
  trẻ
  Tuổi đang ở độ thanh xuân.

- **-은** : 앞의 말이 관형어의 기능을 하게 만들고 현재의 상태를 나타내는 어미.
  đã
  Vĩ tố làm cho từ ngữ phía trước có chức năng định ngữ và thể hiện trạng thái hiện tại.

- **여자 (danh từ)** : 여성으로 태어난 사람.
  con gái, phụ nữ
  Người được sinh ra là giới nữ.

- **손님 (danh từ)** : 버스나 택시 등과 같은 교통수단을 이용하는 사람.
  khách, hành khách
  Người sử dụng phương tiện giao thông công cộng như xe buýt hay taxi...

- **을** : 동작이 직접적으로 영향을 미치는 대상을 나타내는 조사.
  Không có từ tương ứng
  Trợ từ (tiểu từ) thể hiện đối tượng mà động tác trực tiếp ảnh hưởng đến.

- **태우다 (động từ)** : 차나 배와 같은 탈것이나 짐승의 등에 타게 하다.
  chở
  Làm cho được cưỡi trên lưng thú vật hoặc đi trên những phương tiện như xe cộ, tàu thuyền.

• -게 되다 : 앞의 말이 나타내는 상태나 상황이 됨을 나타내는 표현.

trở nên, được

Cấu trúc thể hiện sự trở thành trạng thái hay tình huống mà từ ngữ phía trước thể hiện.

• -었- : 어떤 사건이 과거에 완료되었거나 그 사건의 결과가 현재까지 지속되는 상황을 나타내는 어미.

đã

Vĩ tố thể hiện tình huống mà sự kiện nào đó đã hoàn thành trong quá khứ hoặc kết quả của sự kiện đó được tiếp tục đến hiện tại.

• -다 : 어떤 사건이나 사실, 상태를 서술함을 나타내는 종결 어미.

Không có từ tương ứng

Vĩ tố kết thúc câu thể hiện sự trần thuật sự kiện, sự việc hay trạng thái nào đó.

그 여자+는 집+으로 가+는 내내 <u>창백하+ㄴ</u> 얼굴+로 멍하니 창밖+을 바라보+[고 있]+었+다.
창백한

• 그 (định từ) : 앞에서 이미 이야기한 대상을 가리킬 때 쓰는 말.

đó, ấy, đấy

Từ dùng khi chỉ đối tượng đã nói đến ở phía trước.

• 여자 (danh từ) : 여성으로 태어난 사람.

con gái, phụ nữ

Người được sinh ra là giới nữ.

• 는 : 문장 속에서 어떤 대상이 화제임을 나타내는 조사.

Không có từ tương ứng

Trợ từ (tiểu từ) thể hiện việc đối tượng nào đó là chủ đề câu chuyện trong câu.

• 집 (danh từ) : 사람이나 동물이 추위나 더위 등을 막고 그 속에 들어 살기 위해 지은 건물.

nhà

Tòa nhà được dựng lên để người hay động vật có thể sống ở trong đó và tránh rét, tránh nóng.

• 으로 : 움직임의 방향을 나타내는 조사.

sang

Trợ từ thể hiện phương hướng của sự di chuyển.

• 가다 (động từ) : 한 곳에서 다른 곳으로 장소를 이동하다.

đi

Di chuyển địa điểm từ một nơi sang nơi khác.

• -는 : 앞의 말이 관형어의 기능을 하게 만들고 사건이나 동작이 현재 일어남을 나타내는 어미.
mà
Vĩ tố làm cho từ ngữ phía trước có chức năng định ngữ và thể hiện sự kiện hay động tác xảy ra ở hiện tại.

• 내내 (phó từ) : 처음부터 끝까지 계속해서.
suốt, trong suốt
Liên tục từ đầu đến cuối.

• 창백하다 (Tính từ) : 얼굴이나 피부가 푸른빛이 돌 만큼 핏기 없이 하얗다.
trắng bệch, nhợt nhạt, tái nhợt
Khuôn mặt hay làn da toát lên màu trắng như không có giọt máu và sắp chuyển sang màu xanh.

• -ㄴ : 앞의 말이 관형어의 기능을 하게 만들고 현재의 상태를 나타내는 어미.
mà
Vĩ tố khiến cho từ ngữ phía trước có chức năng định ngữ và thể hiện sự kiện hay động tác được hoàn thành thì trạng thái đó vẫn đang được duy trì.

• 얼굴 (danh từ) : 어떠한 심리 상태가 겉으로 드러난 표정.
vẻ mặt, nét mặt
Vẻ mặt mà trạng thái tâm lý nào đó biểu hiện ra ngoài.

• 로 : 어떤 일의 방법이나 방식을 나타내는 조사.
bằng, với
Trợ từ thể hiện phương pháp hay phương thức của việc nào đó.

• 멍하니 (phó từ) : 정신이 나간 것처럼 가만히.
một cách đờ đẫn, một cách thẫn thờ
Im lặng như thể mất hết tinh thần.

• 창밖 (danh từ) : 창문의 밖.
ngoài cửa sổ
Bên ngoài cửa sổ.

• 을 : 동작이 직접적으로 영향을 미치는 대상을 나타내는 조사.
Không có từ tương ứng
Trợ từ (tiểu từ) thể hiện đối tượng mà động tác trực tiếp ảnh hưởng đến.

• 바라보다 (động từ) : 바로 향해 보다.
nhìn thẳng
Nhìn theo hướng thẳng.

• -고 있다 : 앞의 말이 나타내는 행동이 계속 진행됨을 나타내는 표현.
  đang
  Cấu trúc thể hiện hành động mà từ ngữ phía trước diễn đạt được tiếp tục tiến hành.

• -었- : 어떤 사건이 과거에 완료되었거나 그 사건의 결과가 현재까지 지속되는 상황을 나타내는 어미.
  đã
  Vĩ tố thể hiện tình huống mà sự kiện nào đó đã hoàn thành trong quá khứ hoặc kết quả của sự kiện đó được tiếp tục đến hiện tại.

• -다 : 어떤 사건이나 사실, 상태를 서술함을 나타내는 종결 어미.
  Không có từ tương ứng
  Vĩ tố kết thúc câu thể hiện sự trần thuật sự kiện, sự việc hay trạng thái nào đó.

이윽고 택시+는 여자+의 집+에 <u>도착하+였+다</u>.
도착했다

• 이윽고 (phó từ) : 시간이 얼마쯤 흐른 뒤에 드디어.
  cuối cùng thì, sau hết thì, rốt cuộc thì
  Sau khi thời gian trôi qua khoảng một lúc thì cuối cùng...

• 택시 (danh từ) : 돈을 받고 손님이 원하는 곳까지 태워 주는 일을 하는 승용차.
  xe tắc-xi
  Xe ô tô con làm việc chở khách đến nơi khách yêu cầu và nhận tiền.

• 는 : 문장 속에서 어떤 대상이 화제임을 나타내는 조사.
  Không có từ tương ứng
  Trợ từ (tiểu từ) thể hiện việc đối tượng nào đó là chủ đề câu chuyện trong câu.

• 여자 (danh từ) : 여성으로 태어난 사람.
  con gái, phụ nữ
  Người được sinh ra là giới nữ.

• 의 : 앞의 말이 뒤의 말에 대하여 소유, 소속, 소재, 관계, 기원, 주체의 관계를 가짐을 나타내는 조사.
  của
  Trợ từ thể hiện từ ngữ phía trước có quan hệ về sở hữu, nơi trực thuộc, chất liệu, quan hệ, nguồn gốc, chủ thể đối với từ ngữ phía sau.

• 집 (danh từ) : 사람이나 동물이 추위나 더위 등을 막고 그 속에 들어 살기 위해 지은 건물.
  nhà
  Tòa nhà được dựng lên để người hay động vật có thể sống ở trong đó và tránh rét, tránh nóng.

• 에 : 앞말이 목적지이거나 어떤 행위의 진행 방향임을 나타내는 조사.
đến, tới
Trợ từ (tiểu từ) thể hiện từ ngữ phía trước là đích đến hoặc là hướng diễn tiến của hành động nào đó.

• 도착하다 (động từ) : 목적지에 다다르다.
đến nơi
Đạt đến đích.

• -였- : 어떤 사건이 과거에 완료되었거나 그 사건의 결과가 현재까지 지속되는 상황을 나타내는 어미.
đã
Vĩ tố thể hiện tình huống mà sự kiện nào đó đã hoàn thành trong quá khứ hoặc kết quả của sự kiện đó được tiếp tục đến hiện tại.

• -다 : 어떤 사건이나 사실, 상태를 서술함을 나타내는 종결 어미.
Không có từ tương ứng
Vĩ tố kết thúc câu thể hiện sự trần thuật sự kiện, sự việc hay trạng thái nào đó.

여자 : 기사+님, 잠시+만 기다리+[어 주]+세요.
기다려 주세요

• 기사 (danh từ) : 직업적으로 자동차나 기계 등을 운전하는 사람.
người lái xe, người lái máy, người điều khiển máy chuyên nghiệp
Người làm nghề vận hành máy móc hoặc xe ô tô v.v...

• 님 : '높임'의 뜻을 더하는 접미사.
ngài
Hậu tố thêm nghĩa 'kính trọng'.

• 잠시 (phó từ) : 잠깐 동안에.
tạm thời
Trong khoảng thời gian ngắn.

• 만 : 무엇을 강조하는 뜻을 나타내는 조사.
chỉ
Trợ từ thể hiện ý nghĩa nhấn mạnh điều gì đó.

• 기다리다 (động từ) : 사람, 때가 오거나 어떤 일이 이루어질 때까지 시간을 보내다.
chờ đợi, đợi chờ, đợi, chờ
Trải qua thời gian cho đến khi người, dịp (nào đó) đến hay việc nào đó được thực hiện.

• -어 주다 : 남을 위해 앞의 말이 나타내는 행동을 함을 나타내는 표현.

　giúp, hộ, giùm

　Cấu trúc thể hiện việc thực hiện hành động mà từ ngữ phía trước thể hiện vì người khác.

• -세요 : (두루높임으로) 설명, 의문, 명령, 요청의 뜻을 나타내는 종결 어미.

　... không?, hãy

　(cách nói kính trọng phổ biến) Vĩ tố kết thúc câu thể hiện nghĩa giải thích, nghi vấn, mệnh lệnh, yêu cầu.

> **여자 : 집+에 들어가+(아)서 택시+비 금방 가지+고 나오+ㄹ게요.**
> **　　　　　　들어가서　　　　　　　　　　나올게요**

• **집 (danh từ)** : 사람이나 동물이 추위나 더위 등을 막고 그 속에 들어 살기 위해 지은 건물.

　nhà

　Tòa nhà được dựng lên để người hay động vật có thể sống ở trong đó và tránh rét, tránh nóng.

• **에** : 앞말이 목적지이거나 어떤 행위의 진행 방향임을 나타내는 조사.

　đến, tới

　Trợ từ (tiểu từ) thể hiện từ ngữ phía trước là đích đến hoặc là hướng diễn tiến của hành động nào đó.

• **들어가다 (động từ)** : 밖에서 안으로 향하여 가다.

　đi vào, bước vào

　Đi theo hướng từ ngoài vào trong.

• **-아서** : 앞의 말과 뒤의 말이 순차적으로 일어남을 나타내는 연결 어미.

　rồi

　Vĩ tố liên kết thể hiện vế trước và vế sau lần lượt xảy ra.

• **택시 (danh từ)** : 돈을 받고 손님이 원하는 곳까지 태워 주는 일을 하는 승용차.

　xe tắc-xi

　Xe ô tô con làm việc chở khách đến nơi khách yêu cầu và nhận tiền.

• **비** : '비용', '돈'의 뜻을 더하는 접미사.

　phí

　Hậu tố thêm nghĩa 'chi phí', 'tiền'.

• **금방 (phó từ)** : 시간이 얼마 지나지 않아 곧바로.

　tức thời, ngay

　Thời gian trôi qua không lâu và sắp tới.

• **가지다 (động từ)** : 무엇을 손에 쥐거나 몸에 지니다.
mang, cầm
Nắm trong tay hay giữ trên người cái gì đó.

• **-고** : 앞의 말과 뒤의 말이 차례대로 일어남을 나타내는 연결 어미.
rồi
Vĩ tố liên kết thể hiện vế trước và về sau lần lượt xảy ra.

• **나오다 (động từ)** : 안에서 밖으로 오다.
ra
Từ trong ra bên ngoài.

• **-ㄹ게요** : (두루높임으로) 말하는 사람이 어떤 행동을 할 것을 듣는 사람에게 약속하거나 의지를 나타내는 표현.
sẽ
(cách nói kính trọng phổ biến) Cấu trúc mà người nói thể hiện ý định hoặc hứa hẹn với người nghe sẽ thực hiện hành động nào đó.

하지만 한참+을 <u>기다리</u>+어도 여자+가 돌아오+[지 않]+자 화+가 <u>나</u>+ㄴ 택시 기사+는 그 집 문+을
　　　　　　 기다려도　　　　　　　　　　　　　　　　　난

<u>두드리</u>+었+고, 잠시 후 안+에서 중년+의 남자+가 <u>나오</u>+았+다.
두드렸고　　　　　　　　　　　　　　　　나왔다

• **하지만 (phó từ)** : 내용이 서로 반대인 두 개의 문장을 이어 줄 때 쓰는 말.
nhưng, mà, nhưng mà, thế mà, thế nhưng
Lời nói nối hai câu có nội dung đối ngược nhau.

• **한참 (danh từ)** : 시간이 꽤 지나는 동안.
một lúc lâu, một thời gian lâu
Trong khoảng thời gian trôi qua tương đối.

• **을** : 동작 대상의 수량이나 동작의 순서를 나타내는 조사.
Không có từ tương ứng
Trợ từ thể hiện số lượng của đối tượng động tác hoặc thứ tự của động tác.

• **기다리다 (động từ)** : 사람, 때가 오거나 어떤 일이 이루어질 때까지 시간을 보내다.
chờ đợi, đợi chờ, đợi, chờ
Trải qua thời gian cho đến khi người, dịp (nào đó) đến hay việc nào đó được thực hiện.

• -어도 : 앞에 오는 말을 가정하거나 인정하지만 뒤에 오는 말에는 관계가 없거나 영향을 끼치지 않음을
　　　나타내는 연결 어미.
　　cho dù, mặc dù... cũng...
　　Vĩ tố liên kết thể hiện dù giả định hay công nhận vế trước nhưng không có liên quan
　　hoặc không ảnh hưởng đến vế sau.

• 여자 (danh từ) : 여성으로 태어난 사람.
　　con gái, phụ nữ
　　Người được sinh ra là giới nữ.

• 가 : 어떤 상태나 상황에 놓인 대상이나 동작의 주체를 나타내는 조사.
　　Không có từ tương ứng
　　Trợ từ (tiểu từ) thể hiện chủ thể của động tác hoặc đối tượng được đặt trong trạng thái
　　hay tình huống nào đó.

• 돌아오다 (động từ) : 원래 있던 곳으로 다시 오거나 다시 그 상태가 되다.
　　quay về, trở lại
　　Về lại nơi vốn có hoặc trở lại trạng thái đó.

• -지 않다 : 앞의 말이 나타내는 행위나 상태를 부정하는 뜻을 나타내는 표현.
　　không, chẳng
　　Cấu trúc thể hiện nghĩa phủ định trạng thái hay hành vi mà từ ngữ phía trước diễn đạt.

• -자 : 앞에 오는 말이 뒤에 오는 말의 원인이나 동기가 됨을 나타내는 연결 어미.
　　nên, thì
　　Vĩ tố liên kết thể hiện vế trước trở thành nguyên nhân hay động cơ của vế sau.

• 화 (danh từ) : 몹시 못마땅하거나 노여워하는 감정.
　　sự giận dữ
　　Cảm giác tức giận hoặc rất không bình tĩnh.

• 가 : 어떤 상태나 상황에 놓인 대상이나 동작의 주체를 나타내는 조사.
　　Không có từ tương ứng
　　Trợ từ (tiểu từ) thể hiện chủ thể của động tác hoặc đối tượng được đặt trong trạng thái
　　hay tình huống nào đó.

• 나다 (động từ) : 어떤 감정이나 느낌이 생기다.
　　phát
　　Cảm xúc hay tình cảm nào đó nảy sinh.

• -ㄴ : 앞의 말이 관형어의 기능을 하게 만들고 사건이나 동작이 완료되어 그 상태가 유지되고 있음을
　　　나타내는 어미.
　　Không có từ tương ứng
　　Vĩ tố làm cho từ ngữ phía trước có chức năng định ngữ và thể hiện sự kiện hay động tác
　　đã hoàn thành và trạng thái đó đang được duy trì.

• 택시 (danh từ) : 돈을 받고 손님이 원하는 곳까지 태워 주는 일을 하는 승용차.
　xe tắc-xi
　Xe ô tô con làm việc chở khách đến nơi khách yêu cầu và nhận tiền.

• 기사 (danh từ) : 직업적으로 자동차나 기계 등을 운전하는 사람.
　người lái xe, người lái máy, người điều khiển máy chuyên nghiệp
　Người làm nghề vận hành máy móc hoặc xe ô tô v.v...

• 는 : 문장 속에서 어떤 대상이 화제임을 나타내는 조사.
　Không có từ tương ứng
　Trợ từ (tiểu từ) thể hiện việc đối tượng nào đó là chủ đề câu chuyện trong câu.

• 그 (định từ) : 앞에서 이미 이야기한 대상을 가리킬 때 쓰는 말.
　đó, ấy, đấy
　Từ dùng khi chỉ đối tượng đã nói đến ở phía trước.

• 집 (danh từ) : 사람이나 동물이 추위나 더위 등을 막고 그 속에 들어 살기 위해 지은 건물.
　nhà
　Tòa nhà được dựng lên để người hay động vật có thể sống ở trong đó và tránh rét, tránh nóng.

• 문 (danh từ) : 사람이 안과 밖을 드나들거나 물건을 넣고 꺼낼 수 있게 하기 위해 열고 닫을 수 있도록 만든 시설.
　cửa
　Thiết bị có thể đóng mở để con người có thể vào trong và ra ngoài hay đặt vào và lấy ra đồ đạc.

• 을 : 동작이 직접적으로 영향을 미치는 대상을 나타내는 조사.
　Không có từ tương ứng
　Trợ từ (tiểu từ) thể hiện đối tượng mà động tác trực tiếp ảnh hưởng đến.

• 두드리다 (động từ) : 소리가 나도록 잇따라 치거나 때리다.
　gõ
　Đập hoặc đánh liên hồi để phát ra tiếng.

• -었- : 어떤 사건이 과거에 완료되었거나 그 사건의 결과가 현재까지 지속되는 상황을 나타내는 어미.
　đã
　Vĩ tố thể hiện tình huống mà sự kiện nào đó đã hoàn thành trong quá khứ hoặc kết quả của sự kiện đó được tiếp tục đến hiện tại.

• -고 : 앞의 말과 뒤의 말이 차례대로 일어남을 나타내는 연결 어미.
　rồi
　Vĩ tố liên kết thể hiện vế trước và về sau lần lượt xảy ra.

- **잠시 (danh từ)** : 잠깐 동안.
  tạm thời
  Trong khoảng thời gian ngắn.

- **후 (danh từ)** : 얼마만큼 시간이 지나간 다음.
  sau, sau khi
  Sau khi thời gian trôi qua khoảng bao lâu đó.

- **안 (danh từ)** : 어떤 물체나 공간의 둘레에서 가운데로 향한 쪽. 또는 그러한 부분.
  trong, phía trong
  Phía hướng vào giữa từ xung quanh của vật thể hay không gian nào đó. Hoặc bộ phận như vậy.

- **에서** : 앞말이 출발점의 뜻을 나타내는 조사.
  từ
  Trợ từ thể hiện từ trước đó là một xuất phát điểm.

- **중년 (danh từ)** : 마흔 살 전후의 나이. 또는 그 나이의 사람.
  trung niên
  Độ tuổi trên dưới bốn mươi tuổi. Hoặc người ở độ tuổi đó.

- **의** : 앞의 말이 뒤의 말에 대하여 속성이나 수량을 한정하거나 같은 자격임을 나타내는 조사.
  Không có từ tương ứng
  Trợ từ thể hiện từ ngữ phía trước hạn định thuộc tính hay số lượng hoặc cùng tư cách đối với từ ngữ phía sau.

- **남자 (danh từ)** : 남성으로 태어난 사람.
  nam giới
  Người sinh ra với giới tính là nam.

- **가** : 어떤 상태나 상황에 놓인 대상이나 동작의 주체를 나타내는 조사.
  Không có từ tương ứng
  Trợ từ (tiểu từ) thể hiện chủ thể của động tác hoặc đối tượng được đặt trong trạng thái hay tình huống nào đó.

- **나오다 (động từ)** : 안에서 밖으로 오다.
  ra
  Từ trong ra bên ngoài.

- **-았-** : 어떤 사건이 과거에 완료되었거나 그 사건의 결과가 현재까지 지속되는 상황을 나타내는 어미.
  đã
  Vĩ tố thể hiện tình huống mà sự kiện nào đó đã hoàn thành trong quá khứ hoặc kết quả của sự kiện đó được tiếp tục đến hiện tại.

• -다 : 어떤 사건이나 사실, 상태를 서술함을 나타내는 종결 어미.
  Không có từ tương ứng
  Vĩ tố kết thúc câu thể hiện sự trần thuật sự kiện, sự việc hay trạng thái nào đó.

택시 기사+가 자초지종+을 얘기하+자 남자+는 깜짝 놀라+며 안+으로 들어가+았+다가 사진 한 장+을
　　　　　　　　　　　　　　　　　　　　　　　　들어갔다가

들+고 나오+아 택시 기사+한테 묻(물)+었+다.
　　　나와　　　　　　　　　**물었다**

• **택시 (danh từ)** : 돈을 받고 손님이 원하는 곳까지 태워 주는 일을 하는 승용차.
  xe tắc-xi
  Xe ô tô con làm việc chở khách đến nơi khách yêu cầu và nhận tiền.

• **기사 (danh từ)** : 직업적으로 자동차나 기계 등을 운전하는 사람.
  người lái xe, người lái máy, người điều khiển máy chuyên nghiệp
  Người làm nghề vận hành máy móc hoặc xe ô tô v.v...

• 가 : 어떤 상태나 상황에 놓인 대상이나 동작의 주체를 나타내는 조사.
  Không có từ tương ứng
  Trợ từ (tiểu từ) thể hiện chủ thể của động tác hoặc đối tượng được đặt trong trạng thái hay tình huống nào đó.

• **자초지종 (danh từ)** : 처음부터 끝까지의 모든 과정.
  từ đầu chí cuối
  Toàn bộ quá trình từ lúc bắt đầu cho tới khi kết thúc.

• 을 : 동작이 직접적으로 영향을 미치는 대상을 나타내는 조사.
  Không có từ tương ứng
  Trợ từ (tiểu từ) thể hiện đối tượng mà động tác trực tiếp ảnh hưởng đến.

• **얘기하다 (động từ)** : 어떠한 사실이나 상태, 현상, 경험, 생각 등에 관해 누군가에게 말을 하다.
  nói chuyện, kể chuyện
  Nói cho ai đó về sự việc, trạng thái, hiện tượng, kinh nghiệm hay suy nghĩ…. nào đó.

• -자 : 앞에 오는 말이 뒤에 오는 말의 원인이나 동기가 됨을 나타내는 연결 어미.
  nên, thì
  Vĩ tố liên kết thể hiện vế trước trở thành nguyên nhân hay động cơ của vế sau.

• **남자 (danh từ)** : 남성으로 태어난 사람.
  nam giới
  Người sinh ra với giới tính là nam.

• 는 : 문장 속에서 어떤 대상이 화제임을 나타내는 조사.

Không có từ tương ứng

Trợ từ (tiểu từ) thể hiện việc đối tượng nào đó là chủ đề câu chuyện trong câu.

• **깜짝 (phó từ)** : 갑자기 놀라는 모양.

giật mình, hết hồn

Hình ảnh đột nhiên hốt hoảng.

• **놀라다 (động từ)** : 뜻밖의 일을 당하거나 무서워서 순간적으로 긴장하거나 가슴이 뛰다.

giật mình, ngỡ ngàng, hết hồn

Căng thẳng hay tim đập mạnh trong chốc lát vì sợ hãi hoặc gặp phải việc bất ngờ.

• -며 : 두 가지 이상의 동작이나 상태가 함께 일어남을 나타내는 연결 어미.

vừa… vừa…

Vĩ tố liên kết thể hiện việc hai động tác hay trạng thái trở lên cùng xảy ra.

• **안 (danh từ)** : 어떤 물체나 공간의 둘레에서 가운데로 향한 쪽. 또는 그러한 부분.

trong, phía trong

Phía hướng vào giữa từ xung quanh của vật thể hay không gian nào đó. Hoặc bộ phận như vậy.

• 으로 : 움직임의 방향을 나타내는 조사.

sang

Trợ từ thể hiện phương hướng của sự di chuyển.

• **들어가다 (động từ)** : 밖에서 안으로 향하여 가다.

đi vào, bước vào

Đi theo hướng từ ngoài vào trong.

• -았- : 어떤 사건이 과거에 완료되었거나 그 사건의 결과가 현재까지 지속되는 상황을 나타내는 어미.

đã

Vĩ tố thể hiện tình huống mà sự kiện nào đó đã hoàn thành trong quá khứ hoặc kết quả của sự kiện đó được tiếp tục đến hiện tại.

• -다가 : 어떤 행동이나 상태 등이 중단되고 다른 행동이나 상태로 바뀜을 나타내는 연결 어미.

đang… thì...

Vĩ tố liên kết thể hiện hành động hay trạng thái nào đó bị đứt đoạn và được chuyển sang hành động hay trạng thái khác.

• **사진 (danh từ)** : 사물의 모습을 오래 보존할 수 있도록 사진기로 찍어 종이나 컴퓨터 등에 나타낸 영상.

bức ảnh, bức hình

Hình ảnh được chụp bằng máy chụp hình hiện ra trên máy vi tính hoặc một tờ giấy để có thể lưu giữ lâu hình dáng một sự vật nào đó.

- **한 (định từ)** : 하나의.
  một
  Thuộc một.

- **장 (danh từ)** : 종이나 유리와 같이 얇고 넓적한 물건을 세는 단위.
  trang
  Đơn vị đếm đồ vật mỏng và dẹp như giấy hay gương.

- **을** : 동작이 직접적으로 영향을 미치는 대상을 나타내는 조사.
  Không có từ tương ứng
  Trợ từ (tiểu từ) thể hiện đối tượng mà động tác trực tiếp ảnh hưởng đến.

- **들다 (động từ)** : 손에 가지다.
  cầm
  Giữ trong tay.

- **-고** : 앞의 말이 나타내는 행동이나 그 결과가 뒤에 오는 행동이 일어나는 동안에 그대로 지속됨을 나타내는 연결 어미.
  mà, rồi
  Vĩ tố liên kết thể hiện hành động mà vế trước thể hiện hay kết quả đó được liên tục như thế trong suốt thời gian hành động ở sau xảy ra.

- **나오다 (động từ)** : 안에서 밖으로 오다.
  ra
  Từ trong ra bên ngoài.

- **-아** : 앞의 말이 뒤의 말보다 먼저 일어났거나 뒤의 말에 대한 방법이나 수단이 됨을 나타내는 연결 어미.
  rồi
  Vĩ tố liên kết thể hiện vế trước xảy ra trước vế sau hoặc trở thành phương pháp, phương tiện đối với vế sau.

- **택시 (danh từ)** : 돈을 받고 손님이 원하는 곳까지 태워 주는 일을 하는 승용차.
  xe tắc-xi
  Xe ô tô con làm việc chở khách đến nơi khách yêu cầu và nhận tiền.

- **기사 (danh từ)** : 직업적으로 자동차나 기계 등을 운전하는 사람.
  người lái xe, người lái máy, người điều khiển máy chuyên nghiệp
  Người làm nghề vận hành máy móc hoặc xe ô tô v.v...

- **한테** : 어떤 행동이 미치는 대상임을 나타내는 조사.
  cho
  Trợ từ thể hiện đối tượng mà hành động nào đó tác động đến.

• 묻다 (동사) : 대답이나 설명을 요구하며 말하다.
hỏi
Nói để yêu cầu câu trả lời hoặc sự giải thích.

• -었- : 어떤 사건이 과거에 완료되었거나 그 사건의 결과가 현재까지 지속되는 상황을 나타내는 어미.
đã
Vĩ tố thể hiện tình huống mà sự kiện nào đó đã hoàn thành trong quá khứ hoặc kết quả của sự kiện đó được tiếp tục đến hiện tại.

• -다 : 어떤 사건이나 사실, 상태를 서술함을 나타내는 종결 어미.
Không có từ tương ứng
Vĩ tố kết thúc câu thể hiện sự trần thuật sự kiện, sự việc hay trạng thái nào đó.

남자 : 혹시 그 여자+가 이 아이+이+었+습니까?
아이였습니까

• 혹시 (phó từ) : 그러리라 생각하지만 분명하지 않아 말하기를 망설일 때 쓰는 말.
hình như
Từ dùng khi nghĩ là như thế nhưng không rõ ràng và ngập ngừng khi nói.

• 그 (định từ) : 앞에서 이미 이야기한 대상을 가리킬 때 쓰는 말.
đó, ấy, đấy
Từ dùng khi chỉ đối tượng đã nói đên ở phía trước.

• 여자 (danh từ) : 여성으로 태어난 사람.
con gái, phụ nữ
Người được sinh ra là giới nữ.

• 가 : 어떤 상태나 상황에 놓인 대상이나 동작의 주체를 나타내는 조사.
Không có từ tương ứng
Trợ từ (tiểu từ) thể hiện chủ thể của động tác hoặc đối tượng được đặt trong trạng thái hay tình huống nào đó.

• 이 (định từ) : 말하는 사람에게 가까이 있거나 말하는 사람이 생각하고 있는 대상을 가리킬 때 쓰는 말.
này
Từ dùng khi chỉ đối tượng ở gần người nói hoặc đối tượng người nói đang nghĩ đến.

• 아이 (danh từ) : (낮추는 말로) 자기의 자식.
con
(cách nói hạ thấp) Con của mình.

• 이다 : 주어가 지시하는 대상의 속성이나 부류를 지정하는 뜻을 나타내는 서술격 조사.
nào là
Trợ từ vị cách thể hiện sự liệt kê các sự vật đồng thời liên kết theo quan hệ đẳng lập.

• -었- : 어떤 사건이 과거에 완료되었거나 그 사건의 결과가 현재까지 지속되는 상황을 나타내는 어미.
đã
Vĩ tố thể hiện tình huống mà sự kiện nào đó đã hoàn thành trong quá khứ hoặc kết quả của sự kiện đó được tiếp tục đến hiện tại.

• -습니까 : (아주높임으로) 말하는 사람이 듣는 사람에게 정중하게 물음을 나타내는 종결 어미.
ạ?
(cách nói rất kính trọng) Vĩ tố kết thúc câu thể hiện người nói hỏi người nghe một cách trịnh trọng.

택시 기사 : 네, 맞+아요.

• 네 (từ cảm thán, thán từ) : 윗사람의 물음이나 명령 등에 긍정하여 대답할 때 쓰는 말.
vâng, dạ
Từ dùng khi trả lời một cách khẳng định đối với câu hỏi hay mệnh lệnh của người trên.

• 맞다 (động từ) : 그렇거나 옳다.
đúng, đúng vậy, đúng thế
Như thế hoặc đúng đắn.

• -아요 : (두루높임으로) 어떤 사실을 서술하거나 질문, 명령, 권유함을 나타내는 종결 어미.
không?, hãy, hãy cùng
(cách nói kính trọng phổ biến) Vĩ tố kết thúc câu thể hiện sự tường thuật sự việc nào đó hoặc nghi vấn, mệnh lệnh, khuyến nghị.

남자 : 아이고, 오늘+이 너+의 제삿날+이+[ㄴ 줄] 알+고 오+았+구나!
네 　　제삿날인 줄 　　왔구나

• 아이고 (từ cảm thán, thán từ) : 절망하거나 매우 속상하여 한숨을 쉬면서 내는 소리.
trời đất ạ, ôi giời ơi
Tiếng thốt ra khi tuyệt vọng hoặc vô cùng đau lòng và cất tiếng thở dài.

• 오늘 (danh từ) : 지금 지나가고 있는 이날.
ngày hôm nay, hôm nay
Ngày đang trải qua bây giờ.

• 이 : 어떤 상태나 상황의 대상이나 동작의 주체를 나타내는 조사.
  Không có từ tương ứng
  Trợ từ (tiểu từ) thể hiện chủ thể của động tác hoặc đối tượng của trạng thái hay tình huống nào đó.

• 너 (đại từ) : 듣는 사람이 친구나 아랫사람일 때, 그 사람을 가리키는 말.
  bạn, cậu, mày
  Từ chỉ người nghe khi người đó là bạn bè hay người dưới.

• 의 : 앞의 말이 뒤의 말에 대하여 소유, 소속, 소재, 관계, 기원, 주체의 관계를 가짐을 나타내는 조사.
  của
  Trợ từ thể hiện từ ngữ phía trước có quan hệ về sở hữu, nơi trực thuộc, chất liệu, quan hệ, nguồn gốc, chủ thể đối với từ ngữ phía sau.

• 제삿날 (danh từ) : 제사를 지내는 날.
  ngày cúng, ngày giỗ
  Ngày thực hiện việc cúng tế.

• 이다 : 주어가 지시하는 대상의 속성이나 부류를 지정하는 뜻을 나타내는 서술격 조사.
  nào là
  Trợ từ vị cách thể hiện sự liệt kê các sự vật đồng thời liên kết theo quan hệ đẳng lập.

• -ㄴ 줄 : 어떤 사실이나 상태에 대해 알고 있거나 모르고 있음을 나타내는 표현.
  (biết, không biết) là, rằng
  Cấu trúc thể hiện việc biết hoặc không biết về sự việc hay trạng thái nào đó.

• 알다 (động từ) : 교육이나 경험, 생각 등을 통해 사물이나 상황에 대한 정보 또는 지식을 갖추다.
  biết
  Có thông tin hay kiến thức về sự vật hay tình huống thông qua giáo dục, kinh nghiệm hay suy nghĩ...

• -고 : 앞의 말이 나타내는 행동이나 그 결과가 뒤에 오는 행동이 일어나는 동안에 그대로 지속됨을 나타내는 연결 어미.
  mà, rồi
  Vĩ tố liên kết thể hiện hành động mà vế trước thể hiện hay kết quả đó được liên tục như thế trong suốt thời gian hành động ở sau xảy ra.

• 오다 (động từ) : 무엇이 다른 곳에서 이곳으로 움직이다.
  đến
  Cái gì đó di chuyển từ nơi khác đến nơi này.

• -았- : 어떤 사건이 과거에 완료되었거나 그 사건의 결과가 현재까지 지속되는 상황을 나타내는 어미.
  đã
  Vĩ tố thể hiện tình huống mà sự kiện nào đó đã hoàn thành trong quá khứ hoặc kết quả của sự kiện đó được tiếp tục đến hiện tại.

• -구나 : (아주낮춤으로) 새롭게 알게 된 사실에 어떤 느낌을 실어 말함을 나타내는 종결 어미.

nhỉ, đấy, quá, thì ra

(cách nói rất hạ thấp) Vĩ tố kết thúc câu thể hiện cảm xúc nào đó về sự việc mới biết được.

흐느끼+는 남자+의 모습+을 보+ㄴ 택시 기사+는 순간 무섭(무서우)+었+는지 그냥
               본   무서웠는지

도망가+[(아) 버리]+었+다.
   도망가 버렸다

• 흐느끼다 (động từ) : 몹시 슬프거나 감격에 겨워 흑흑 소리를 내며 울다.

(khóc) nức nở, thổn thức

Rất buồn hoặc quá cảm kích nên khóc thành tiếng hức hức.

• -는 : 앞의 말이 관형어의 기능을 하게 만들고 사건이나 동작이 현재 일어남을 나타내는 어미.

mà

Vĩ tố làm cho từ ngữ phía trước có chức năng định ngữ và thể hiện sự kiện hay động tác xảy ra ở hiện tại.

• 남자 (danh từ) : 남성으로 태어난 사람.

nam giới

Người sinh ra với giới tính là nam.

• 의 : 앞의 말이 뒤의 말에 대하여 소유, 소속, 소재, 관계, 기원, 주체의 관계를 가짐을 나타내는 조사.

của

Trợ từ thể hiện từ ngữ phía trước có quan hệ về sở hữu, nơi trực thuộc, chất liệu, quan hệ, nguồn gốc, chủ thể đối với từ ngữ phía sau.

• 모습 (danh từ) : 겉으로 드러난 상태나 모양.

bộ dạng, dáng vẻ

Trạng thái hay hình dạng thể hiện ra ngoài.

• 을 : 동작이 직접적으로 영향을 미치는 대상을 나타내는 조사.

Không có từ tương ứng

Trợ từ (tiểu từ) thể hiện đối tượng mà động tác trực tiếp ảnh hưởng đến.

• 보다 (động từ) : 눈으로 대상의 존재나 겉모습을 알다.

nhìn, ngắm, xem

Biết được sự tồn tại hay vẻ bề ngoài của đối tượng bằng mắt.

• -ㄴ : 앞의 말이 관형어의 기능을 하게 만들고 사건이나 동작이 완료되어 그 상태가 유지되고 있음을 나타내는 어미.

　Không có từ tương ứng

　Vĩ tố làm cho từ ngữ phía trước có chức năng định ngữ và thể hiện sự kiện hay động tác đã hoàn thành và trạng thái đó đang được duy trì.

• 택시 (danh từ) : 돈을 받고 손님이 원하는 곳까지 태워 주는 일을 하는 승용차.

　xe tắc-xi

　Xe ô tô con làm việc chở khách đến nơi khách yêu cầu và nhận tiền.

• 기사 (danh từ) : 직업적으로 자동차나 기계 등을 운전하는 사람.

　người lái xe, người lái máy, người điều khiển máy chuyên nghiệp

　Người làm nghề vận hành máy móc hoặc xe ô tô v.v...

• 는 : 문장 속에서 어떤 대상이 화제임을 나타내는 조사.

　Không có từ tương ứng

　Trợ từ (tiểu từ) thể hiện việc đối tượng nào đó là chủ đề câu chuyện trong câu.

• 순간 (danh từ) : 어떤 일이 일어나거나 어떤 행동이 이루어지는 바로 그때.

　khoảnh khắc

　Ngay lúc việc nào đó xảy ra hoặc hành động nào đó được thực hiện.

• 무섭다 (Tính từ) : 어떤 사람이나 상황이 대하기 어렵거나 피하고 싶다.

　đáng sợ

　Người hay tình huống nào đó khó đối phó hay muốn né tránh.

• -었- : 어떤 사건이 과거에 완료되었거나 그 사건의 결과가 현재까지 지속되는 상황을 나타내는 어미.

　đã

　Vĩ tố thể hiện tình huống mà sự kiện nào đó đã hoàn thành trong quá khứ hoặc kết quả của sự kiện đó được tiếp tục đến hiện tại.

• -는지 : 뒤에 오는 말의 내용에 대한 막연한 이유나 판단을 나타내는 연결 어미.

　có hay không

　Vĩ tố liên kết thể hiện lí do hay phán đoán mặc nhiên về nội dung của lời nói ở sau.

• 그냥 (phó từ) : 아무 것도 하지 않고 있는 그대로.

　cứ, chỉ

　Không làm gì cả mà cứ vậy.

• 도망가다 (động từ) : 피하거나 쫓기어 달아나다.

　đi trốn, chạy trốn, trốn chạy

　Chạy ra để tránh hoặc vì bị đuổi.

• -아 버리다 : 앞의 말이 나타내는 행동이 완전히 끝났음을 나타내는 표현.

….mất, …hết

Cấu trúc thể hiện hành động mà từ ngữ phía trước thể hiện đã kết thúc hoàn toàn.

• -었- : 어떤 사건이 과거에 완료되었거나 그 사건의 결과가 현재까지 지속되는 상황을 나타내는 어미.

đã

Vĩ tố thể hiện tình huống mà sự kiện nào đó đã hoàn thành trong quá khứ hoặc kết quả của sự kiện đó được tiếp tục đến hiện tại.

• -다 : 어떤 사건이나 사실, 상태를 서술함을 나타내는 종결 어미.

Không có từ tương ứng

Vĩ tố kết thúc câu thể hiện sự trần thuật sự kiện, sự việc hay trạng thái nào đó.

그때 여자+가 나오+며 하+는 말.

• 그때 (danh từ) : 앞에서 이야기한 어떤 때.

lúc đó, khi đó

Thời điểm đã được nói đến trước đó.

• 여자 (danh từ) : 여성으로 태어난 사람.

con gái, phụ nữ

Người được sinh ra là giới nữ.

• 가 : 어떤 상태나 상황에 놓인 대상이나 동작의 주체를 나타내는 조사.

Không có từ tương ứng

Trợ từ (tiểu từ) thể hiện chủ thể của động tác hoặc đối tượng được đặt trong trạng thái hay tình huống nào đó.

• 나오다 (động từ) : 안에서 밖으로 오다.

ra

Từ trong ra bên ngoài.

• -며 : 두 가지 이상의 동작이나 상태가 함께 일어남을 나타내는 연결 어미.

vừa… vừa…

Vĩ tố liên kết thể hiện việc hai động tác hay trạng thái trở lên cùng xảy ra.

• 하다 (động từ) : 다른 사람의 말이나 생각 등을 나타내는 문장을 받아 뒤에 오는 단어를 꾸미는 말.

Không có từ tương ứng

Từ bổ nghĩa cho từ đứng sau khi câu nói thể hiện suy nghĩ hay lời nói của người khác.

- -는 : 앞의 말이 관형어의 기능을 하게 만들고 사건이나 동작이 현재 일어남을 나타내는 어미.
  mà
  Vĩ tố làm cho từ ngữ phía trước có chức năng định ngữ và thể hiện sự kiện hay động tác xảy ra ở hiện tại.

- 말 (danh từ) : 생각이나 느낌을 표현하고 전달하는 사람의 소리.
  tiếng nói, giọng nói, lời nói
  Tiếng của con người thể hiện và truyền đạt suy nghĩ hay cảm xúc.

여자 : 아빠, 나 <u>잘하+였+지</u>?
　　　　　　잘했지

- 아빠 (danh từ) : 격식을 갖추지 않아도 되는 상황에서 아버지를 이르거나 부르는 말.
  ba
  Từ dùng để chỉ hay gọi cha trong tình huống không cần nghi thức.

- 나 (đại từ) : 말하는 사람이 친구나 아랫사람에게 자기를 가리키는 말.
  tôi, mình, anh, chị...
  Từ mà người nói dùng để chỉ bản thân mình khi nói với người dưới hoặc bạn bè.

- 잘하다 (động từ) : 좋고 훌륭하게 하다.
  giỏi
  Làm một cách tốt và xuất sắc.

- -였- : 어떤 사건이 과거에 완료되었거나 그 사건의 결과가 현재까지 지속되는 상황을 나타내는 어미.
  đã
  Vĩ tố thể hiện tình huống mà sự kiện nào đó đã hoàn thành trong quá khứ hoặc kết quả của sự kiện đó được tiếp tục đến hiện tại.

- -지 : (두루낮춤으로) 말하는 사람이 듣는 사람에게 친근함을 나타내며 물을 때 쓰는 종결 어미.
  nhỉ?
  (cách nói hạ thấp phổ biến) Vĩ tố kết thúc câu dùng khi người nói hỏi và thể hiện sự thân mật với người nghe.

남자 : 오냐, 다음+부터+는 모범택시+를 <u>타+[도록 하]+여라</u>.
　　　　　　타도록 해라

- 오냐 (từ cảm thán, thán từ) : 아랫사람의 물음이나 부탁에 긍정하여 대답할 때 하는 말.
  ờ, ừ
  Lời nói dùng khi khẳng định và đáp lại câu hỏi hay sự nhờ vả của người dưới.

- 다음 (danh từ) : 이번 차례의 바로 뒤.
  tiếp theo, kế tiếp
  Ngay sau lượt này.

- 부터 : 어떤 일의 시작이나 처음을 나타내는 조사.
  từ
  Trợ từ thể hiện sự bắt đầu hay khởi đầu của một việc nào đó.

- 는 : 문장 속에서 어떤 대상이 화제임을 나타내는 조사.
  Không có từ tương ứng
  Trợ từ (tiểu từ) thể hiện việc đối tượng nào đó là chủ đề câu chuyện trong câu.

- 모범택시 (danh từ) : 일반 택시보다 시설이 좋고 더 나은 서비스를 제공하며 요금이 비싼 택시.
  tắc xi cao cấp
  Tắc xi giá đắt tiền, có trang thiết bị và cung cấp dịch vụ tốt hơn tắc xi thường.

- 를 : 동작이 직접적으로 영향을 미치는 대상을 나타내는 조사.
  Không có từ tương ứng
  Trợ từ (tiểu từ) thể hiện đối tượng mà động tác gây ảnh hưởng trực tiếp.

- 타다 (động từ) : 탈것이나 탈것으로 이용하는 짐승의 몸 위에 오르다
  đáp, cưỡi
  Lên phương tiện đi lại hay trên mình của loài thú sử dụng làm phương tiện đi lại

- -도록 하다 : 듣는 사람에게 어떤 행동을 명령하거나 권유할 때 쓰는 표현.
  hãy
  Cấu trúc dùng khi ra lệnh hay khuyên nhủ hành động nào đó đối với người nghe.

- -여라 : (아주낮춤으로) 명령을 나타내는 종결 어미.
  đi, hãy
  (cách nói rất hạ thấp) Vĩ tố kết thúc câu thể hiện mệnh lệnh.

< 15 단원(bài) >

제목 : 왜 아무런 응답이 없으신가요?

● 본문 (nguyên văn)

한 남자가 퇴근한 후에 매일 교회에 가서 눈물을 흘리며 기도를 했다.

남자 : 하나님, 복권에 당첨되게 해 주세요.

　　　하나님, 제발 복권에 한 번만 당첨되게 해 주세요.

그렇게 기도한 지 육 개월이 되었지만 남자의 소원은 이뤄지지 않았다.

남자는 너무나 지쳐서 하나님이 원망스러워지기 시작했다.

남자 : 이렇게까지 기도하는데 못 들은 척하시는 무심한 하나님, 정말 너무하세요.

　　　제가 매일 밤 애원하며 기도했는데 왜 아무런 응답이 없으신가요?

그러자 보다 못해 답답한 하나님께서 남자에게 이렇게 말씀하셨다.

하나님 : 일단 복권을 사란 말이야.

● 발음 (sự phát âm)

한 남자가 퇴근한 후에 매일 교회에 가서 눈물을 흘리며 기도를 했다.
한 남자가 퇴근한 후에 매일 교회에 가서 눈무를 흘리며 기도를 핻따.
han namjaga toegeunhan hue maeil gyohoee gaseo nunmureul heullimyeo gidoreul haetda.

남자 : 하나님, 복권에 당첨되게 해 주세요.
남자 : 하나님, 복꿔네 당첨되게 해 주세요.
namja : hananim, bokgwone dangcheomdoege hae juseyo.

하나님, 제발 복권에 한 번만 당첨되게 해 주세요.
하나님, 제발 복꿔네 한 번만 당첨되게 해 주세요.
hananim, jebal bokgwone han beonman dangcheomdoege hae juseyo.

그렇게 기도한 지 육 개월이 되었지만 남자의 소원은 이뤄지지 않았다.
그러케 기도한 지 육 개워리 되얻찌만 남자에 소워는 이뤄지지 아낟따.
geureoke gidohan ji yuk gaewori doeeotjiman namjaui(namjauie) sowoneun irwojiji anatda.

남자는 너무나 지쳐서 하나님이 원망스러워지기 시작했다.
남자는 너무나 지쳐서 하나니미 원망스러워지기 시자캗따.
namjaneun neomuna jicheoseo hananimi wonmangseureowojigi sijakaetda.

남자 : 이렇게까지 기도하는데 못 들은 척하시는 무심한 하나님, 정말 너무하세요.
남자 : 이러케까지 기도하는데 몯 드른 처카시는 무심한 하나님, 정말 너무하세요.
namja : ireokekkaji gidohaneunde mot deureun cheokasineun musimhan hananim, jeongmal neomuhaseyo.

제가 매일 밤 애원하며 기도했는데 왜 아무런 응답이 없으신가요?
제가 매일 밤 애원하며 기도핻는데 왜 아무런 응다비 업쓰신가요?
jega maeil bam aewonhamyeo gidohaenneunde wae amureon eungdabi eopseusingayo?

그러자 보다 못해 답답한 하나님께서 남자에게 이렇게 말씀하셨다.
그러자 보다 모태 답따판 하나님께서 남자에게 이러케 말씀하셛따.
geureoja boda motae dapdapan hananimkkeseo namjaege ireoke malsseumhasyeotda.

하나님 : 일단 복권을 사란 말이야.

하나님 : 일딴 복꿔늘 사란 마리야.

hananim : ildan bokgwoneul saran mariya.

● 어휘 (từ vựng) / 문법 (ngữ pháp)

한 남자+가 퇴근하+ㄴ 후에 매일 교회+에 가+(아)서 눈물+을 흘리+며 기도+를 하+였+다.

남자 : 하나님, 복권+에 당첨되+게 하+여 주+세요.

　　　　하나님, 제발 복권+에 한 번+만 당첨되+게 하+여 주+세요.

그렇+게 기도하+ㄴ 지 육 개월+이 되+었+지만 남자+의 소원+은 이루어지+지 않+았+다.

남자+는 너무나 지치+어서 하나님+이 원망스럽(원망스러우)+어지+기 시작하+였+다.

남자 : 이렇+게+까지 기도하+는데 못 듣(들)+은 척하+시+는 무심하+ㄴ 하나님,

　　　　정말 너무하+세요.

　　　　제+가 매일 밤 애원하+며 기도하+였+는데 왜 아무런 응답+이 없+으시+ㄴ가요?

그리하+자 보+다 못하+여 답답하+ㄴ 하나님+께서 남자+에게 이렇+게 말씀하+시+었+다.

하나님 : 일단 복권+을 사+라는(란) 말+이+야.

한 남자+가 <u>퇴근하</u>+[ㄴ 후에] 매일 교회+에 <u>가</u>+(아)서 눈물+을 흘리+며 기도+를 <u>하</u>+였+다.

퇴근한 후에   가서   했다

• **한** (định từ) : 여럿 중 하나인 어떤.
nào đó
Một cái nào đó trong số nhiều cái.

• **남자** (danh từ) : 남성으로 태어난 사람.
nam giới
Người sinh ra với giới tính là nam.

• **가** : 어떤 상태나 상황에 놓인 대상이나 동작의 주체를 나타내는 조사.
Không có từ tương ứng
Trợ từ (tiểu từ) thể hiện chủ thể của động tác hoặc đối tượng được đặt trong trạng thái hay tình huống nào đó.

• **퇴근하다** (động từ) : 일터에서 일을 끝내고 집으로 돌아가거나 돌아오다.
tan sở
Kết thúc công việc ở chỗ làm và trở về hoặc về nhà.

• **-ㄴ 후에** : 앞에 오는 말이 나타내는 행동을 하고 시간적으로 뒤에 다른 행동을 함을 나타내는 표현.
sau khi
Cấu trúc thể hiện việc thực hiện hành động mà vế trước diễn tả rồi thực hiện hành động khác ở sau về mặt thời gian.

• **매일** (phó từ) : 하루하루마다 빠짐없이.
mỗi ngày
Từng ngày từng ngày một mà không bỏ sót.

• **교회** (danh từ) : 예수 그리스도를 구세주로 믿고 따르는 사람들의 공동체. 또는 그런 사람들이 모여 종교 활동을 하는 장소.
giáo hội, nhà thờ
Cộng đồng của những người tin Giê-xu Ki-tô là chúa cứu thế và theo. Hoặc nơi những người đó tụ tập và hoạt động tôn giáo.

• **에** : 앞말이 목적지이거나 어떤 행위의 진행 방향임을 나타내는 조사.
đến, tới
Trợ từ (tiểu từ) thể hiện từ ngữ phía trước là đích đến hoặc là hướng diễn tiến của hành động nào đó.

• **가다** (động từ) : 한 곳에서 다른 곳으로 장소를 이동하다.
đi
Di chuyển địa điểm từ một nơi sang nơi khác.

• -아서 : 앞의 말과 뒤의 말이 순차적으로 일어남을 나타내는 연결 어미.
  rồi
  Vĩ tố liên kết thể hiện vế trước và vế sau lần lượt xảy ra.

• 눈물 (danh từ) : 사람이나 동물의 눈에서 흘러나오는 맑은 액체.
  nước mắt
  Chất lỏng trong suốt chảy ra từ mắt của người hay động vật.

• 을 : 동작이 직접적으로 영향을 미치는 대상을 나타내는 조사.
  Không có từ tương ứng
  Trợ từ (tiểu từ) thể hiện đối tượng mà động tác trực tiếp ảnh hưởng đến.

• 흘리다 (động từ) : 몸에서 땀, 눈물, 콧물, 피, 침 등의 액체를 밖으로 내다.
  đổ, rơi
  Làm cho chất lỏng như mồ hôi, nước mắt, nước mũi, máu, nước dãi··· từ trong người ra
  ngoài.

• -며 : 두 가지 이상의 동작이나 상태가 함께 일어남을 나타내는 연결 어미.
  vừa··· vừa···
  Vĩ tố liên kết thể hiện việc hai động tác hay trạng thái trở lên cùng xảy ra.

• 기도 (danh từ) : 바라는 바가 이루어지도록 절대적 존재 혹은 신앙의 대상에게 비는 것.
  sự cầu nguyện, sự cầu xin
  Việc cầu xin một đối tượng của tín ngưỡng hay một tồn tại mang tính tuyệt đối nào đó để
  mong điều mình ước muốn được thực hiện.

• 를 : 동작이 직접적으로 영향을 미치는 대상을 나타내는 조사.
  Không có từ tương ứng
  Trợ từ (tiểu từ) thể hiện đối tượng mà động tác trực tiếp ảnh hưởng đến.

• 하다 (động từ) : 어떤 행동이나 동작, 활동 등을 행하다.
  làm, tiến hành
  Thực hiện hành động hay động tác, hoạt động nào đó.

• -였- : 어떤 사건이 과거에 완료되었거나 그 사건의 결과가 현재까지 지속되는 상황을 나타내는 어미.
  đã
  Vĩ tố thể hiện tình huống mà sự kiện nào đó đã hoàn thành trong quá khứ hoặc kết quả
  của sự kiện đó được tiếp tục đến hiện tại.

• -다 : 어떤 사건이나 사실, 상태를 서술함을 나타내는 종결 어미.
  Không có từ tương ứng
  Vĩ tố kết thúc câu thể hiện sự trần thuật sự kiện, sự việc hay trạng thái nào đó.

남자 : 하나님, 복권+에 <u>당첨되+[게 하]+[여 주]+세요</u>.
당첨되게 해 주세요

- **하나님 (danh từ)** : 기독교에서 믿는 신을 개신교에서 부르는 이름.
  Chúa trời
  Tên mà đạo Tin Lành gọi vị thần tín ngưỡng, trong Cơ đốc giáo.

- **복권 (danh từ)** : 적혀 있는 숫자나 기호가 추첨한 것과 일치하면 상금이나 상품을 받을 수 있게 만든 표.
  vé số
  Vé được làm ra để có thể nhận được phần thưởng hay tiền thưởng nếu ký hiệu hay con số ghi trên đó đồng nhất với cái được bốc thăm.

- **에** : 앞말이 어떤 행위나 작용이 미치는 대상임을 나타내는 조사.
  cho, vào
  Trợ từ (tiểu từ) thể hiện từ ngữ phía trước là đối tượng mà hành vi hay tác động nào đó đạt đến.

- **당첨되다 (động từ)** : 여럿 가운데 어느 하나를 골라잡는 추첨에서 뽑히다.
  được trúng thưởng, được trúng giải
  Được chọn ra khi bốc thăm để chọn ra một trong số đông.

- **-게 하다** : 다른 사람의 어떤 행동을 허용하거나 허락함을 나타내는 표현.
  cho
  Cấu trúc thể hiện sự cho phép hay đồng ý hành động nào đó của người khác.

- **-여 주다** : 남을 위해 앞의 말이 나타내는 행동을 함을 나타내는 표현.
  giúp, hộ, giùm
  Cấu trúc thể hiện việc thực hiện hành động mà từ ngữ phía trước thể hiện vì người khác.

- **-세요** : (두루높임으로) 설명, 의문, 명령, 요청의 뜻을 나타내는 종결 어미.
  ... không?, hãy
  (cách nói kính trọng phổ biến) Vĩ tố kết thúc câu thể hiện nghĩa giải thích, nghi vấn, mệnh lệnh, yêu cầu.

남자 : 하나님, 제발 복권+에 한 번+만 <u>당첨되+[게 하]+[여 주]+세요</u>.
당첨되게 해 주세요

- **하나님 (danh từ)** : 기독교에서 믿는 신을 개신교에서 부르는 이름.
  Chúa trời
  Tên mà đạo Tin Lành gọi vị thần tín ngưỡng, trong Cơ đốc giáo.

- **제발 (phó từ)** : 간절히 부탁하는데.
  làm ơn...
  Nhờ vả một cách khẩn thiết.

- **복권 (danh từ)** : 적혀 있는 숫자나 기호가 추첨한 것과 일치하면 상금이나 상품을 받을 수 있게 만든 표.
  vé số
  Vé được làm ra để có thể nhận được phần thưởng hay tiền thưởng nếu ký hiệu hay con số ghi trên đó đồng nhất với cái được bốc thăm.

- **에** : 앞말이 어떤 행위나 작용이 미치는 대상임을 나타내는 조사.
  cho, vào
  Trợ từ (tiểu từ) thể hiện từ ngữ phía trước là đối tượng mà hành vi hay tác động nào đó đạt đến.

- **한 (định từ)** : 하나의.
  một
  Thuộc một.

- **번 (danh từ)** : 일의 횟수를 세는 단위.
  lần
  Đơn vị đếm số lần của công việc.

- **만** : 다른 것은 제외하고 어느 것을 한정함을 나타내는 조사.
  chỉ
  Trợ từ thể hiện sự loại trừ cái khác và hạn định cái nào đó.

- **당첨되다 (động từ)** : 여럿 가운데 어느 하나를 골라잡는 추첨에서 뽑히다.
  được trúng thưởng, được trúng giải
  Được chọn ra khi bốc thăm để chọn ra một trong số đông.

- **-게 하다** : 다른 사람의 어떤 행동을 허용하거나 허락함을 나타내는 표현.
  cho
  Cấu trúc thể hiện sự cho phép hay đồng ý hành động nào đó của người khác.

- **-여 주다** : 남을 위해 앞의 말이 나타내는 행동을 함을 나타내는 표현.
  giúp, hộ, giùm
  Cấu trúc thể hiện việc thực hiện hành động mà từ ngữ phía trước thể hiện vì người khác.

• -세요 : (두루높임으로) 설명, 의문, 명령, 요청의 뜻을 나타내는 종결 어미.
　... không?, hãy
(cách nói kính trọng phổ biến) Vĩ tố kết thúc câu thể hiện nghĩa giải thích, nghi vấn, mệnh lệnh, yêu cầu.

그렇+게 <u>기도하</u>+[ㄴ 지] 육 개월+이 되+었+지만 남자+의 소원+은 <u>이루어지</u>+[지 않]+았+다.
　　　　　　기도한 지　　　　　　　　　　　　　　　　　　이뤄지지 않았다

• 그렇다 (Tính từ) : 상태, 모양, 성질 등이 그와 같다.
　như thế, như vậy
Tính chất, hình dạng hay trạng thái giống như thế.

• -게 : 앞의 말이 뒤에서 가리키는 일의 목적이나 결과, 방식, 정도 등이 됨을 나타내는 연결 어미.
　để, nhằm
Vĩ tố liên kết thể hiện vế trước trở thành mục đích hay kết quả, phương thức, mức độ của sự việc chỉ ra ở sau.

• 기도하다 (động từ) : 바라는 바가 이루어지도록 절대적 존재 혹은 신앙의 대상에게 빌다.
　cầu nguyện, cầu xin
Cầu xin đấng tối cao hoặc đối tượng của tín ngưỡng để điều mong ước được thực hiện.

• -ㄴ 지 : 앞의 말이 나타내는 행동을 한 후 시간이 얼마나 지났는지를 나타내는 표현.
　từ lúc, kể từ lúc… (được…)
Cấu trúc thể hiện thời gian đã qua bao lâu sau khi thực hiện hành động mà vế trước thể hiện.

• 육 (định từ) : 여섯의.
　sáu
Thuộc sáu.

• 개월 (danh từ) : 달을 세는 단위.
　tháng
Đơn vị đếm tháng.

• 이 : 바뀌게 되는 대상이나 부정하는 대상임을 나타내는 조사.
　Không có từ tương ứng
Trợ từ (tiểu từ) thể hiện đối tượng được biến đổi hoặc đối tượng phủ định.

• 되다 (động từ) : 어떤 때나 시기, 상태에 이르다.
　đến, hết
Đến lúc, thời kì hay trạng thái nào đó.

• -었- : 어떤 사건이 과거에 완료되었거나 그 사건의 결과가 현재까지 지속되는 상황을 나타내는 어미.

đã

Vĩ tố thể hiện tình huống mà sự kiện nào đó đã hoàn thành trong quá khứ hoặc kết quả của sự kiện đó được tiếp tục đến hiện tại.

• -지만 : 앞에 오는 말을 인정하면서 그와 반대되거나 다른 사실을 덧붙일 때 쓰는 연결 어미.

nhưng

Vĩ tố liên kết dùng khi công nhận vế trước đồng thời thêm vào sự việc đối lập hoặc khác với điều đó.

• **남자 (danh từ)** : 남성으로 태어난 사람.

nam giới

Người sinh ra với giới tính là nam.

• 의 : 앞의 말이 뒤의 말에 대하여 소유, 소속, 소재, 관계, 기원, 주체의 관계를 가짐을 나타내는 조사.

của

Trợ từ thể hiện từ ngữ phía trước có quan hệ về sở hữu, nơi trực thuộc, chất liệu, quan hệ, nguồn gốc, chủ thể đối với từ ngữ phía sau.

• **소원 (danh từ)** : 어떤 일이 이루어지기를 바람. 또는 바라는 그 일.

sự ước mơ, sự cầu mong, mơ ước, nguyện vọng

Sự mong ước đạt được một điều gì đó. Hoặc điều mong ước như vậy.

• 은 : 문장 속에서 어떤 대상이 화제임을 나타내는 조사.

Không có từ tương ứng

Trợ từ (tiểu từ) thể hiện việc đối tượng nào đó là chủ đề câu chuyện trong câu.

• **이루어지다 (động từ)** : 원하거나 뜻하는 대로 되다.

đạt được

Trở thành như mong muốn hoặc ý muốn.

• -지 않다 : 앞의 말이 나타내는 행위나 상태를 부정하는 뜻을 나타내는 표현.

không, chẳng

Cấu trúc thể hiện nghĩa phủ định trạng thái hay hành vi mà từ ngữ phía trước diễn đạt.

• -았- : 어떤 사건이 과거에 완료되었거나 그 사건의 결과가 현재까지 지속되는 상황을 나타내는 어미.

đã

Vĩ tố thể hiện tình huống mà sự kiện nào đó đã hoàn thành trong quá khứ hoặc kết quả của sự kiện đó được tiếp tục đến hiện tại.

• -다 : 어떤 사건이나 사실, 상태를 서술함을 나타내는 종결 어미.

Không có từ tương ứng

Vĩ tố kết thúc câu thể hiện sự trần thuật sự kiện, sự việc hay trạng thái nào đó.

남자+는 너무나 <u>지치+어서</u> 하나님+이 <u>원망스럽(원망스러우)+어지+기</u> <u>시작하+였+다</u>.
지쳐서   **원망스러워지기**   **시작했다**

- **남자 (danh từ)** : 남성으로 태어난 사람.
  nam giới
  Người sinh ra với giới tính là nam.

- **는** : 문장 속에서 어떤 대상이 화제임을 나타내는 조사.
  Không có từ tương ứng
  Trợ từ (tiểu từ) thể hiện việc đối tượng nào đó là chủ đề câu chuyện trong câu.

- **너무나 (phó từ)** : (강조하는 말로) 너무.
  quá đỗi
  (cách nói nhấn mạnh) Quá.

- **지치다 (động từ)** : 힘든 일을 하거나 어떤 일에 시달려서 힘이 없다.
  kiệt sức, mệt mỏi
  Không có sức vì làm việc vất vả hay bị phiền nhiễu bởi việc gì đó.

- **-어서** : 이유나 근거를 나타내는 연결 어미.
  nên
  Vĩ tố liên kết thể hiện lý do hay căn cứ.

- **하나님 (danh từ)** : 기독교에서 믿는 신을 개신교에서 부르는 이름.
  Chúa trời
  Tên mà đạo Tin Lành gọi vị thần tín ngưỡng, trong Cơ đốc giáo.

- **이** : 어떤 상태나 상황의 대상이나 동작의 주체를 나타내는 조사.
  Không có từ tương ứng
  Trợ từ (tiểu từ) thể hiện chủ thể của động tác hoặc đối tượng được đặt trong trạng thái hay tình huống nào đó.

- **원망스럽다 (Tính từ)** : 마음에 들지 않아서 탓하거나 미워하는 마음이 있다.
  oán giận, oán trách
  Không hài lòng nên đổ tại hoặc cảm thấy ghét.

- **-어지다** : 앞에 오는 말이 나타내는 상태로 점점 되어 감을 나타내는 표현.
  trở nên
  Cấu trúc thể hiện việc dần dần trở thành trạng thái mà lời nói phía trước thể hiện.

- **-기** : 앞의 말이 명사의 기능을 하게 하는 어미.
  sự, việc
  Vĩ tố làm cho từ ngữ ở trước có chức năng của danh từ.

- **시작하다 (động từ)** : 어떤 일이나 행동의 처음 단계를 이루거나 이루게 하다.
  bắt đầu
  Thực hiện hay cho thực hiện giai đoạn đầu của một việc hay hành động nào đó.

- **-였-** : 어떤 사건이 과거에 완료되었거나 그 사건의 결과가 현재까지 지속되는 상황을 나타내는 어미.
  đã
  Vĩ tố thể hiện tình huống mà sự kiện nào đó đã hoàn thành trong quá khứ hoặc kết quả của sự kiện đó được tiếp tục đến hiện tại.

- **-다** : 어떤 사건이나 사실, 상태를 서술함을 나타내는 종결 어미.
  Không có từ tương ứng
  Vĩ tố kết thúc câu thể hiện sự trần thuật sự kiện, sự việc hay trạng thái nào đó.

남자 : 이렇+게+까지 기도하+는데 못 듣(들)+[은 척하]+시+는 무심하+ㄴ
　　　　　　　　　　　　　　　　　들은 척하시는 　　　　무심한

　　　 하나님, 정말 너무하+세요.

- **이렇다 (Tính từ)** : 상태, 모양, 성질 등이 이와 같다.
  như thế này
  Trạng thái, hình dạng, tính chất... giống với điều này.

- **-게** : 앞의 말이 뒤에서 가리키는 일의 목적이나 결과, 방식, 정도 등이 됨을 나타내는 연결 어미.
  để, nhằm
  Vĩ tố liên kết thể hiện vế trước trở thành mục đích hay kết quả, phương thức, mức độ của sự việc chỉ ra ở sau.

- **까지** : 정상적인 정도를 지나침을 나타내는 조사.
  đến mức, đến tận
  Trợ từ thể hiện sự vượt quá mức độ thông thường.

- **기도하다 (động từ)** : 바라는 바가 이루어지도록 절대적 존재 혹은 신앙의 대상에게 빌다.
  cầu nguyện, cầu xin
  Cầu xin đấng tối cao hoặc đối tượng của tín ngưỡng để điều mong ước được thực hiện.

- **-는데** : 뒤의 말을 하기 위하여 그 대상과 관련이 있는 상황을 미리 말함을 나타내는 연결 어미.
  Không có từ tương ứng
  Vĩ tố liên kết thể hiện việc nói trước tình huống có liên quan đến đối tượng để nói tiếp lời phía sau.

• 못 (phó từ) : 동사가 나타내는 동작을 할 수 없게.
  không… được
  Không thể thực hiện được động tác mà động từ thể hiện.

• 듣다 (động từ) : 다른 사람의 말이나 소리 등에 귀를 기울이다.
  lắng nghe
  Lắng tai nghe âm thanh hay lời của người khác.

• -은 척하다 : 실제로 그렇지 않은데도 어떤 행동이나 상태를 거짓으로 꾸밈을 나타내는 표현.
  làm ra vẻ, vờ, giả vờ, giả bộ
  Cấu trúc thể hiện sự thêu dệt nên hành động hay trạng thái nào đó bằng sự dối trá mặc dù thực tế không phải như vậy.

• -시- : 어떤 동작이나 상태의 주체를 높이는 뜻을 나타내는 어미.
  Không có từ tương ứng
  Vĩ tố thể hiện nghĩa kính trọng chủ thể của động tác hay trạng thái nào đó.

• -는 : 앞의 말이 관형어의 기능을 하게 만들고 사건이나 동작이 현재 일어남을 나타내는 어미.
  mà
  Vĩ tố làm cho từ ngữ phía trước có chức năng định ngữ và thể hiện sự kiện hay động tác xảy ra ở hiện tại.

• 무심하다 (Tính từ) : 어떤 일이나 사람에 대하여 걱정하는 마음이나 관심이 없다.
  vô tâm
  Không có sự quan tâm hay lòng lo lắng về việc hay người nào đó.

• -ㄴ : 앞의 말이 관형어의 기능을 하게 만들고 현재의 상태를 나타내는 어미.
  mà
  Vĩ tố khiến cho từ ngữ phía trước có chức năng định ngữ và thể hiện sự kiện hay động tác được hoàn thành thì trạng thái đó vẫn đang được duy trì.

• 하나님 (danh từ) : 기독교에서 믿는 신을 개신교에서 부르는 이름.
  Chúa trời
  Tên mà đạo Tin Lành gọi vị thần tín ngưỡng, trong Cơ đốc giáo.

• 정말 (phó từ) : 거짓이 없이 진짜로.
  thật sự, thực sự
  Một cách chân thật không có sự giả dối.

• 너무하다 (Tính từ) : 일정한 정도나 한계를 넘어서 지나치다.
  quá đáng
  Vượt giới hạn hay mức độ nhất định một cách quá mức

• -세요 : (두루높임으로) 설명, 의문, 명령, 요청의 뜻을 나타내는 종결 어미.

  ... không?, hãy

(cách nói kính trọng phổ biến) Vĩ tố kết thúc câu thể hiện nghĩa giải thích, nghi vấn, mệnh lệnh, yêu cầu.

남자 : 제+가 매일 밤 애원하+며 <u>기도하+였+는데</u> 왜 아무런 응답+이
                             기도했는데

        <u>없+으시+ㄴ가요</u>?
        없으신가요

• 제 (đại từ) : 말하는 사람이 자신을 낮추어 가리키는 말인 '저'에 조사 '가'가 붙을 때의 형태.

  tôi, em, con, cháu

Hình thái khi gắn trợ từ 가 vào 저 là từ chỉ người nói hạ thấp mình.

• 가 : 어떤 상태나 상황에 놓인 대상이나 동작의 주체를 나타내는 조사.

  Không có từ tương ứng

Trợ từ (tiểu từ) thể hiện chủ thể của động tác hoặc đối tượng được đặt trong trạng thái hay tình huống nào đó.

• 매일 (phó từ) : 하루하루마다 빠짐없이.

  mỗi ngày

Từng ngày từng ngày một mà không bỏ sót.

• 밤 (danh từ) : 해가 진 후부터 다음 날 해가 뜨기 전까지의 어두운 동안.

  đêm

Khoảng thời gian tối từ lúc mặt trời lặn đến lúc mặt trời mọc ngày hôm sau.

• 애원하다 (động từ) : 요청이나 소원을 들어 달라고 애처롭게 사정하여 간절히 부탁하다.

  van nài, nài nỉ

Giãi bày sự tình một cách đáng thương và nhờ vả một cách khẩn thiết để xin đáp ứng yêu cầu hay nguyện vọng.

• -며 : 두 가지 이상의 동작이나 상태가 함께 일어남을 나타내는 연결 어미.

  vừa… vừa…

Vĩ tố liên kết thể hiện việc hai động tác hay trạng thái trở lên cùng xảy ra.

• 기도하다 (động từ) : 바라는 바가 이루어지도록 절대적 존재 혹은 신앙의 대상에게 빌다.

  cầu nguyện, cầu xin

Cầu xin đẳng tối cao hoặc đối tượng của tín ngưỡng để điều mong ước được thực hiện.

• -였- : 어떤 사건이 과거에 완료되었거나 그 사건의 결과가 현재까지 지속되는 상황을 나타내는 어미.
 đã
 Vĩ tố thể hiện tình huống mà sự kiện nào đó đã hoàn thành trong quá khứ hoặc kết quả của sự kiện đó được tiếp tục đến hiện tại.

• -는데 : 뒤의 말을 하기 위하여 그 대상과 관련이 있는 상황을 미리 말함을 나타내는 연결 어미.
 Không có từ tương ứng
 Vĩ tố liên kết thể hiện việc nói trước tình huống có liên quan đến đối tượng để nói tiếp lời phía sau.

• 왜 (phó từ) : 무슨 이유로. 또는 어째서.
 tại sao, vì sao
 Với lý do gì. Hoặc làm sao chứ.

• 아무런 (định từ) : 전혀 어떠한.
 bất kì
 Hoàn toàn thế nào đó.

• 응답 (danh từ) : 부름이나 물음에 답함.
 sự ứng đáp, sự trả lời
 Sự đáp lại lời gọi hay câu hỏi.

• 이 : 어떤 상태나 상황의 대상이나 동작의 주체를 나타내는 조사.
 Không có từ tương ứng
 Trợ từ (tiểu từ) thể hiện chủ thể của động tác hoặc đối tượng được đặt trong trạng thái hay tình huống nào đó.

• 없다 (Tính từ) : 어떤 사실이나 현상이 현실로 존재하지 않는 상태이다.
 không có
 Là trạng thái mà sự việc hay hiện tượng nào đó không tồn tại trong hiện thực.

• -으시- : 높이고자 하는 인물과 관계된 소유물이나 신체의 일부가 문장의 주어일 때 그 인물을 높이는 뜻을 나타내는 어미.
 Không có từ tương ứng
 Vĩ tố thể hiện nghĩa kính trọng nhân vật khi nhân vật mà mình muốn kính trọng và vật sở hữu hay một phần thân thể có liên quan là chủ ngữ của câu.

• -ㄴ가요 : (두루높임으로) 현재의 사실에 대한 물음을 나타내는 종결 어미.
 à?, … không?
 (cách nói kính trọng phổ biến) Vĩ tố kết thúc câu thể hiện việc hỏi về sự việc hiện tại.

그리하+자 보+[다 못하]+여 답답하+ㄴ 하나님+께서 남자+에게 이렇+게 말씀하+시+었+다.
그러자   보다 못해   답답한   말씀하셨다

• **그리하다 (động từ)** : 앞에서 일어난 일이나 말한 것과 같이 그렇게 하다.
  làm như thế
  Làm như điều đã nói hoặc việc đã xảy ra trước đó.

• **-자** : 앞의 말이 나타내는 동작이 끝난 뒤 곧 뒤의 말이 나타내는 동작이 잇따라 일어남을 나타내는 연결 어미.
  vừa... thì..., vừa... liền...
  Vĩ tố liên kết thể hiện sau khi động tác mà vế trước diễn đạt kết thúc thì động tác mà vế sau diễn đạt xảy ra tiếp theo.

• **보다 (động từ)** : 눈으로 대상의 존재나 겉모습을 알다.
  nhìn, ngắm, xem
  Biết được sự tồn tại hay vẻ bề ngoài của đối tượng bằng mắt.

• **-다 못하다** : 앞의 말이 나타내는 행동을 더 이상 계속할 수 없음을 나타내는 표현.
  không thể.. hơn nữa
  Cấu trúc thể hiện việc không thể tiếp tục hơn nữa hành động mà từ ngữ phía trước thể hiện.

• **-여** : 앞에 오는 말이 뒤에 오는 말에 대한 원인이나 이유임을 나타내는 연결 어미.
  nên
  Vĩ tố liên kết thể hiện vế trước là nguyên nhân hay lí do đối với vế sau.

• **답답하다 (Tính từ)** : 다른 사람의 태도나 상황이 마음에 차지 않아 안타깝다.
  bực bội
  Không vừa lòng với thái độ hay tình trạng của người khác nên cảm thấy đáng tiếc

• **-ㄴ** : 앞의 말이 관형어의 기능을 하게 만들고 현재의 상태를 나타내는 어미.
  mà
  Vĩ tố khiến cho từ ngữ phía trước có chức năng định ngữ và thể hiện sự kiện hay động tác được hoàn thành thì trạng thái đó vẫn đang được duy trì.

• **하나님 (danh từ)** : 기독교에서 믿는 신을 개신교에서 부르는 이름.
  Chúa trời
  Tên mà đạo Tin Lành gọi vị thần tín ngưỡng, trong Cơ đốc giáo.

• **께서** : (높임말로) 가. 이. 어떤 동작의 주체가 높여야 할 대상임을 나타내는 조사.
  Không có từ tương ứng
  (cách nói kính trọng) Kính ngữ của 이/가. Trợ từ thể hiện chủ thể của hành động nào đó là đối tượng phải kính trọng.

• **남자 (danh từ)** : 남성으로 태어난 사람.
  nam giới
  Người sinh ra với giới tính là nam.

• 에게 : 어떤 행동이 미치는 대상임을 나타내는 조사.
  cho
  Trợ từ thể hiện đối tượng mà hành động nào đó tác động đến.

• **이렇다 (Tính từ)** : 상태, 모양, 성질 등이 이와 같다.
  như thế này
  Trạng thái, hình dạng, tính chất... giống với điều này.

• -게 : 앞의 말이 뒤에서 가리키는 일의 목적이나 결과, 방식, 정도 등이 됨을 나타내는 연결 어미.
  để, nhằm
  Vĩ tố liên kết thể hiện vế trước trở thành mục đích hay kết quả, phương thức, mức độ của sự việc chỉ ra ở sau.

• **말씀하다 (động từ)** : (높임말로) 말하다.
  thưa, nói
  (cách nói kính trọng) Nói.

• -시- : 어떤 동작이나 상태의 주체를 높이는 뜻을 나타내는 어미.
  Không có từ tương ứng
  Vĩ tố thể hiện nghĩa kính trọng chủ thể của động tác hay trạng thái nào đó.

• -었- : 어떤 사건이 과거에 완료되었거나 그 사건의 결과가 현재까지 지속되는 상황을 나타내는 어미.
  đã
  Vĩ tố thể hiện tình huống mà sự kiện nào đó đã hoàn thành trong quá khứ hoặc kết quả của sự kiện đó được tiếp tục đến hiện tại.

• -다 : 어떤 사건이나 사실, 상태를 서술함을 나타내는 종결 어미.
  Không có từ tương ứng
  Vĩ tố kết thúc câu thể hiện sự trần thuật sự kiện, sự việc hay trạng thái nào đó.

> 하나님 : 일단 복권+을 <u>사+라는</u> 말+이+야.
> **사란**

• **일단 (phó từ)** : 우선 먼저.
  Không có từ tương ứng
  Trước hết.

• **복권 (danh từ)** : 적혀 있는 숫자나 기호가 추첨한 것과 일치하면 상금이나 상품을 받을 수 있게 만든 표.
  vé số
  Vé được làm ra để có thể nhận được phần thưởng hay tiền thưởng nếu ký hiệu hay con số ghi trên đó đồng nhất với cái được bốc thăm.

• 을 : 동작이 직접적으로 영향을 미치는 대상을 나타내는 조사.

Không có từ tương ứng

Trợ từ (tiểu từ) thể hiện đối tượng mà động tác trực tiếp ảnh hưởng đến.

• 사다 (động từ) : 돈을 주고 어떤 물건이나 권리 등을 자기 것으로 만들다.

mua

Trao tiền và biến đồ vật hay quyền lợi... nào đó thành cái của mình.

• -라는 : 명령이나 요청 등의 말을 인용하여 전달하면서 그 뒤에 오는 명사를 꾸며 줄 때 쓰는 표현.

rằng hãy

Cấu trúc dùng khi dẫn và truyền đạt những lời như mệnh lệnh hay yêu cầu, đồng thời bổ nghĩa cho danh từ đứng sau.

• 말 (danh từ) : 다시 강조하거나 확인하는 뜻을 나타내는 말.

Không có từ tương ứng

Từ thể hiện ý nhấn mạnh hay xác nhận lại.

• 이다 : 주어가 지시하는 대상의 속성이나 부류를 지정하는 뜻을 나타내는 서술격 조사.

nào là

Trợ từ vị cách thể hiện sự liệt kê các sự vật đồng thời liên kết theo quan hệ đẳng lập.

• -야 : (두루낮춤으로) 어떤 사실에 대하여 서술하거나 물음을 나타내는 종결 어미.

à, ư

(cách nói hạ thấp phổ biến) Vĩ tố kết thúc câu thể hiện sự tường thuật hay hỏi về sự việc nào đó.

< 16 단원(bài) >

제목 : 왜 먹지 못하지요?

● 본문 (nguyên văn)

요즘 국내에 반려동물을 키우는 사람들이 많아지면서 건강에 좋은 사료를 개발하는 회사들도 점점

늘어나고 있다.

올해 한 사료 회사에서 유기농 원료를 사용한 신제품 개발에 성공하여 투자자를 위한 모임을 개최하게

되었다.

직원 : 이것으로 신제품 사료에 대한 설명을 마치도록 하겠습니다.

　　　지금부터는 투자자분들의 질문을 받도록 하겠습니다.

투자자 : 자세한 설명 잘 들었습니다.

　　　그런데 혹시 그거 사람도 먹을 수 있습니까?

직원 : 사람은 못 먹습니다.

투자자 : 아니, 유기농 원료에 영양가 높고 위생적으로 만든 개 사료라면서

　　　왜 먹지 못하지요?

직원 : 비싸서 절대 못 먹습니다.

● 발음 (sự phát âm)

요즘 국내에 반려동물을 키우는 사람들이 많아지면서 건강에 좋은 사료를 개발하는 회사들도 점점
요즘 궁내에 발려동무를 키우는 사람드리 마나지면서 건강에 조은 사료를 개발하는 회사들도 점점
yojeum gungnaee ballyeodongmureul kiuneun saramdeuri manajimyeonseo geongange joeun
saryoreul gaebalhaneun hoesadeuldo jeomjeom

늘어나고 있다.
느러나고 읻따.
neureonago itda.

올해 한 사료 회사에서 유기농 원료를 사용한 신제품 개발에 성공하여 투자자를 위한 모임을 개최하게
올해 한 사료 회사에서 유기농 월료를 사용한 신제품 개바레 성공하여 투자자를 위한 모이믈 개최하게
olhae han saryo hoesaeseo yuginong wollyoreul sayonghan sinjepum gaebare seonggonghayeo
tujajareul wihan moimeul gaechoehage

되었다.
되얻따.
doeeotda.

직원 : 이것으로 신제품 사료에 대한 설명을 마치도록 하겠습니다.
지권 : 이거스로 신제품 사료에 대한 설명을 마치도록 하겓씀니다.
jigwon : igeoseuro sinjepum saryoe daehan seolmyeongeul machidorok
        hagetseumnida.

   지금부터는 투자자분들의 질문을 받도록 하겠습니다.
   지금부터는 투자자분드리 질무늘 받또록 하겓씀니다.
   jigeumbuteoneun tujajabundeurui(bundeure) jilmuneul batdorok
   hagetseumnida.

투자자 : 자세한 설명 잘 들었습니다.
투자자 : 자세한 설명 잘 드럳씀니다.
tujaja : jasehan seolmyeong jal deureotseumnida.

   그런데 혹시 그거 사람도 먹을 수 있습니까?
   그런데 혹씨 그거 사람도 머글 쑤 읻씀니까?
   geureonde hoksi geugeo saramdo meogeul su itseumnikka?

직원 : 사람은 못 먹습니다.
지권 : 사라믄 몯 먹씀니다.
jigwon : sarameun mot meokseumnida.

투자자 : 아니, 유기농 원료에 영양가 높고 위생적으로 만든 개 사료라면서
투자자 : 아니, 유기농 월료에 영양까 놉꼬 위생저그로 만든 개 사료라면서
tujaja : ani, yuginong wollyoe yeongyangga nopgo wisaengjeogeuro mandeun gae saryoramyeonseo

왜 먹지 못하지요?
왜 먹찌 모타지요?
wae meokji motajiyo?

직원 : 비싸서 절대 못 먹습니다.
지권 : 비싸서 절때 몯 먹씀니다.
jigwon : bissaseo jeoldae mot meokseumnida.

● 어휘 (từ vựng) / 문법 (ngữ pháp)

요즘 국내+에 반려동물+을 키우+는 사람+들+이 많아지+면서 건강+에 좋+은 사료+를 개발하+는

회사+들+도 점점 늘어나+<u>고 있</u>+다.

올해 한 사료 회사+에서 유기농 원료+를 사용하+ㄴ 신제품 개발+에 성공하+여 투자자+를 위하+ㄴ

모임+을 개최하+<u>게 되</u>+었+다.

직원 : 이것+으로 신제품 사료+<u>에 대한</u> 설명+을 마치+<u>도록 하</u>+겠+습니다.

지금+부터+는 투자자+분+들+의 질문+을 받+<u>도록 하</u>+겠+습니다.

투자자 : 자세하+ㄴ 설명 잘 듣(들)+었+습니다.

그런데 혹시 그거 사람+도 먹+<u>을 수 있</u>+습니까?

직원 : 사람+은 못 먹+습니다.

투자자 : 아니, 유기농 원료+에 영양가 높+고 위생적+으로 만들(만드)+ㄴ

개 사료+(이)+라면서 왜 먹+<u>지 못하</u>+지요?

직원 : 비싸+(아)서 절대 못 먹+습니다.

요즘 국내+에 반려동물+을 키우+는 사람+들+이 많아지+면서 건강+에 좋+은 사료+를 개발하+는

회사+들+도 점점 늘어나+[고 있]+다.

• **요즘 (danh từ)** : 아주 가까운 과거부터 지금까지의 사이.
gần đây, dạo gần đây, dạo này
Khoảng thời gian tính từ không lâu trước đây cho đến thời điểm hiện tại.

• **국내 (danh từ)** : 나라의 안.
quốc nội, trong nước, nội địa
Bên trong của đất nước.

• **에** : 앞말이 어떤 장소나 자리임을 나타내는 조사.
ở, tại
Trợ từ (tiểu từ) thể hiện từ ngữ phía trước là địa điểm hay chỗ nào đó.

• **반려동물 (danh từ)**
반려 (danh từ) : 짝이 되는 사람이나 동물.
bạn đời
Con người hay động vật thành đôi với nhau.
동물 (danh từ) : 사람을 제외한 길짐승, 날짐승, 물짐승 등의 움직이는 생물.
động vật, thú vật
Sinh vật chuyển động được trừ con người ra bao gồm loài bò sát, loài biết bay, loài dưới nước.

• **을** : 동작이 직접적으로 영향을 미치는 대상을 나타내는 조사.
Không có từ tương ứng
Trợ từ (tiểu từ) thể hiện đối tượng mà động tác trực tiếp ảnh hưởng đến.

• **키우다 (động từ)** : 동식물을 보살펴 자라게 하다.
nuôi, trồng
Chăm sóc và làm cho động thực vật lớn lên.

• **-는** : 앞의 말이 관형어의 기능을 하게 만들고 사건이나 동작이 현재 일어남을 나타내는 어미.
mà
Vĩ tố làm cho từ ngữ phía trước có chức năng định ngữ và thể hiện sự kiện hay động tác xảy ra ở hiện tại.

• **사람 (danh từ)** : 생각할 수 있으며 언어와 도구를 만들어 사용하고 사회를 이루어 사는 존재.
con người
Thực thể có thể suy nghĩ, làm ra ngôn ngữ và công cụ, sống tạo nên xã hội.

• 들 : '복수'의 뜻을 더하는 접미사.

những, các

Hậu tố thêm nghĩa 'số nhiều'.

• 이 : 어떤 상태나 상황의 대상이나 동작의 주체를 나타내는 조사.

Không có từ tương ứng

Trợ từ (tiểu từ) thể hiện chủ thể của động tác hoặc đối tượng của trạng thái hay tình huống nào đó.

• 많아지다 (động từ) : 수나 양 등이 적지 아니하고 일정한 기준을 넘게 되다.

trở nên nhiều

Số hay lượng không ít và trở nên vượt quá tiêu chuẩn nhất định.

• -면서 : 두 가지 이상의 동작이나 상태가 함께 일어남을 나타내는 연결 어미.

vừa...vừa

Vĩ tố liên kết thể hiện hai động tác hay trạng thái trở lên cùng xảy ra.

• 건강 (danh từ) : 몸이나 정신이 이상이 없이 튼튼한 상태.

sự khỏe mạnh, sức khỏe

Trạng thái tinh thần hay cơ thể khỏe khoắn không có gì bất thường.

• 에 : 앞말이 무엇의 목적이나 목표임을 나타내는 조사.

đối với, cho, vào

Trợ từ (tiểu từ) thể hiện từ ngữ phía trước là mục đích hay mục tiêu của điều gì đó.

• 좋다 (Tính từ) : 어떤 것이 몸이나 건강을 더 나아지게 하는 성질이 있다.

tốt

Cái gì đó có tính chất làm cho cơ thể hay sức khỏe tốt lên.

• -은 : 앞의 말이 관형어의 기능을 하게 만들고 현재의 상태를 나타내는 어미.

đã

Vĩ tố làm cho từ ngữ phía trước có chức năng định ngữ và thể hiện trạng thái hiện tại.

• 사료 (danh từ) : 집이나 농장 등에서 기르는 동물에게 주는 먹이.

thức ăn gia súc

Thức ăn cho động vật nuôi ở nhà hay nông trại.

• 를 : 동작이 직접적으로 영향을 미치는 대상을 나타내는 조사.

Không có từ tương ứng

Trợ từ (tiểu từ) thể hiện đối tượng mà động tác trực tiếp ảnh hưởng đến.

• 개발하다 (động từ) : 새로운 물건을 만들거나 새로운 생각을 내놓다.

phát minh, mở mang

Nghĩ ra hay làm ra đồ vật mới.

• -는 : 앞의 말이 관형어의 기능을 하게 만들고 사건이나 동작이 현재 일어남을 나타내는 어미.

mà

Vĩ tố làm cho từ ngữ phía trước có chức năng định ngữ và thể hiện sự kiện hay động tác xảy ra ở hiện tại.

• 회사 (danh từ) : 사업을 통해 이익을 얻기 위해 여러 사람이 모여 만든 법인 단체.

công ty

Tổ chức pháp nhân mà nhiều người tập hợp lại làm ra nhằm tìm kiếm lợi nhuận thông qua việc kinh doanh.

• 들 : '복수'의 뜻을 더하는 접미사.

những, các

Hậu tố thêm nghĩa 'số nhiều'.

• 도 : 이미 있는 어떤 것에 다른 것을 더하거나 포함함을 나타내는 조사.

cũng

Trợ từ thể hiện sự thêm vào hoặc bao gồm cái khác vào cái nào đó đã có sẵn.

• 점점 (phó từ) : 시간이 지남에 따라 정도가 조금씩 더.

dần dần, dần

Mức độ mà tăng thêm từng chút một theo thời gian trôi qua.

• 늘어나다 (động từ) : 부피나 수량이나 정도가 원래보다 점점 커지거나 많아지다.

tăng lên

Khối lượng, số lượng hay mức độ dần dần trở nên nhiều hoặc lớn hơn ban đầu.

• -고 있다 : 앞의 말이 나타내는 행동이 계속 진행됨을 나타내는 표현.

đang

Cấu trúc thể hiện hành động mà từ ngữ phía trước diễn đạt được tiếp tục tiến hành.

• -다 : 어떤 사건이나 사실, 상태를 서술함을 나타내는 종결 어미.

Không có từ tương ứng

Vĩ tố kết thúc câu thể hiện sự trần thuật sự kiện, sự việc hay trạng thái nào đó.

올해 한 사료 회사+에서 유기농 원료+를 <u>사용하+ㄴ</u> 신제품 개발+에 성공하+여 투자자+를 <u>위하+ㄴ</u>
　　　　　　　　　　　　　　　　　사용한　　　　　　　　　　　　　　　　　　　위한

모임+을 개최하+[게 되]+었+다.

• 올해 (danh từ) : 지금 지나가고 있는 이 해.

năm nay

Năm mà bây giờ đang trải qua.

• **한 (định từ)** : 여럿 중 하나인 어떤.
  nào đó
  Một cái nào đó trong số nhiều cái.

• **사료 (danh từ)** : 집이나 농장 등에서 기르는 동물에게 주는 먹이.
  thức ăn gia súc
  Thức ăn cho động vật nuôi ở nhà hay nông trại.

• **회사 (danh từ)** : 사업을 통해 이익을 얻기 위해 여러 사람이 모여 만든 법인 단체.
  công ty
  Tổ chức pháp nhân mà nhiều người tập hợp lại làm ra nhằm tìm kiếm lợi nhuận thông qua việc kinh doanh.

• **에서** : 앞말이 주어임을 나타내는 조사.
  do, bởi
  Trợ từ thể hiện từ trước đó là chủ ngữ.

• **유기농 (danh từ)** : 화학 비료나 농약을 쓰지 않고 생물의 작용으로 만들어진 것만을 사용하는 방식의 농업.
  nông nghiệp hữu cơ
  Nền nông nghiệp được tiến hành theo phương thức không sử dụng phân hóa học hay thuốc hóa học, mà chỉ sử dụng những thứ được tạo thành nhờ tác dụng của sinh vật.

• **원료 (danh từ)** : 어떤 것을 만드는 데 들어가는 재료.
  nguyên liệu
  Vật liệu được dùng vào việc làm ra thứ gì đó.

• **를** : 동작이 직접적으로 영향을 미치는 대상을 나타내는 조사.
  Không có từ tương ứng
  Trợ từ (tiểu từ) thể hiện đối tượng mà động tác trực tiếp ảnh hưởng đến.

• **사용하다 (động từ)** : 무엇을 필요한 일이나 기능에 맞게 쓰다.
  sử dụng
  Dùng cái gì đó đúng chức năng hay việc cần thiết.

• **-ㄴ** : 앞의 말이 관형어의 기능을 하게 만들고 사건이나 동작이 완료되어 그 상태가 유지되고 있음을 나타내는 어미.
  Không có từ tương ứng
  Vĩ tố làm cho từ ngữ phía trước có chức năng định ngữ và thể hiện sự kiện hay động tác đã hoàn thành và trạng thái đó đang được duy trì.

• **신제품 (danh từ)** : 새로 만든 제품.
  sản phẩm mới
  Sản phẩm làm mới.

• **개발** (danh từ) : 새로운 물건을 만들거나 새로운 생각을 내놓음.
  sự phát minh, sự mở mang
  Việc tạo ra những đồ vật mới hoặc nảy ra những suy nghĩ mới.

• **에** : 앞말이 어떤 행위나 감정 등의 대상임을 나타내는 조사.
  đối với, về
  Trợ từ (tiểu từ) thể hiện từ ngữ phía trước là đối tượng của hành vi hay tình cảm... nào đó.

• **성공하다** (động từ) : 원하거나 목적하는 것을 이루다.
  thành công
  Đạt được điều mong muốn hay mục đích nhắm tới.

• **-여** : 앞에 오는 말이 뒤에 오는 말에 대한 원인이나 이유임을 나타내는 연결 어미.
  nên
  Vĩ tố liên kết thể hiện vế trước là nguyên nhân hay lí do đối với vế sau.

• **투자자** (danh từ) : 이익을 얻기 위해 어떤 일이나 사업에 돈을 대거나 시간이나 정성을 쏟는 사람.
  nhà đầu tư
  Người dồn thời gian, công sức hay tiền bạc cho công việc kinh doanh hay việc nào đó để nhận được lợi ích.

• **를** : 동작이 직접적으로 영향을 미치는 대상을 나타내는 조사.
  Không có từ tương ứng
  Trợ từ (tiểu từ) thể hiện đối tượng mà động tác trực tiếp ảnh hưởng đến.

• **위하다** (động từ) : 무엇을 이롭게 하거나 도우려 하다.
  vì, để, cho
  Làm một điều gì đó có ích cho một đối tượng nào đó.

• **-ㄴ** : 앞의 말이 관형어의 기능을 하게 만들고 사건이나 동작이 완료되어 그 상태가 유지되고 있음을 나타내는 어미.
  Không có từ tương ứng
  Vĩ tố làm cho từ ngữ phía trước có chức năng định ngữ và thể hiện sự kiện hay động tác đã hoàn thành và trạng thái đó đang được duy trì.

• **모임** (danh từ) : 어떤 일을 하기 위하여 여러 사람이 모이는 일.
  cuộc gặp mặt, cuộc họp
  Việc nhiều người tập hợp để làm việc nào đó.

• **을** : 동작이 직접적으로 영향을 미치는 대상을 나타내는 조사.
  Không có từ tương ứng
  Trợ từ (tiểu từ) thể hiện đối tượng mà động tác trực tiếp ảnh hưởng đến.

• **개최하다 (động từ)** : 모임, 행사, 경기 등을 조직적으로 계획하여 열다.
tổ chức
Lên kế hoạch và tổ chức hội nghị, sự kiện, trận đấu một cách bài bản.

• **-게 되다** : 앞의 말이 나타내는 상태나 상황이 됨을 나타내는 표현.
trở nên, được
Cấu trúc thể hiện sự trở thành trạng thái hay tình huống mà từ ngữ phía trước thể hiện.

• **-었-** : 어떤 사건이 과거에 완료되었거나 그 사건의 결과가 현재까지 지속되는 상황을 나타내는 어미.
đã
Vĩ tố thể hiện tình huống mà sự kiện nào đó đã hoàn thành trong quá khứ hoặc kết quả của sự kiện đó được tiếp tục đến hiện tại.

• **-다** : 어떤 사건이나 사실, 상태를 서술함을 나타내는 종결 어미.
Không có từ tương ứng
Vĩ tố kết thúc câu thể hiện sự trần thuật sự kiện, sự việc hay trạng thái nào đó.

직원 : 이것+으로 신제품 사료+[에 대한] 설명+을 마치+[도록 하]+겠+습니다.

• **이것 (đại từ)** : 바로 앞에서 이야기한 대상을 가리키는 말.
cái này, điều này
Từ chỉ đối tượng vừa nói ở ngay phía trước.

• **으로** : 어떤 일의 방법이나 방식을 나타내는 조사.
bằng
Trợ từ thể hiện phương pháp hay phương thức của việc nào đó.

• **신제품 (danh từ)** : 새로 만든 제품.
sản phẩm mới
Sản phẩm làm mới.

• **사료 (danh từ)** : 집이나 농장 등에서 기르는 동물에게 주는 먹이.
thức ăn gia súc
Thức ăn cho động vật nuôi ở nhà hay nông trại.

• **에 대한** : 뒤에 오는 명사를 수식하며 앞에 오는 명사를 뒤에 오는 명사의 대상으로 함을 나타내는 표현.
đối với, về
Cấu trúc thể hiện việc lấy danh từ đứng trước làm đối tượng của danh từ đứng sau và bổ nghĩa cho danh từ đứng sau.

- 설명 (danh từ) : 어떤 것을 남에게 알기 쉽게 풀어 말함. 또는 그런 말.
  việc giải thích, việc trình bày, lời giải thích, lời trình bày
  Việc nói cái gì đó cho người khác một cách dễ hiểu. Hoặc lời nói đó.

- 을 : 동작이 직접적으로 영향을 미치는 대상을 나타내는 조사.
  Không có từ tương ứng
  Trợ từ (tiểu từ) thể hiện đối tượng mà động tác trực tiếp ảnh hưởng đến.

- 마치다 (động từ) : 하던 일이나 과정이 끝나다. 또는 그렇게 하다.
  kết thúc, chấm dứt, làm xong
  Quá trình hay việc đang làm kết thúc. Hoặc khiến cho như vậy.

- -도록 하다 : 말하는 사람이 어떤 행위를 할 것이라는 의지나 다짐을 나타내는 표현.
  sẽ
  Cấu trúc thể hiện sự chắc chắn hoặc ý chí rằng người nói sẽ thực hiện hành động nào đó.

- -겠- : 완곡하게 말하는 태도를 나타내는 어미.
  chắc là, được không
  Vĩ tố thể hiện thái độ nói quanh co.

- -습니다 : (아주높임으로) 현재의 동작이나 상태, 사실을 정중하게 설명함을 나타내는 종결 어미.
  Không có từ tương ứng
  (cách nói rất kính trọng) Vĩ tố kết thúc câu thể hiện sự thuyết minh động tác, trạng thái hay sự việc ở hiện tại một cách trịnh trọng.

직원 : 지금+부터+는 투자자+분+들+의 질문+을 받+[도록 하]+겠+습니다.

- 지금 (danh từ) : 말을 하고 있는 바로 이때.
  bây giờ
  Chính lúc đang nói.

- 부터 : 어떤 일의 시작이나 처음을 나타내는 조사.
  từ
  Trợ từ thể hiện sự bắt đầu hay khởi đầu của một việc nào đó.

- 는 : 문장 속에서 어떤 대상이 화제임을 나타내는 조사.
  Không có từ tương ứng
  Trợ từ (tiểu từ) thể hiện việc đối tượng nào đó là chủ đề câu chuyện trong câu.

• 투자자 (danh từ) : 이익을 얻기 위해 어떤 일이나 사업에 돈을 대거나 시간이나 정성을 쏟는 사람.
nhà đầu tư
Người dồn thời gian, công sức hay tiền bạc cho công việc kinh doanh hay việc nào đó để nhận được lợi ích.

• 분 : '높임'의 뜻을 더하는 접미사.
vị, ngài
Hậu tố thêm nghĩa 'đề cao'.

• 들 : '복수'의 뜻을 더하는 접미사.
những, các
Hậu tố thêm nghĩa 'số nhiều'.

• 의 : 앞의 말이 뒤의 말에 대하여 소유, 소속, 소재, 관계, 기원, 주체의 관계를 가짐을 나타내는 조사.
của
Trợ từ thể hiện từ ngữ phía trước có quan hệ về sở hữu, nơi trực thuộc, chất liệu, quan hệ, nguồn gốc, chủ thể đối với từ ngữ phía sau.

• 질문 (danh từ) : 모르는 것이나 알고 싶은 것을 물음.
việc hỏi, việc chất vấn, câu hỏi
Việc hỏi điều mà mình không biết hay điều muốn biết.

• 을 : 동작이 직접적으로 영향을 미치는 대상을 나타내는 조사.
Không có từ tương ứng
Trợ từ (tiểu từ) thể hiện đối tượng mà động tác trực tiếp ảnh hưởng đến.

• 받다 (động từ) : 요구나 신청, 질문, 공격, 신호 등과 같은 작용을 당하거나 그에 응하다.
nhận, được, bị
Gặp phải và ứng phó với những tác động như yêu cầu, đề nghị, chất vấn, tấn công, tín hiệu...

• -도록 하다 : 말하는 사람이 어떤 행위를 할 것이라는 의지나 다짐을 나타내는 표현.
sẽ
Cấu trúc thể hiện sự chắc chắn hoặc ý chí rằng người nói sẽ thực hiện hành động nào đó.

• -겠- : 완곡하게 말하는 태도를 나타내는 어미.
chắc là, được không
Vĩ tố thể hiện thái độ nói quanh co.

• -습니다 : (아주높임으로) 현재의 동작이나 상태, 사실을 정중하게 설명함을 나타내는 종결 어미.
Không có từ tương ứng
(cách nói rất kính trọng) Vĩ tố kết thúc câu thể hiện sự thuyết minh động tác, trạng thái hay sự việc ở hiện tại một cách trịnh trọng.

투자자 : <u>자세하+ㄴ</u> 설명 잘 <u>듣(들)+었+습니다</u>.
　　　　자세한　　　　　　　들었습니다

- **자세하다 (Tính từ)** : 아주 사소한 부분까지 구체적이고 분명하다.
  tỉ mỉ, chi tiết
  Cụ thể và rõ ràng đến phần rất nhỏ nhặt.

- **-ㄴ** : 앞의 말이 관형어의 기능을 하게 만들고 현재의 상태를 나타내는 어미.
  mà
  Vĩ tố khiến cho từ ngữ phía trước có chức năng định ngữ và thể hiện sự kiện hay động tác được hoàn thành thì trạng thái đó vẫn đang được duy trì.

- **설명 (danh từ)** : 어떤 것을 남에게 알기 쉽게 풀어 말함. 또는 그런 말.
  việc giải thích, việc trình bày, lời giải thích, lời trình bày
  Việc nói cái gì đó cho người khác một cách dễ hiểu. Hoặc lời nói đó.

- **잘 (phó từ)** : 관심을 집중해서 주의 깊게.
  một cách kỹ càng
  Tập trung sự quan tâm và chú ý một cách sâu sắc.

- **듣다 (động từ)** : 다른 사람의 말이나 소리 등에 귀를 기울이다.
  lắng nghe
  Lắng tai nghe âm thanh hay lời của người khác.

- **-었-** : 어떤 사건이 과거에 완료되었거나 그 사건의 결과가 현재까지 지속되는 상황을 나타내는 어미.
  đã
  Vĩ tố thể hiện tình huống mà sự kiện nào đó đã hoàn thành trong quá khứ hoặc kết quả của sự kiện đó được tiếp tục đến hiện tại.

- **-습니다** : (아주높임으로) 현재의 동작이나 상태, 사실을 정중하게 설명함을 나타내는 종결 어미.
  Không có từ tương ứng
  (cách nói rất kính trọng) Vĩ tố kết thúc câu thể hiện sự thuyết minh động tác, trạng thái hay sự việc ở hiện tại một cách trịnh trọng.

투자자 : 그런데 혹시 그거 사람+도 먹+[을 수 있]+습니까?

- **그런데 (phó từ)** : 이야기를 앞의 내용과 관련시키면서 다른 방향으로 바꿀 때 쓰는 말.
  nhưng mà, thế nhưng
  Từ dùng khi kết nối câu chuyện với nội dung phía trước đồng thời chuyển sang hướng khác.

• **혹시 (phó từ)** : 그러리라 생각하지만 분명하지 않아 말하기를 망설일 때 쓰는 말.

　hình như

　Từ dùng khi nghĩ là như thế nhưng không rõ ràng và ngập ngừng khi nói.

• **그거 (đại từ)** : 앞에서 이미 이야기한 대상을 가리키는 말.

　cái đó, việc đó, điều đó

　Từ chỉ đối tượng đã nói đến ở phía trước.

• **사람 (danh từ)** : 생각할 수 있으며 언어와 도구를 만들어 사용하고 사회를 이루어 사는 존재.

　con người

　Thực thể có thể suy nghĩ, làm ra ngôn ngữ và công cụ, sống tạo nên xã hội.

• **도** : 이미 있는 어떤 것에 다른 것을 더하거나 포함함을 나타내는 조사.

　cũng

　Trợ từ thể hiện sự thêm vào hoặc bao gồm cái khác vào cái nào đó đã có sẵn.

• **먹다 (động từ)** : 음식 등을 입을 통하여 배 속에 들여보내다.

　ăn

　Cho thức ăn… vào trong bụng qua đường miệng.

• **-을 수 있다** : 어떤 행동이나 상태가 가능함을 나타내는 표현.

　Không có từ tương ứng

　Cụm ngữ pháp thể hiện hành động hoặc trạng thái nào đó có thể xảy ra.

• **-습니까** : (아주높임으로) 말하는 사람이 듣는 사람에게 정중하게 물음을 나타내는 종결 어미.

　ạ?

　(cách nói rất kính trọng) Vĩ tố kết thúc câu thể hiện người nói hỏi người nghe một cách trịnh trọng.

직원 : 사람+은 못 먹+습니다.

• **사람 (danh từ)** : 생각할 수 있으며 언어와 도구를 만들어 사용하고 사회를 이루어 사는 존재.

　con người

　Thực thể có thể suy nghĩ, làm ra ngôn ngữ và công cụ, sống tạo nên xã hội.

• **은** : 문장 속에서 어떤 대상이 화제임을 나타내는 조사.

　Không có từ tương ứng

　Trợ từ (tiểu từ) thể hiện việc đối tượng nào đó là chủ đề câu chuyện trong câu.

• **못 (phó từ)** : 동사가 나타내는 동작을 할 수 없게.

　không… được

　Không thể thực hiện được động tác mà động từ thể hiện.

- 312 -

• 먹다 (động từ) : 음식 등을 입을 통하여 배 속에 들여보내다.
ăn
Cho thức ăn… vào trong bụng qua đường miệng.

• -습니다 : (아주높임으로) 현재의 동작이나 상태, 사실을 정중하게 설명함을 나타내는 종결 어미.
Không có từ tương ứng
(cách nói rất kính trọng) Vĩ tố kết thúc câu thể hiện sự thuyết minh động tác, trạng thái hay sự việc ở hiện tại một cách trịnh trọng.

투자자 : 아니, 유기농 원료+에 영양가 높+고 위생적+으로 만들(만드)+ㄴ
만든

개 사료+(이)+라면서 왜 먹+[지 못하]+지요?
개 사료라면서

• 아니 (từ cảm thán) : 놀라거나 감탄스러울 때, 또는 의심스럽고 이상할 때 하는 말.
Không có từ tương ứng
Từ nói khi ngạc nhiên hay cảm thán, hoặc khi thấy nghi ngờ và kì lạ.

• 유기농 (danh từ) : 화학 비료나 농약을 쓰지 않고 생물의 작용으로 만들어진 것만을 사용하는 방식의 농업.
nông nghiệp hữu cơ
Nền nông nghiệp được tiến hành theo phương thức không sử dụng phân hóa học hay thuốc hóa học, mà chỉ sử dụng những thứ được tạo thành nhờ tác dụng của sinh vật.

• 원료 (danh từ) : 어떤 것을 만드는 데 들어가는 재료.
nguyên liệu
Vật liệu được dùng vào việc làm ra thứ gì đó.

• 에 : 앞말에 무엇이 더해짐을 나타내는 조사.
vào, vô
Trợ từ (tiểu từ) thể hiện cái gì đó được thêm vào từ ngữ phía trước.

• 영양가 (danh từ) : 식품이 가진 영양의 가치.
giá trị dinh dưỡng
Giá trị của dinh dưỡng có trong thực phẩm.

• 높다 (Tính từ) : 품질이나 수준 또는 능력이나 가치가 보통보다 위에 있다.
cao
Chất lượng, tiêu chuẩn, năng lực hay giá trị ở trên mức thông thường.

• -고 : 두 가지 이상의 대등한 사실을 나열할 때 쓰는 연결 어미.
 và
 Vĩ tố liên kết dùng khi liệt kê hai sự việc đồng đẳng trở lên.

• **위생적 (danh từ)** : 건강에 이롭거나 도움이 되도록 조건을 갖춘 것.
 tính chất vệ sinh
 Cái mang điều kiện có lợi hoặc giúp ích cho sức khỏe.

• 으로 : 어떤 일의 방법이나 방식을 나타내는 조사.
 bằng
 Trợ từ thể hiện phương pháp hay phương thức của việc nào đó.

• **만들다 (động từ)** : 힘과 기술을 써서 없던 것을 생기게 하다.
 làm ra, tạo ra, chế tạo
 Dùng sức mạnh và kỹ thuật để tạo nên cái vốn không có.

• -ㄴ : 앞의 말이 관형어의 기능을 하게 만들고 사건이나 동작이 완료되어 그 상태가 유지되고 있음을 나타내는 어미.
 Không có từ tương ứng
 Vĩ tố làm cho từ ngữ phía trước có chức năng định ngữ và thể hiện sự kiện hay động tác đã hoàn thành và trạng thái đó đang được duy trì.

• **개 (danh từ)** : 냄새를 잘 맡고 귀가 매우 밝으며 영리하고 사람을 잘 따라 사냥이나 애완 등의 목적으로 기르는 동물.
 chó
 Động vật đánh hơi giỏi, tai rất thính và thông minh, được nuôi với mục đích làm động vật cảnh hay đi theo người săn bắn.

• **사료 (danh từ)** : 집이나 농장 등에서 기르는 동물에게 주는 먹이.
 thức ăn gia súc
 Thức ăn cho động vật nuôi ở nhà hay nông trại.

• 이다 : 주어가 지시하는 대상의 속성이나 부류를 지정하는 뜻을 나타내는 서술격 조사.
 nào là
 Trợ từ vị cách thể hiện sự liệt kê các sự vật đồng thời liên kết theo quan hệ đẳng lập.

• -라면서 : 듣는 사람이나 다른 사람이 이전에 했던 말이 예상이나 지금의 상황과 다름을 따져 물을 때 쓰는 표현.
 nói là… mà…, bảo là… mà...
 Cấu trúc dùng khi hỏi vặn điều mà người nghe hay người khác đã nói trước đây khác với dự kiến hay tình huống bây giờ.

• **왜 (phó từ)** : 무슨 이유로. 또는 어째서.
 tại sao, vì sao
 Với lý do gì. Hoặc làm sao chứ.

• 먹다 (động từ) : 음식 등을 입을 통하여 배 속에 들여보내다.
ăn
Cho thức ăn… vào trong bụng qua đường miệng.

• -지 못하다 : 앞의 말이 나타내는 행동을 할 능력이 없거나 주어의 의지대로 되지 않음을 나타내는 표현.
không… được
Cấu trúc thể hiện việc không có năng lực thực hiện hành động mà từ ngữ phía trước thể hiện hoặc không được như ý định của chủ ngữ.

• -지요 : (두루높임으로) 말하는 사람이 듣는 사람에게 친근함을 나타내며 물을 때 쓰는 종결 어미.
nhỉ?
(cách nói kính trọng phổ biến) Vĩ tố kết thúc câu dùng khi người nói hỏi và thể hiện sự thân mật với người nghe.

직원 : <u>비싸+(아)서</u> 절대 못 먹+습니다.
비싸서

• 비싸다 (Tính từ) : 물건값이나 어떤 일을 하는 데 드는 비용이 보통보다 높다.
đắt, đắt tiền
Giá của đồ vật hay chi phí dùng cho việc nào đó cao hơn thông thường.

• -아서 : 이유나 근거를 나타내는 연결 어미.
nên
Vĩ tố liên kết thể hiện lý do hay căn cứ.

• 절대 (phó từ) : 어떤 경우라도 반드시.
tuyệt đối
Dù là trường hợp như thế nào cũng nhất thiết.

• 못 (phó từ) : 동사가 나타내는 동작을 할 수 없게.
không… được
Không thể thực hiện được động tác mà động từ thể hiện.

• 먹다 (động từ) : 음식 등을 입을 통하여 배 속에 들여보내다.
ăn
Cho thức ăn… vào trong bụng qua đường miệng.

• -습니다 : (아주높임으로) 현재의 동작이나 상태, 사실을 정중하게 설명함을 나타내는 종결 어미.
Không có từ tương ứng
(cách nói rất kính trọng) Vĩ tố kết thúc câu thể hiện sự thuyết minh động tác, trạng thái hay sự việc ở hiện tại một cách trịnh trọng.

● 숫자 : chữ số

- 0 (영, 공) : số không / không
- 1 (일, 하나) : nhất / một
- 2 (이, 둘) : hai
- 3 (삼, 셋) : ba
- 4 (사, 넷) : số bốn / bốn
- 5 (오, 다섯) : năm / số năm
- 6 (육, 여섯) : sáu
- 7 (칠, 일곱) : bảy
- 8 (팔, 여덟) : tám
- 9 (구, 아홉) : số chín / chín
- 10 (십, 열) : mười / số mười
- 20 (이십, 스물) : hai mươi
- 30 (삼십, 서른) : ba mươi
- 40 (사십, 마흔) : bốn mươi
- 50 (오십, 쉰) : (số đếm) năm mươi
- 60 (육십, 예순) : sáu mươi
- 70 (칠십, 일흔) : bảy mươi
- 80 (팔십, 여든) : tám mươi
- 90 (구십, 아흔) : chín mươi
- 100 (백) : một trăm
- 1,000 (천) : một nghìn / một ngàn
- 10,000 (만) : mười nghìn
- 100,000 (십만) : mười vạn / một trăm ngàn
- 1,000,000 (백만) : triệu / một triệu
- 10,000,000 (천만) : mười triệu
- 100,000,000 (억) : một trăm triệu
- 1,000,000,000,000 (조) : nghìn tỉ

● 시간 (thời gian)

• **시 (danh từ)** : 하루를 스물넷으로 나누었을 때 그 하나를 나타내는 시간의 단위.
 giờ
 Đơn vị thời gian thể hiện một phần khi chia một ngày thành hai mươi bốn phần.

• **분 (danh từ)** : 한 시간의 60분의 1을 나타내는 시간의 단위.
 phút
 Đơn vị thời gian thể hiện một phần sáu mươi của một giờ đồng hồ.

• **초 (danh từ)** : 일 분의 60분의 1을 나타내는 시간의 단위.
 giây
 Đơn vị thời gian thể hiện một phần sáu mươi của một phút.

• **새벽 (danh từ)**
 1) 해가 뜰 즈음.
  bình minh, hừng đông
  Khoảng lúc mặt trời mọc.
 2) 아주 이른 오전 시간을 가리키는 말.
  tinh mơ, sớm mai
  Từ chỉ thời gian buổi sáng rất sớm.

• **아침 (danh từ)** : 날이 밝아올 때부터 해가 떠올라 하루의 일이 시작될 때쯤까지의 시간.
 sáng sớm
 Khoảng thời gian từ lúc trời hửng sáng cho đến khi mặt trời mọc và công việc của một ngày được bắt đầu.

• **점심 (danh từ)** : 하루 중에 해가 가장 높이 떠 있는, 아침과 저녁의 중간이 되는 시간.
 buổi trưa, ban trưa
 Thời gian lúc mặt trời lên cao nhất trong ngày, quãng giữa buổi sáng và buổi tối.

• **저녁 (danh từ)** : 해가 지기 시작할 때부터 밤이 될 때까지의 동안.
 buổi tối
 Khoảng thời gian từ lúc mặt trời bắt đầu lặn cho đến lúc về đêm.

• **낮 (danh từ)**
 1) 해가 뜰 때부터 질 때까지의 동안.
  ban ngày
  Khoảng thời gian từ lúc mặt trời mọc đến lúc mặt trời lặn.
 2) 오후 열두 시가 지나고 저녁이 되기 전까지의 동안.
  nửa buổi chiều
  Khoảng thời gian từ sau mười hai giờ trưa cho đến trước buổi tối.

• **밤 (danh từ)** : 해가 진 후부터 다음 날 해가 뜨기 전까지의 어두운 동안.
  đêm
  Khoảng thời gian tối từ lúc mặt trời lặn đến lúc mặt trời mọc ngày hôm sau.

• **오전 (danh từ)**
  1) 아침부터 낮 열두 시까지의 동안.
     buổi sáng
     Khoảng thời gian từ sáng sớm đến 12 giờ trưa.
  2) 밤 열두 시부터 낮 열두 시까지의 동안.
     buổi sáng
     Khoảng thời gian từ 12 giờ khuya đến 12 giờ trưa.

• **오후 (danh từ)**
  1) 정오부터 해가 질 때까지의 동안.
     buổi chiều
     Khoảng thời gian từ giữa trưa đến khi mặt trời lặn.
  2) 정오부터 밤 열두 시까지의 시간.
     buổi chiều tối
     Thời gian từ giữa trưa đến mười hai giờ đêm.

• **정오 (danh từ)** : 낮 열두 시.
  chính ngọ
  Mười hai giờ trưa.

• **자정 (danh từ)** : 밤 열두 시.
  nửa đêm
  Mười hai giờ đêm.

• **그저께 (danh từ)** :어제의 전날. 즉 오늘로부터 이틀 전.
  hôm kia
  Ngày trước của ngày hôm qua. Tức là cách hôm nay hai ngày.

• **어제 (danh từ)** : 오늘의 하루 전날.
  hôm qua
  Ngày trước của ngày hôm nay.

• **오늘 (danh từ)** : 지금 지나가고 있는 이날.
  ngày hôm nay, hôm nay
  Ngày đang trải qua bây giờ.

• **내일 (danh từ)** : 오늘의 다음 날.
  ngày mai
  Ngày sau hôm nay.

· **모레** (danh từ) : 내일의 다음 날.
ngày mốt
Ngày sau của ngày mai.

· **하루** (danh từ) : 밤 열두 시부터 다음 날 밤 열두 시까지의 스물네 시간.
một ngày
Hai mươi bốn giờ từ mười hai giờ đêm đến mười hai giờ đêm ngày hôm sau.

· **이틀** (danh từ) : 두 날.
hai hôm, hai bữa
Hai ngày.

· **사흘** (danh từ) : 세 날.
(Không có từ tương ứng)
Ba ngày.

· **나흘** (danh từ) : 네 날.
Bôn ngày
Bốn ngày.

· **닷새** (danh từ) : 다섯 날.
năm ngày
Năm ngày.

· **엿새** (danh từ) : 여섯 날.
sáu ngày
Sáu ngày.

· **이레** (danh từ) : 일곱 날.
bảy ngày
Bảy ngày.

· **여드레** (danh từ) : 여덟 날.
tám ngày
tám ngày

· **아흐레** (danh từ) : 아홉 날.
chín ngày
Chín ngày.

· **열흘** (danh từ) : 열 날.
mười ngày, 10 ngày
Mười ngày.

• **월요일 (danh từ)** : 한 주가 시작되는 첫 날.
thứ Hai
Ngày đầu tiên bắt đầu một tuần.

• **화요일 (danh từ)** : 월요일을 기준으로 한 주의 둘째 날.
thứ ba
Ngày thứ hai trong tuần khi lấy thứ hai làm chuẩn.

• **수요일 (danh từ)** : 월요일을 기준으로 한 주의 셋째 날.
thứ tư
Ngày thứ ba trong tuần khi lấy ngày thứ hai làm chuẩn.

• **목요일 (danh từ)** : 월요일을 기준으로 한 주의 넷째 날.
thứ năm
Ngày thứ tư trong một tuần tính từ ngày thứ hai.

• **금요일 (danh từ)** : 월요일을 기준으로 한 주의 다섯째 날.
thứ Sáu
Ngày thứ năm trong tuần tính từ thứ hai.

• **토요일 (danh từ)** : 월요일을 기준으로 한 주의 여섯째 날.
thứ bảy
Ngày thứ sáu trong tuần lấy ngày thứ hai làm chuẩn.

• **일요일 (danh từ)** : 월요일을 기준으로 한 주의 마지막 날.
ngày chủ nhật
Ngày cuối cùng của một tuần nếu tính thứ hai là ngày đầu tuần.

• **일주일 (danh từ)** : 월요일부터 일요일까지 칠 일. 또는 한 주일.
một tuần
Bảy ngày tính từ thứ Hai đến Chủ nhật. Hay là một tuần.

• **일월 (danh từ)** : 일 년 열두 달 가운데 첫째 달.
tháng 1, tháng giêng
Tháng đầu tiên trong 12 tháng của một năm.

• **이월 (danh từ)** : 일 년 열두 달 가운데 둘째 달.
tháng 2
Tháng thứ hai trong 12 tháng của một năm.

• **삼월 (danh từ)** : 일 년 열두 달 가운데 셋째 달.
tháng ba
Tháng thứ ba trong một năm mười hai tháng.

• **사월** (danh từ) : 일 년 열두 달 가운데 넷째 달.
tháng tư
Tháng thứ tư trong 12 tháng của một năm.

• **오월** (danh từ) : 일 년 열두 달 가운데 다섯째 달.
tháng năm
Tháng thứ năm trong một năm mười hai tháng.

• **유월** (danh từ) : 일 년 열두 달 가운데 여섯째 달.
tháng sáu
Tháng thứ sáu trong một năm có mười hai tháng.

• **칠월** (danh từ) : 일 년 열두 달 가운데 일곱째 달.
tháng bảy
Tháng thứ bảy trong một năm mười hai tháng.

• **팔월** (danh từ) : 일 년 열두 달 가운데 여덟째 달.
tháng tám
Tháng thứ tám trong mười hai tháng của một năm.

• **구월** (danh từ) : 일 년 열두 달 가운데 아홉째 달.
tháng chín
Tháng thứ chín trong mười hai tháng của một năm.

• **시월** (danh từ) : 일 년 열두 달 중 열 번째 달.
tháng mười
Tháng thứ mười trong số một năm mười hai tháng.

• **십일월** (danh từ) : 일 년 열두 달 가운데 열한째 달.
tháng mười một
Tháng thứ mười một trong mười hai tháng của năm.

• **십이월** (danh từ) : 일 년 열두 달 가운데 마지막 달.
tháng mười hai
Tháng cuối cùng trong mười hai tháng của một năm.

• **봄** (danh từ) : 네 계절 중의 하나로 겨울과 여름 사이의 계절.
mùa xuân
Là một trong bốn mùa, giữa mùa đông và mùa hè.

• **여름** (danh từ) : 네 계절 중의 하나로 봄과 가을 사이의 더운 계절.
mùa hè
Mùa nóng nằm giữa mùa xuân và mùa thu trong bốn mùa.

· **가을 (danh từ)** : 네 계절 중의 히나로 어름과 겨울 사이의 계절.
  mùa thu
  Một trong bốn mùa, mùa giữa mùa hè và mùa đông.

· **겨울 (danh từ)** : 네 계절 중의 하나로 가을과 봄 사이의 추운 계절.
  mùa đông
  Là một mùa trong bốn mùa, mùa lạnh giữa hai mùa thu và mùa xuân.

· **작년 (danh từ)** : 지금 지나가고 있는 해의 바로 전 해.
  năm trước
  Năm ngay trước năm mà bây giờ đang trôi qua.

· **올해 (danh từ)** : 지금 지나가고 있는 이 해.
  năm nay
  Năm mà bây giờ đang trải qua.

· **내년 (danh từ)** : 올해의 바로 다음 해.
  năm tới, năm sau
  Năm tiếp theo của năm nay.

· **과거 (danh từ)** : 지나간 때.
  quá khứ
  Những ngày đã qua.

· **현재 (danh từ)** : 지금 이때.
  hiện tại
  Bây giờ lúc này.

· **미래 (danh từ)** : 앞으로 올 때.
  tương lai
  Lúc sẽ đến sau này.

< 참고(sự tham khảo) 문헌(tư liệu) >

고려대학교 한국어대사전, 고려대학교 민족문화연구원, 2009
우리말샘, 국립국어원, 2016
표준국어대사전, 국립국어원, 1999
한국어교육 문법 자료편, 한글파크, 2016
한국어 교육학 사전, 하우, 2014
한국어기초사전, 국립국어원, 2016
한국어 문법 총론 Ⅰ, 집문당, 2015

HANPUK

유머로 배우는 한국어 tiếng Việt(베트남어) việc biên dịch(번역)

발 행 | 2024년 7월 15일
저 자 | 주식회사 한글2119연구소
펴낸이 | 한건희
펴낸곳 | 주식회사 부크크
출판사등록 | 2014.07.15.(제2014-16호)
주 소 | 서울특별시 금천구 가산디지털1로 119 SK트윈타워 A동 305호
전 화 | 1670-8316
이메일 | info@bookk.co.kr

ISBN | 979-11-410-9531-4

www.bookk.co.kr
ⓒ 주식회사 한글2119연구소 2024